ప్రశాంతంగా ఉండండి!

ప్రశాంతంగా ఉండండి!

మితిమీరిన ఆలోచనల నుండి దూరంగా ఉంటూ
మనసును ప్రశాంతంగా ఉంచుకునేందుకు,
జీవితం హాయిగా సాగిపోయేందుకు
102 విజ్ఞాన గుళికలు
మీ కోసం యిందులో ఉన్నాయి!

నిక్ ట్రెంటన్

తెలుగు అనువాదం: ఆకురాతి భాస్కర్ చన్ద్ర

MANJUL

మంజుల్ పబ్లిషింగ్ హౌస్

First published in India by

MANJUL

Manjul Publishing House
Corporate and Editorial Office
•2nd Floor, Usha Preet Complex, 42 Malviya Nagar,
Bhopal 462 003 – India
Sales and Marketing Office
•C-16, Sector 3, Noida, Uttar Pradesh 201301 – India
Website: www.manjulindia.com
Distribution Centres
Ahmedabad, Bengaluru, Kochi, Kolkata, Chennai,
Hyderabad, Mumbai, New Delhi, Pune

KEEP CALM: 102 Pieces of Wisdom to Find Peace, Stop Overthinking, and Carry On With Your Life by Nick Trenton – Telugu edition

English language rights for the Indian Subcontinent arranged with
PKCS Mind, Inc,. through TLL Literary Agency

Telugu edition first published in 2025

ISBN 978-93-5543-933-8

Translated by : Aakruti Bhaskar Chandra

Printed and bound in India by Gopsons Papers Pvt. Ltd.

విషయ సూచిక

అధ్యాయం 1

ప్రత్యామ్నాయాలను పరిగణించడం గొప్ప శక్తి

"మనుష్యులు కొద్ది సమయం తీసుకుని, 'దీనిని మరోలా ఎలా చేయొచ్చు?' అని ఆలోచిస్తే గనుక ప్రపంచంలో చాలా అపోహలను నివారించవచ్చు"

– షానన్ ఎల్. ఆల్డర్

మనం ప్రతిరోజు గందరగోళంలాంటి జీవితం గడుపుతుంటాం. ఆ హడావుడిలో, వేగంగా నిర్ణయాలు తీసుకునే ఊహా శక్తి దిగజారిపోవడం సర్వ సాధారణం, సులభం కూడా! జీవితంలో మన చుట్టూ అపోహలు, భ్రమలు ఎక్కువగానే ఉంటాయి. వాటికి ప్రత్యామ్నాయ కోణాలను లేదా ఇతర మార్గాలను అన్వేషించకపోవడం వల్ల, అవి ఎక్కువగా ఉత్పన్నమవుతాయి. షానన్ ఎల్. ఆల్డర్ యొక్క వివేకవంతమైన మాటలు 'దీనిని మరోలా ఎలా చేయొచ్చు?' అని ఆలోచించమంటాయి.

మనలో చాలామంది "అసలు దీనర్థం ఏమిటి?" అని అడగడంలో ముందుంటాం. అలాగే ఆ ప్రశ్నకు వచ్చే మొదటి లేదా ఒక్కటే సమాధానాన్ని పట్టుకుని తికమక పడుతాము. అయితే, ఒక సంఘటన 'మరోలా జరిగితే' అని ఆలోచించడం ద్వారా, మనం అవకాశాల ప్రపంచాన్ని తెరవవచ్చు. దీనివల్ల ప్రతికూల సంఘటనలు ఎదురైనప్పటికీ మన దృక్పథాన్ని సంతులనం చేసుకోవచ్చు. అనుభవాలకీ, ప్రతిచర్యలకీ మధ్య ఒక ఆరోగ్యకరమైన అంతరాన్ని సృష్టించవచ్చు. ఆ అంతరంలో మనం అభివృద్ధి చెందొచ్చు,

సమస్యలను పరిష్కరించవచ్చు, మనకు మనంగా ఒక ఉత్తమ స్వరూపంగా మారవచ్చు.

"దీనిని మరోలా ఎలా చేయొచ్చు?" అని ప్రశ్నించుకోండి.

క్లిష్టమైన పరిస్థితి, లేదా సంఘటన లేదా సందిగ్ధ పరిస్థితిని ఎదుర్కోవలసి వచ్చినప్పుడు, మన మానసిక స్పందన ఎలా ఉంటుందంటే మనకు ఎక్కువ సులభంగా అందుబాటులో ఉన్న లేదా మనకు వీలైన విధంగా ఉండే వివరణను పరిగణనలోకి తీసుకుంటాం. అయితే ఆ సులభమైన వివరణ ఒక్కోసారి:

- మనకు సహాయపడనవసరం లేదు,
- ప్రపంచాన్ని నిజాయితీగా ప్రతిబింబించనవసరం లేదు, లేదా
- మనకు సంతోషం కలిగించనవసరం లేదు.

అది కేవలం మన మానసిక స్థితిని ప్రతిబింబించే వివరణ మాత్రమే. దానిని మనం మన మనసులో అప్పటికే నిశ్చయించేసుకున్నాం. మీకు తెలియకుండానే మీరు భయంతో ఉంటే, ఎవరైనా మీకు కత్తి చూపిస్తున్నప్పుడు అతను మిమ్మల్ని చంపుతాడనే భయంతోనే ఉంటారు. అయితే, "ఇది మరోలా జరిగే అవకాశం ఉందా?" అనే ప్రశ్న వేసుకుంటే గనుక, మీరు సూప్ చేస్తున్నందువల్ల వాళ్లు మీకు కేరట్లు, దుంపలు కోసుకోవడానికి కత్తిని అందిస్తున్నారనే విషయం తెలుసుకుంటారు.

మనకు నిత్యం జరిగే కొన్ని విషయాలను పరిశీలిద్దాం: మనం వేసుకున్న ప్రణాళికలను మన మిత్రుడు చివరి నిమిషంలో రద్దు చేస్తే, దానిని మనం మరో మానసిక పరిస్థితి ద్వారా ఆలోచిస్తే, మిమ్మల్ని ఎవరూ ప్రేమించటం లేదని మీరు భావిస్తారు. మిత్రుడు స్నేహానికి విలువ యివ్వని వాడని నిర్ణయించుకునే ముందు, అతను ఏమైనా వ్యక్తిగత సమస్యలను ఎదుర్కొంటున్నాడా, ఏదైనా యితరులకు చెప్పలేని స్థితిలో ఉన్నాడా అని ఆలోచించడం మంచిది. మనకు తెలియని విషయాలు ఏవైనా జరిగే అవకాశం ఉంది కదా!

కష్టతరమైన నిర్ణయాలలో లేదా తిరస్కారపు సందర్భాల్లో, మనకు కలిగిన అనుభవాలను వాస్తవాలుగా భావించడం సులభమే. కానీ,

ప్రత్యామ్నాయ వివరణలను పరిగణనలోకి తీసుకునే అలవాటును అభ్యాసం చేయడం ద్వారా, అత్యంత ప్రతికూలమైన అర్థాలనుకూడా గుడ్డిగా నమ్మకుండా మనలను రక్షించుకోవచ్చు. బహుశా మీరు ఉద్యోగంలో పూర్తిగా విఫలమయ్యారు. పనిలోనుండి ఏ క్షణంలోనైనా తొలగించబడతారనే గందరగోళంలో ఉన్నారు... లేదా బహుశా మీ బాస్‌కు మీతో ఒక విషయం చెప్పదగిన కారణం ఉండవచ్చు. ఆ ఉదయం మీరు ఆఫీసుకి ఆలస్యంగా వచ్చినంత మాత్రాన మిమ్మల్ని చెడ్డ మనిషిగా అనుకుంటున్నారని కాదు.

"దీనిని మరోలా ఎలా చేయొచ్చు?" అనే ప్రశ్నను ప్రతిరోజు మన జీవితంలో అలవాటుగా మార్చుకుంటే, మనకు కలిగే అనేక అనర్థాలను తటస్థంగా చూసే శక్తి వస్తుంది. ఇది మన జీవన గమ్యాన్ని వివేకమయంగా, హితమైన రీతిలో ముందుకు నడిపిస్తుంది.

చైతన్యవంతమైన జీవనం కోసం నెమ్మదిగా ఆలోచించడం

మనం బ్రతుకుతున్న వేగవంతమైన ప్రపంచంలో, వెంటవెంటనే స్పందించడం, హడావుడిగా తీసుకునే నిర్ణయాలు ప్రధానంగా ఉండే పరిస్థితుల్లో, ఏదైనా అనుభవించడం, దానిపై స్పందించడం మధ్య సమయాన్ని తగ్గించడం అనే నైపుణ్యాన్ని పెంపొందించుకోవడం చాలా అవసరం.

ఏదైనా సంఘటనపై మీరు స్పందించడానికి ముందు కొంచెం కూడా సమయం తీసుకోకుండా "దీనిని మరోలా ఎలా చేయొచ్చు?" అనే ప్రశ్న ప్రాథమికంగా మీరు వేసుకోలేరు. అయితే ఈ సమయ విరామాన్ని పెంచడం ద్వారా, మనం చైతన్యం, ఉద్దేశపూర్వక జీవనానికి అవకాశం సృష్టిస్తాము. ఇది మనల్ని వాస్తవ ప్రపంచంలో ఉంచుతుంది. తద్వారా, తక్కువ ఆందోళన, తక్కువ ఆలోచనలకు పరిమితమయ్యేలా చేస్తుంది.

మీకు ప్రతికూల భావోద్వేగ ప్రతిస్పందనను కలిగించే ఒక సాధారణ వ్యాఖ్యను ఊహించండి. దానికి వెంటనే ప్రతిస్పందించడం లేదా రక్షణాత్మక గుడారంలోకి (shell of defensiveness) వెళ్ళి దూరంగా ఉండడం బదులుగా, మనం కొంచెం నెమ్మదిగా వ్యవహరించడాన్ని ఎంచుకోవచ్చు.

మానసిక ఒత్తిడి లేదా గాఢమైన ఒత్తిడి పరిస్థితుల్లో, మన సహజ ప్రవర్తన, తక్షణమే ప్రతిస్పందించడం అవుతుంది. ఇది "పోరాడు" లేదా

"పారిపో" ప్రతిస్పందనల వలన ప్రేరేపించబడుతుంది. భావోద్వేగం వేగంగానూ ఆటోమేటిక్‌గానూ ఉంటుంది; కానీ జాగ్రత్తగా ఆలోచించడానికి కొంత సమయం పడుతుంది. ప్రాసెసింగ్ సమయాన్ని ఉద్దేశపూర్వకంగా నెమ్మది చేయడం వల్ల, మనం ఆలోచనాత్మకంగా, శ్రద్ధతో ప్రతిస్పందించే శక్తిని పొందుతాము.

ఇప్పటి మన డిజిటల్ యుగంలో, సమాచారం నిరంతరం మనల్ని ముంచెత్తుతుంది. సరిగ్గా యిటువంటి సమయాలలో ప్రాసెసింగ్ సమయాన్ని నెమ్మది చేయడం చాలా అవసరం. ఉదాహరణకు, వార్తలు లేదా సోషల్ మీడియాలో మనల్ని తీవ్ర భావోద్వేగాల్లోకి తీసుకువెళ్లే పోస్టులను చూసినప్పుడు, వెంటనే స్పందించడం లేదా పంచుకోవడానికి బదులుగా, మనం ఒక భావనాత్మక విరామం తీసుకోవచ్చు. ఈ ప్రాసెసింగ్ సమయాన్ని నెమ్మదిగా తీసుకోవడం మనకు అనవసరమైన వివాదాలను నివారించడానికి, వాస్తవ ప్రపంచంలో ఉండటానికి సహాయపడుతుంది.

ఈ అభ్యాసాన్ని ప్రయత్నించినప్పుడు మనకు కలిగే పెద్ద ఆశ్చర్యం ఏమిటంటే, కొన్ని విషయాలకు నిజంగా ఏ అర్థం ఉండకపోవడం. అంటే, ఒక ట్రిగ్గర్ మన దృష్టిని ఆకర్షించవచ్చు. కానీ దానికి ప్రతిస్పందించాల్సిన అవసరం లేదు. అంతేకాదు, ఇది ఒక నిర్దిష్ట మార్గంలోనే స్పందించాలి అనేది అవసరం కాదు. మనం దీన్ని అంగీకరించవలసిన అవసరం లేదు. అలాగే వ్యతిరేకించవలసిన అవసరం కూడా లేదు – మనం కేవలం దూరం నుండి గమనించి, మన దృష్టిని మరోచోటుకు మరలించుకోవచ్చు.

మన వ్యక్తిగత సంబంధాల్లో, ప్రాసెసింగ్ సమయాన్ని నెమ్మదిగా తీసుకోవడం అనేది అపార్థాలను తగ్గించడానికి ఒక అమూల్యమైన సాధనం. ఒక చిన్న విరామం తీసుకోవడం లేదంటే స్పందించకపోవడం ద్వారా మనం ఎంత బహుముఖమైన తగువులను నివారించగలమో ఊహించండి. అదే విధంగా, "నిజంగా నాకు ఆ దిశలో వెళ్లాలని అనిపిస్తుందా?" అని మనసులో తర్కం చేసుకోవడం ద్వారా మనం ఎంత ఒత్తిడినుంచి, అనవసరపు ఆలోచనల నుంచి బయటపడగలమో ఊహించండి.

అధ్యాయం 2

కొన్నిసార్లు మీరు "లోపలికి తొంగి చూడటం" ఆపేయాలి!

"ఎప్పుడూ ఆలోచించే వ్యక్తి ఆలోచనల గురించి తప్ప మరేమీ ఆలోచించడు. అందువల్ల, అతను వాస్తవాన్ని కోల్పోతాడు. భ్రమల ప్రపంచంలో జీవిస్తాడు."

– ఆలెన్ వాట్స్

డిజిటల్ గొడవలు మరియు నిరంతర గొణుగుడు – ప్రపంచం అనేక రకాల గందరగోళాలు, బీప్‌ల మోతలు, మెయిల్స్, నోటిఫికేషన్‌లతో నిండిపోయి ఉంది. ఆ శబ్దాల మధ్య, స్వీయ-చింతన అనేది కాందిశీకుల మాదిరిగా ఉండిపోతుంది. మనం సేద తీరేందుకు ఆగిన ప్రదేశంలా ఉంటుంది. అయినప్పటికీ, ప్రసిద్ధ తత్త్వవేత్త ఆలెన్ వాట్స్ సున్నితంగా చెప్పినట్లుగా, నిరంతరం లోతైన ఆత్మపరిశీలన మనకు తోడుగా ఉండటానికి బదులుగా తప్పుదోవ పట్టించగలదు. మనల్ని వాస్తవానికి దూరం చేసి, భ్రమల లోకంలోకి నెడుతుంది. మన అంతరాత్మను పరిశీలించడం, బాహ్య ప్రపంచంతో అనుసంధానం చేసుకోవడం మధ్య సమతుల్యత కలిగించడం అనేది మన జీవనంలో ప్రశాంతత, ఆందోళన తగ్గించడం, ఆలోచనాధిక్యత నుండి విముక్తి సాధించడం వంటి ముఖ్యమైన వ్యవహారాలను చక్కబెడుతుంది.

లోతైన ఆత్మపరిశీలన మరియు బాహ్య ప్రపంచపు అనుభవాల మధ్య సమతుల్యత

గాఢమైన స్వీయ-చింతన మన ప్రేరణలు, భయాలు, కలలను అర్థం చేసుకోవడానికి కీలకం. కానీ దీని ఆధిక్యత మనలను వాస్తవానికి దూరం చేస్తుంది. గడియారంలో పెండ్యూలమ్ మాదిరిగా, అతి ఎక్కువ స్వీయ-విశ్లేషణ మనలను వాస్తవ సమయంలోని అద్భుతమైన క్షణాలకు దూరం చేస్తుంది. మనం మన ఆలోచనల మీద ఎంత ఎక్కువగా కేంద్రీకరిస్తే, మన అనుభవాల నుండి అంత దూరంగా వెళ్లిపోతాం.

ఒక చిన్నారి తన తండ్రికి "తన మంచం క్రింద ఒక రాక్షసుడు ఉన్నాడని, అందువల్ల భయంగా ఉంది" అని చెబుతాడు. తండ్రి, తన శక్తివంచన లేకుండా, చిన్నారి దగ్గర కూర్చుని ఆ సమస్యను పరిష్కరించేందుకు ప్రయత్నిస్తాడు. అతను చాలా తార్కికమైన వాదన చేస్తాడు, "తార్కికంగా చూస్తే అక్కడ రాక్షసుడు ఉండే అవకాశం లేదు. ఒకవేళ ఉన్నాకూడా, వాడిని ఎదుర్కొనేందుకు మన దగ్గర చాలా ప్లాన్‌లు ఉన్నాయి" అని చెప్పాడు. ఆ తండ్రి తరువాత ఆ చిన్నారిలో వున్న గాఢమైన, అవగాహన లేని మానసిక భయాలను పోగొట్టేందుకు ప్రయత్నించి, రాక్షసుడు అనేది భయానికి సంబంధించిన ప్రతీక మాత్రమే అని వివరిస్తాడు. తండ్రి, ఆ చిన్నారి రాత్రంతా గంటల పాటు మాట్లాడుకున్నారు. రాక్షసుడి ఊహకు సంబంధించిన తత్వశాస్త్ర, ఆధ్యాత్మికత యొక్క పర్యావసానాలను గురించి, అది రాజకీయంగా, సాంస్కృతికంగా ఏమి సూచిస్తుందో, ఆ భయం కథనాన్ని ఎలా చెప్పుకుంటారో, "రాక్షసుడు" అనే పదాన్ని ఎలా తిరిగి స్వాధీనం చేసుకుంటారో, మానసిక, శారీరక బలాలను ఎలా పెంపొందించుకోవాలో అనే వాటిపై కబుర్లు చెప్పుకుంటారు.

అయినప్పటికీ, ఆ చిన్నారి తన మంచం క్రింద ఏముందో తెలియక ఇంకా భయపడుతూనే ఉంటాడు.

మరుసటి రోజు, అతని తల్లి కాస్త అసహనంతోనే చెప్పింది. "రాక్షసుడు ఉన్నాడో లేడో మంచం క్రింద చూసి తేల్చుకో". చిన్నారి తల్లి మాట విని తొంగి చూసాడు. "అక్కడ రాక్షసుడు ఉన్నాడా?" "లేడనుకుంటా" ఆలోచించడం అనేది మనకు సమస్యలను పరిష్కరించడంలో సహాయపడుతుంది. నిజమే కానీ, అతిగా ఆలోచించడం మాత్రం ఒక సమస్య.

మీరు మీ సహచరుడితో గంటలతరబడి మాట్లాడిన సంభాషణను జ్ఞప్తికి తెచ్చుకోండి. ప్రతి పదాన్ని, ప్రతి చిన్న విషయాన్ని నిశితంగా పరిశీలించి విశ్లేషించారు. చివరకు ఆ క్షణం ఆలోచనలు అతిగా చుట్టుముట్టిన మబ్బుగా మారిపోతుంది. ఇంతలో, మీ సహచరుడు, మరో కొత్త సంభాషణలు, అనుభవాలను మీ ముందుకు తీసుకొస్తాడు. అదంతా ఆత్మపరిశీలనవంటి మంచి ఉద్దేశంతోనే ఉంటుందేమో కానీ, అది మిమ్మల్ని వాస్తవ ప్రపంచానికి దూరంగా నెట్టేస్తుంది. హాలులో మారుమ్రోగే నవ్వుల నుండి, బ్రేక్ రూమ్ నుండి వచ్చే కాఫీ సువాసనల నుండి, ప్రస్తుతానికి ముడిపడే నిజమైన సంబంధాల నుండి మనలను దూరంగా తీసుకువెళుతుంది.

అదేవిధంగా, ఒక ప్రయాణికుడిని ఊహించండి. అతను తన ప్రయాణానికి ప్రతి వివరాన్ని క్షుణ్ణంగా ప్రణాళికలు వేసుకున్నాడు. ప్రయాణానికి ముందే మ్యాప్స్ అధ్యయనం చేసాడు, సమీక్షలు చదువుతాడు, సంక్లిష్టమైన షెడ్యూల్‌ను రూపొందిస్తాడు. అయితే, చివరికి అతను ప్రయాణం ప్రారంభించినప్పుడు, ప్రపంచం అతనికి ఊహించని దృశ్యాలు, అవాంఛిత మలుపులు, అనుహ్యమైన సమావేశాలతో మాయాజాలంచేసి అతడిని ఆశ్చర్యపరుస్తుంది. కేవలం ప్రణాళికలను మాత్రమే పట్టుకుని జీవించే ప్రయాణికుడు తన ప్రయాణపు అసలైన సారాన్ని కోల్పోతాడు - అంటే ఊహించని విషయాలను అంగీకరించడం, కఠినమైన అంచనాలను విడిచిపెట్టడం, మరియు అనిర్వచనీయ క్షణాల అందాన్ని ఆస్వాదించడం వంటివి చేయలేడు.

సంతులనాన్ని సాధించే లక్ష్యంలో, మన జీవితపు అల్లికను ఆత్మపరిశీలనతో నేయడం అవసరం, కానీ అది వాస్తవం యొక్క పోగులను విప్పడానికి అనుమతించకూడదు. మనం భూమిపై కాళ్లను స్పృశించడంలో, భోజనపు రుచులను ఆస్వాదించడంలో, ఇతరుల కథలను శ్రద్ధగా వినడంలో మన ఇంద్రియాలను నిమగ్నం చేయడం ద్వారా సంపూర్ణతను పెంచుకోవచ్చు. వాస్తవ ప్రపంచంతో ఈ కలయిక మళ్ళీ మనకు జీవన కథనంలో క్రియాశీల భాగస్వామ్యంగా మారడానికి ఆహ్వానిస్తుంది. అంతే తప్ప, మన ఆలోచనల సుడిగుండంలో కనుమరుగైన విషయ వీక్షకులుగా ఉండేందుకు వీలుకాదు.

ప్రతికూలతతో కూడిన స్వయంపోషణకు చేసుకోవలసిన రక్షణ

మన ఆత్మోన్నతికి, చైతన్యవంతపు జీవనానికి చేస్తున్న ప్రయాణంలో, మనం స్వయం పరిశీలన మరియు స్వయం పోషణ మధ్య సున్నితమైన రేఖను తాకుతాము. కథనాలను నిర్మించడంలో మానవ మేధస్సు అత్యంత నిపుణమైనది. ముఖ్యంగా అది మన అసౌకర్యం లేదా బాధ్యతను కప్పిపుచ్చేందుకు చక్కగా ఉపయోగపడుతుంది. మనం సులభంగా 'ప్రతికూలతతో కూడిన స్వయంపోషణ' అనే స్థితిలోకి జారిపోవచ్చు – అది మన క్రియాశీలతను సమర్థించుకునే, మన లోపాలను తార్కికంగా సరిపెట్టుకునే, మన స్వీయ పరిమితులను ఎదుర్కొనడానికి తగని విస్తృత కథలను సృష్టించే మానసిక ప్రదేశం. ఈ నకిలీ భద్రత మన భయాలను ఎదుర్కునే పేరుతో, వాటి నుండి ఎదిగే అవకాశాన్ని దోచేస్తుంది. మనం ఏదో చేస్తున్నామని, సమస్యలను పరిష్కరిస్తున్నామనే భ్రమలో ఉంటాముగానీ వాస్తవానికి ఎటువంటి పనులూ చేయం. ఉదాహరణకు, తమ సొంత వ్యాపారాన్ని ప్రారంభించాలనుకునే వారిని ఒకసారి ఊహించండి. తమ ఉత్పత్తిని పరిపూర్ణంగా చేయడంలో, మార్కెటింగ్ వ్యూహాలను రూపొందించడంలో, ఆన్‌లైన్ ప్రాతినిధ్యం నిర్మించడంలో వాళ్లు నెలలు గడుపుతారు. కానీ వ్యాపారపు ప్రారంభ రోజు దగ్గరగా రాగానే, గందరగోళపు ఆత్మ-సందేహం తలెత్తుతుంది. ఈ అనిశ్చితిని నేరుగా ఎదుర్కొనే బదులుగా, వారు బిజీ పనితో తమను దారి మళ్లించుకుంటారు. సమగ్రం సరైనది కాదని నమ్మిస్తారు. వైఫల్యం యొక్క ప్రమాదాన్ని తప్పించుకోవడానికి ప్రతి వివరాన్ని జాగ్రత్తగా ప్రణాళిక చేస్తారు. వారు చురుకుగా కనిపిస్తున్నప్పటికీ, తప్పుడు భ్రమల వలలో చిక్కుకుని ఉంటారు. ఇది వారిని వారి అనిశ్చితిని ఎదుర్కొనడం నుండి నిరోధిస్తుంది.

మీతో మీరు నిజాయితీగా ఎలా ఉండాలి?

మన మార్గదర్శులతోనూ, స్నేహితులతోనూ, సహచరులతోనూ నిజాయితీగా జరిపిన చర్చలు విలువైన దృష్టికోణాలను అందిస్తాయి. ఇవి మనం సృష్టించుకునే భ్రమలను చెదరగొట్టగలవు. నిర్మాణాత్మక విమర్శలను స్వీకరించడం, మనలో నమ్మకాన్ని పెంపొందించుకోవడం ద్వారా మనం మన లోపాలను గుర్తించగలుగుతాం. మన అసౌకర్యాలను గుర్తించటానికి ఇదంతా ఒక ప్రక్రియ. కొన్ని సందర్భాల్లో, "మంచం క్రిందకు తొంగి చూడడం" అవసరం!

అధ్యాయం 3

చర్య ముఖ్యమైనది

"ఎందుకంటే మనం భవిష్యత్తు దుర్భరంగా అనిపిస్తే, మనం మన మేధస్సులో సమస్యలను పరిష్కరించడానికి ప్రయత్నిస్తూనే ఉంటాం"

– డేవిడ్ కార్బనెల్

డేవిడ్ కార్బనెల్ చెప్పినట్లుగా, మనం తెలియని విషయాల పట్ల అనిశ్చితిని అనుభవిస్తే, అది మన మేధస్సులో నిరంతరంగా సమస్యలను పరిష్కరించే దారిలో నడిపిస్తుంది. కానీ అది నిజమైన సమస్య పరిష్కరణ కాదు. మనం అంచనా వేసిన పరిస్థితులతో పోరాడుతాము. కఠినమైన ప్రణాళికలు తయారుచేస్తాము. అనిశ్చితమైనది అని ఊహించి, ఊహించబడినదానిని నిరంతరం అంచనా వేయడానికి ప్రయత్నిస్తాము. కానీ, ఈ నిరుపయోగకరమైన ప్రయత్నం మానేసి, మనం మన దుర్బలత్వాన్ని అంగీకరించి, భవిష్యత్తు యొక్క అప్రతిహత, అనిశ్చిత స్వభావాన్ని స్వీకరించగలిగితే ఏమౌతుంది?

దుర్బలత్వాన్ని మరియు అనిశ్చితిని స్వీకరించడం

మీరు అన్ని అంచనాలను, సాధ్యమైన ప్రతి ఫలితాన్ని నియంత్రణ చేయడానికి ప్రయత్నించినప్పుడు, మీరు అనుభూతి చెందుతున్న ఒత్తిడిని విడిచిపెట్టడం అనేది ఒక అద్భుతం. మీరు ఒక్కసారి గాఢమైన శ్వాసను తీసుకుని, నియంత్రణా స్టీరింగుపై మీ చేతిని కాస్త సడలిస్తే, అనిశ్చితి పవనాలను మీరు తీసుకున్న దారిని నడిపించడానికి అనుమతిస్తే.. యిలా ఊహించండి.

ఇది కోరిక లేకుండా గుడ్డిగా లొంగిపోవడం కాదు, కానీ మీ సహజమైన అనుకూలత, సవాళ్లను ఎదుర్కొనే సామర్థ్యంపై గాఢమైన విశ్వాసాన్ని అభివృద్ధి చేయడం అవసరం.

మనం మునుపు చెప్పుకున్న మితిమీరిన ఆలోచనల గురించి మీకు గుర్తుందా? జాగ్రత్తగా ప్రణాళిక సిద్ధం చేసుకున్నప్పటికీ, ఒక దశలో మార్గం ముందుగానే నిర్ణయించబడదు పైగా ప్రతి అడుగు కొత్త సవాళ్లను తీసుకువస్తుంది. మారుతున్న వాతావరణం, అనుకోని కొత్త మలుపులు, అప్పుడప్పుడు జరిగే తప్పులు వంటి వాటికి అనుకూలంగా మారడం ద్వారా, ఎక్కువ ఆలోచించే వ్యక్తి తన వనరులను సమర్థంగా ఉపయోగించే గుణాన్ని పెంపొందించుకుంటాడు. ఈ అలవాటు అనిశ్చితి మధ్యలో జీవించగలగడం మాత్రమే కాదు, ప్రయాణ సారాన్ని నిర్వచించడం, ప్రయాణికుడి జీవన దృక్పథాన్ని పూర్తిగా మార్చగలిగే శక్తిని కూడా కలిగి ఉంటుంది.

దుర్బలత్వం, బలహీనత మరియు అనిశ్చితిని అంగీకరించడం అనేది బాధ్యతను లేదా దిశను వదిలివేయడం కాదని అర్థం. ఇది ముందుగా రూపొందించిన ప్రణాళికలతో ప్రతి మలుపు మనం ఊహించలేమని అంగీకరించడమే. మీరు కార్యసాధనపై ఆశ, తెలియని భవిష్యత్ మధ్య నిలబడి ఉన్నప్పుడు, చిగురించిన ఆశలు అనుకూలించగలిగే, మార్పును స్వీకరించగలగటం, జాగ్రత్తగా దారులు మార్చగలిగే సామర్థ్యం వంటివి మీ ప్రయాణానికి నిజమైన నిర్వచనమని గుర్తుంచుకోండి.

ఆలోచన నుండి క్రియాశీలత

ఎప్పుడైనా, మన మస్తిష్కం "ఇలా అయితే ఎలా?" అనే ప్రశ్నలో చిక్కుకుని, నిరంతరం ఆలోచనలు చేసేసరికి, మన మనస్సు భ్రమలు, గందరగోళాలతో నిండిపోతుంది.

"నేను ఆమెను అడిగితే, ఆమె కాదని తిరస్కరిస్తే ఎలా?"

"ఆమె నా ముఖం మీదనే నవ్వుతుందేమో?"

"ఆమెకు ఇప్పటికే ఎవరో బాయ్ ఫ్రెండ్ ఉన్నాడేమో?"

"నేను ఆమెకు ఇబ్బంది కలిగించబోతున్నానా?"

"నేను నా స్వీయగౌరవాన్ని కోల్పోతున్నానా?"

పైన చెప్పుకున్న ప్రశ్నలన్నీ పనికిమాలినవి. ఎందుకంటే అవి అన్నీ ఊహలు, అంచనాలతో నిండిపోయాయి. ఏమి జరగబోతున్నదీ తెలుసుకోవడానికి ఒకే ఒక్క ఖచ్చితమైన మార్గం ఉంది—ఆమెతో మాట్లాడండి. మీరు ఒక వారంరోజుల పాటు అనేక (ఆమోదరహితమైన) అవకాశాలను ఆలోచిస్తూ గడపవచ్చు. లేదా మీరు ఒక చర్యను తీసుకుని, ఏమి జరుగుతుందో గమనించి, ఐదు నిమిషాల్లో ముందుకు సాగవచ్చు.

మనం ఒక ముఖ్యమైన మానసిక మార్పు గురించి మాట్లాడుతున్నాము — ఆలోచన నుండి క్రియాశీలత వైపు మారడం.

మరొక ఉదాహరణ చూద్దాం: ఒక స్టార్టప్ ప్రారంభించడానికి ప్రయత్నిస్తున్న వాణిజ్యవేత్త ఉన్నాడనుకోండి. జాగ్రత్తగా ప్రణాళిక రూపొందించడం, మార్కెట్ విశ్లేషణ అనివార్యమైనవే అయినా, ఆఖరికి విజయం అనేది తాత్త్విక చర్చలలో కాకుండా ప్రోటోటైప్‌ను ప్రారంభించడం, అభిప్రాయాలు సేకరించడం, ఉత్పత్తిని నిరంతరంగా మెరుగుపరచడంలో ఉంటుంది. వాణిజ్యవేత్త "ఇలా అయితే ఎలా?" అన్న ఆలోచనా చక్రాన్ని "తర్వాత ఏమిటి?" అన్న స్థిరమైన ప్రవాహంతో మారుస్తుంది.

మరొక ఉదాహరణ తీసుకుందాం, ఒక రచయిత నవల ప్రారంభించే సవాలు ఎదుర్కొంటున్నాడనుకోండి. తన ముందున్న తెల్ల కాగితాలు, నవలపై రాబోయే విమర్శ భయంతో, రచయిత పాత్రలను సృష్టించే ప్రక్రియలో అనేక ప్రణాళికలు వేసుకుంటాడు. కానీ, అసలు సమస్యంతా రచయిత మానసిక ప్రణాళికను, ఆలోచనలను విడిచిపెట్టి రాయడం మొదలుపెట్టినప్పుడు వస్తుంది. అది నమ్మకంతో తీసుకున్న ఒక అడుగు, ప్రస్తుత క్షణాన్ని గౌరవించడం, అలాగే అది కావలసిన భవిష్యత్ ఫలితానికి ఒక ప్రతిస్పందన.

అతిగా చేసే ఆలోచన, అనిశ్చితిని తప్పించుకుని క్రియాశీలత వైపు ప్రయాణాన్ని ప్రారంభించడం ముఖ్యం. చేసేది తప్పు అయినా చేయడం చాలా ముఖ్యం. చేసే పని పట్ల మీరు కొంత అస్పష్టంగా వున్నప్పటికీ, కొంత భయపడుతున్నప్పుడు కూడా పని ప్రారంభించండి.

పని చిన్నగా ప్రారంభించండి. మీరు వేయగలిగిన చిన్న అడుగుతో మొదలుపెట్టండి. ఆ తరువాత ఇంకొకటి. భవిష్యత్తులో ఎదురయ్యే

ప్రమాదాలను గురించి ఆలోచించకుండా, మీరు చేసే పని పురోగతిపై దృష్టి పెట్టండి, అది ఎంత చిన్నగా కనబడినా సరే! ఒక్కటే గుర్తుంచుకోండి! మీరు కోరుకున్న భవిష్యత్తు ఫలితం కేవలం ఆలోచన ద్వారా రాదు. కణకణమండే అగ్ని లోపలి నుంచి మాత్రమే ఆయుధం పుడుతుందని గుర్తించండి!

అధ్యాయం 4

మీరు నిజంగా ఏ విషయంలో ఆందోళన చెందుతున్నారు?

"మనిషి నిజమైన సమస్యలతో కాకుండా, నిజమైన సమస్యలపై అతను ఊహించుకున్న ఆందోళనలతో కలత చెందుతాడు"

– ఎపిక్టెటస్

ఇది ఊహించండి: హరితమైన వృక్షాలతో చుట్టబడి ఉన్న ఒక ప్రశాంతమైన సరస్సు, దాని పైన స్పష్టమైన నీలం రంగులో ఆకాశాన్ని ప్రతిబింబిస్తుంది. మీరు ఆ సరస్సు ప్రక్కన కూర్చొని ప్రశాంతంగా సేదతీర్చుకుంటున్నారు. ఇంతలో ఈ ప్రశాంతమైన దృశ్యంలో మీ మనసు అస్తవ్యస్తమవుతుంది. మీరు ఉద్యోగం పోగొట్టుకున్నట్టు, అనవసరమైన సంబంధాలు, అనిశ్చిత భవిష్యత్తుల గురించి ఆలోచించుకుంటారు. ఒక్కసారిగా గందరగోళంలో పడిపోతారు. వీటినే ఎపిక్టెటస్ "ఊహించిన ఆందోళనలు" అని అంటాడు. మీరు స్వర్గంలోనే ఉంటారు, కానీ మీ మనసు మీరు నరకంలో ఉన్నట్లుగా భావిస్తుంది.

మితిమీరిన భయాలను ప్రశ్నించడం

భయానికి ఒక పనితీరు ఉంది. మీ పూర్వీకులు దీనిని తమ జీవితంలో రక్షణకు, నిజమైన ముప్పులను గుర్తించడంలో ఉపయోగించేవారు — ఉదాహరణకు, పెద్ద పెద్ద దంతాలు కలిగిన ఖడ్గమృగం గడ్డిలో తిరగడం లాంటిది. మీ శరీరానికి ఒక వస్తువుకు, ఆ వస్తువు గురించి ఆలోచనకు

మధ్య వ్యత్యాసాన్ని తెలియదు. ఇప్పుడు, ఆధునిక జీవితంలోకి రండి. మీరు ఒక సోఫాలో కూర్చొని, ఒక ఊహాజనిత ఖడ్గమృగం గురించి చదివినప్పుడు, మీ శరీరం కూడా మీ పూర్వీకులు అనుభవించిన దృశ్యానుసరణలోకి వెళ్ళిపోతుంది—కానీ ఇది నిజంగా కాదు. ఆధునిక మానవుడు ఊహించడానికి, ఆలోచించడానికి సమర్థుడే అయితే ఎటువంటి కారణం లేకుండా భయానికి గురి కావటంలో కూడా ముందుంటాడు.

ఉదాహరణకు, మీరు వచ్చే వారం హాజరు కావాల్సిన ఉద్యోగ ఇంటర్వ్యూని తీసుకోండి. మీ మనసు ఇంటర్వ్యూలో మాటలు తడబడటం, తిరస్కరణకు గురి కావడం, నిస్సారమైన భవిష్యత్తుని ఎదుర్కోవడం అనే కథనాన్ని కల్పిస్తుంది. కానీ, వాస్తవంగా, ఆ ఇంటర్వ్యూ ఇంకా భవిష్యత్తులో ఉంది. మీరింకా హాజరు కాలేదు. అయితే, మీ ప్రస్తుత ఆందోళన మీ ప్రస్తుత క్షణాలను మాత్రమే మసకబారుస్తుంది. మీరు భయపడుతున్న సామాజిక కార్యక్రమాన్ని పరిగణనలోకి తీసుకోండి – మీరు అసంబద్ధమైన మాటలను, విమర్శలను చూసి భయపడుతున్నారు. కానీ, మీరు ఇప్పటికి ఏ మాత్రం వాస్తవంకాని వాటిపై కాకుండా నిజంగా మీకు ఏమి జరుగుతుందో వాటి మీద మీ భవిష్యత్తు ఊహలపై ఆధారపడలేరా?

ఈ ఊహాత్మక ఆందోళనల ఆధారాలను ప్రశ్నించడం ద్వారా వాటి పట్టు నుండి విముక్తి పొందవచ్చు. మిమ్మల్ని మీరు ప్రశ్నించుకోండి. నిజంగా యిటువంటి భయంకరమైన ఫలితాన్ని ఎదుర్కోవాల్సి ఉంటె నా దగ్గర ఎలాంటి ఆయుధం ఉంది? మరొక సమతుల్య దృక్కోణాన్ని నేను స్వీకరించలేనా? మరొక ముఖ్యమైన ప్రశ్న: నేను ఈ పరిస్థితిని పరిగణిస్తున్నానా లేక నా ఆలోచనలపై ప్రతిస్పందించడం చేస్తున్నానా? ఈ ప్రశ్న అడగడం అంటే, మీరు మరొక ప్రయోజనకరమైన ఆలోచనా విధానాన్ని అన్వయించుకుంటున్నారని తెలుసుకోవడం.

ప్రస్తుత చర్యలు స్వీకరించడం

కొన్నిసార్లు, మనం మన ఊహల్లో చిక్కుకుపోతాము. మన కలలతో మెరుస్తున్న భవిష్యత్తును ఆశిస్తాము. కానీ, ఆ క్షితిజ రేఖను గట్టిగా పట్టుకోవడం ద్వారా మనం ఈ రోజు అనుసరిస్తున్న పద్ధతుల మంత్రాన్ని

కోల్పోతాం. ఎపిక్టెటస్ చెప్పిన మాటలు మన అశాంతి మనసుకు అద్దం పడతాయి. మన నిజమైన పోరాటాలు, మన ముందున్న స్పష్టమైన సవాళ్లతో కాకుండా వాటి చుట్టూ మనం గజిబిజిగా అల్లుకున్న ఆందోళనల భ్రమతో చేస్తున్నామని చూపిస్తాయి.

ఉదాహరణకు, ఒక ప్రసిద్ధ రచయిత కావాలని కలలుగంటున్న వ్యక్తిని ఊహించండి. అతను రాయబోయే ప్రతి పదం ఊహాత్మక అంచనాల భారాన్ని మోస్తుంది – సమీక్షలు, ప్రశంసలు, మరియు ఖ్యాతితో వచ్చిన ఆకర్షణ! ఈ భవిష్యత్తు-కేంద్రీకృత ధ్యాసలో, సుందరమైన పదాలు రాయడం, అద్భుతమైన కథను చిత్రించడం, ప్రక్రియలో నేర్చుకున్న పాఠాలను దారితప్పించడం వంటివి చేస్తాడు. దానివల్ల అసలు రచించడమే నిరుత్సాహకరంగా ఉంటుందని, ఊహించినంత గొప్పగా ఉండదని, అసందర్భపు ఆలోచనలతో రచనకు కావాల్సిన ప్రేరణ కోల్పోతాడు. ఆ తర్వాత రచనకు స్వస్తి చెబుతాడు.

ఎపిక్టెటస్ చెప్పిన జ్ఞానం మనకు ఇక్కడ ప్రతిధ్వనిస్తుంది. మన దృష్టిని ఆహ్లాదకరమైన క్షితిజ స్థితి నుండి తప్పుకుని ప్రస్తుత క్షణానికి నడువమని కోరుతుంది. మన అభిరుచిని పోషించడం ద్వారా, సృజనాత్మక ప్రయాణాన్ని ఆస్వాదించడం ద్వారా, మన కళను మాత్రమే కాకుండా మనం చేయగలిగిన ఉత్తమమైనది చేయడం నుండి వచ్చే తృప్తిని కూడా పెంచుకోగలుగుతాము. మనం చేయగలిగిన చర్యను ఎక్కడ ప్రారంభించగలుగుతామో అక్కడనుండి ప్రారంభిస్తాము. అదే వర్తమానంలోని 'ప్రస్తుత క్షణం'.

వ్యక్తిగత ఎదుగుదల విషయంలోనూ ఇదే సత్యం వర్తిస్తుంది. మనం మారాలని, మంచి వ్యక్తిత్వంతో ఉండాలని ఆశిస్తాము. అయితే, ఈ విపరీతమైన కేంద్రీకరణ మన అసంపూర్ణమైన, ప్రస్తుత స్వరూపాలను అంగీకరించడంలో విఫలమవటం చేత, అనేక కష్టాలను మనం జీవితంలోకి ఆహ్వానిస్తాము.

సాధారణంగా, మనం జ్ఞాపకాలను నెమరు వేసుకునే సమయంలో మన మనసులు గతంలోనో లేదా భవిష్యత్తులోనో ఉంటాయి. జరిగినదాని గురించి బాధపడుతుండవచ్చు లేదా భవిష్యత్తులో ఏదో జరగవచ్చని భయపడుతూ ఉండవచ్చు—ఇది ఇప్పటివరకు జరగలేదు మరియు ఎప్పుడూ జరగకపోవచ్చు. ఈ రెండు దృక్కోణాలూ స్వభావతంగా శక్తిహీనంగా ఉంటాయి. గతం లేదా భవిష్యత్తులో నిక్షిప్తమై ఉండే ఆందోళనలు

అంచనాలు మించి ఏ పరిమాణానికైనా, ఏ రూపానికైనా ఎదగగలదు. కానీ మన ఆలోచనలను ప్రస్తుతానికి తిరిగి తీసుకురావడం వల్లే మన సమస్య చిన్నదిగా, వాస్తవమైనదిగా, చేద్దామని అనిపించేలా మారుతుంది.

ఇప్పుడు యీ క్రింది ఆలోచనలను గమనించండి:

A: "నేను ఇప్పటివరకు ఐదు ఇంటర్వ్యూలకు వెళ్లాను. కానీ నాకు ఉద్యోగం రాలేదు. నాకు యిక ఉద్యోగం ఎప్పటికీ రాదు. నేను అసమర్థుడినే. ఈ సమస్య నుంచి ఎలా బయటపడగలను?"

B: "గడచి పోయిన రోజుని నేను మార్చలేను. పరిస్థితులు క్లిష్టంగా ఉన్నాయి. అయినప్పటికీ నాకు కొన్ని వనరులు అందుబాటులో ఉన్నాయి.. నేను నా శాయశక్తులా ప్రయత్నిస్తున్నాను. నేను ఒకసారి ఉద్యోగం పొందాను. మరో మంచి ఉద్యోగం పొందడానికి మార్గం కనుగొంటాను. ఇప్పుడు, ఈ రోజు, ఈ క్షణంలో ఆ పని సులభతరం చేసేందుకు నేను ఏమి చేయగలను? నాకు తెలుసు యిది భయంకరంగానే ఉంది, కానీ నాకు తెలియజేయాల్సినదొక్కటే: తర్వాతి దశ ఏమిటి?"

ఏ ఆలోచన మీకు మెరుగ్గా అనిపిస్తుంది? ఏ ఆలోచన వాస్తవికంగా కనిపిస్తుంది? ముఖ్యంగా, ఏ ఆలోచన మీ సమస్యను వాస్తవంగా పరిష్కరించ గలిగేదిగానూ, అర్థవంతంగానూ, క్రియా శీలతకూ ప్రేరణనిస్తుంది?

అధ్యాయం 5

"అవును" ఎలా చెప్పాలి, "కాదు" ఎలా చెప్పాలి

"మీ అత్యుత్తమ ప్రాధాన్యతలు ఏమిటి? అనేది మీరు నిర్ణయించుకోవాలి. అదే సమయంలో ఇతర వాటికి "కాదు" అని చక్కగా, చిరునవ్వుతో, ఎలాంటి వివరణలు లేకుండా చెప్పేందుకు ధైర్యం కలిగి ఉండాలి. అది ఎలా చేయాలో తెలుసుకోవడం అంటే మీలో ఉన్న పెద్ద "అవును"ని అంగీకరించడం."

– స్టీఫెన్ కోవి

ఆధునికకాలంలో అనేక బాధ్యతలు, అవకాశాలు, ఆశ నిరాశల మధ్య మనకు నిజంగా ఏది ముఖ్యమో తెలుసుకోవడంలో మనం సులభంగా గందరగోళపడి దారి తప్పిపోతాం. ఈ క్షణాల్లో, స్టీఫెన్ కోవీ చెప్పింది మనం ప్రతి రోజు ఎదుర్కొంటున్న కోరికల సముద్రంలో ప్రయాణం చేయటానికి మార్గదర్శక దీపమవుతుంది. మనం మన గాఢమైన కోర్కెలతో అనుసంధానమైన జీవితం గడపడానికి ఈ విధానాన్ని ఎలా ఉపయోగించుకోవాలి?

మనం "పెద్ద అవును"ని నిర్వచించడం

"పెద్ద అవును"ని నిర్వచించడం అంటే మీ జీవితం యొక్క లక్ష్య ప్రకటనను సెట్ చేయడం లాంటిది. ఇది మీకు మక్కువతోనూ, ఉత్సాహంతోనూ మనసున పుట్టిన ముఖ్యమైన లక్ష్యాన్ని గుర్తించడం. ఈ "పెద్ద అవును" మీకు

దిక్సూచి. ఇది మీ శక్తిని మీ విలువలకు అనుకూలమైన ప్రయత్నాల వైపు నడిపిస్తుంది.

మీరు ఉద్యోగంలో కొత్త ప్రాజెక్టులోనికి ఆహ్వానించబడ్డారని ఊహించుకోండి. అయితే, మీరు ఇప్పటికే అనేక బాధ్యతలను నిర్వహిస్తున్నారు. మీ "పెద్ద అవును" ని నిర్వచించడం—అది మీ కెరీర్‌ను ముందుకు తీసుకెళ్లడం, సమతుల్యం చేసే పని కావచ్చు. ఈ కొత్త అవకాశం మీకు కావలసిన గమ్యం దగ్గరికి తీసుకెళుతుందా లేక మీ గమ్యానికి మరింత దూరంగా జరుపుతుందా అని మీరు అంచనా వేయగలుగుతారు.

స్పష్టమైన దృష్టి లేకపోతే, అనిశ్చితి తరచుగా మన జీవితాల్లో ప్రవేశిస్తుంది. మనం అనుమానాలతోనూ, విభిన్న ఆలోచనలతో బాధపడతాము. అంతే కాకుండా, మనం సరైన మార్గంలో ఉన్నామో లేదో నిరంతరం ప్రశ్నించుకుంటాం. కానీ "పెద్ద అవును" చేత, ఆ అనుమానాలకు మనపై ఎక్కువ ప్రభావం ఉండదు. ఒక సామాజిక కార్యక్రమంలో పాల్గొనాలా లేక స్వీయ సంరక్షణకు ప్రాధాన్యమివ్వాలా అన్నది నిర్ణయించేటప్పుడు, మీ "పెద్ద అవును" ప్రామాణిక పరీక్షగా మారుతుంది. ఇది మీ పెద్ద లక్ష్యానికి అనుకూలంగా ఉందా? ఇది మీ ప్రాధాన్యతలతో అన్వయిస్తుందా? అని తెలుసుకోగలుగుతారు.

మనలో చాలామంది "కాదు" అని చెప్పడానికి అసౌకర్యం పొందుతారు. ఎందుకంటే అది ప్రతికూలమైన సమాధానంగా అనిపిస్తుంది. మనం యితరులను బాధిస్తున్నామని, అవకాశాలను వదులుకుంటున్నామని, లేదా వాళ్లపట్ల కఠినంగా, అవివేకంగా ఉన్నామని మనం ఆందోళన చెందుతాము. కానీ మీరు ఒకసారి మీ "పెద్ద అవును" ద్వారా నిర్ణయాలు తీసుకుంటే, అనిశ్చితి యొక్క ఆందోళన మనపై తన పట్టు కోల్పోతుంది. మీరు దీనిని Aకి "కాదు" అని చెప్పడం కాకుండా Bకి "అవును" అని చెప్పడంగా భావిస్తారు. మనలో ప్రతి ఒక్కరూ మానవులమే. మన దగ్గర పరిమితమైన వనరులు, సమయం మరియు శక్తి మాత్రమే ఉంటాయి. మనం అన్నింటినీ చేయలేము. దాని అర్థం ఏమిటంటే, మనం కొన్ని విషయాలకు ప్రాముఖ్యతనిస్తే, మిగతా వాటిని రెండవ స్థానంలో ఉంచుకోవాలి.

ఉదాహరణకు, జేన్ అనే మార్కెటింగ్ నిపుణురాలిని తీసుకోండి. ఆమె తన స్వంత కన్సల్టెన్సీని ప్రారంభించాలనే కోరికతో ఉంది. ఆమె తన "పెద్ద

అవును"ని స్వతంత్ర వ్యాపారిగా నిర్వచిస్తూ, చిన్న వ్యాపారాలను వ్యూహాత్మక బ్రాండింగ్ ద్వారా శక్తివంతం చేయాలని అనుకుంది. ఆమెకు ఒక పెద్ద కార్పొరేట్ కంపెనీ తమ క్యాంపెయిన్ నడిపే అవకాశం ఇచ్చినప్పుడు, ఆమె దీనిని తన దృష్టితో అంచనా వేస్తుంది. లాభదాయకమైన ఆఫర్ పట్ల ఆమె ఆకర్షితురాలు కావచ్చు, కానీ ఆమె "పెద్ద అవును" ఆమె మనసులో చిన్న వ్యాపారాల గమ్యస్థానం గురించి ఆలోచనలో పడుతుంది. ఈ స్పష్టత వల్ల, ఆమె ఆ కంపెనీ ఆఫర్‌ను నిరాకరిస్తుంది. ఎందుకంటే ఆ నిరాకరణ ఆమెను తన గమ్యానికి దగ్గరగా తీసుకెళ్తుంది.

అనేక ఎంపికలతో నిండి ఉన్న ప్రపంచంలో, మీ "పెద్ద అవును" గురించి తెలుసుకోవడం మీరు నిర్ణయాలు తీసుకునే ప్రక్రియను సులభతరం చేస్తుంది. ఇది క్షమాపణలు లేకుండా లేదా ఎటువంటి అయోమయం లేకుండా "కాదు" అని చెప్పడంలోని కళ. మీరు చెప్పే ప్రతి "కాదు" అనేది మీ లక్ష్యానికి నిబద్ధతతో అంగీకరించేలా ఉంటుంది. మీరు మీ లక్ష్యాన్ని పెంపొందించుకుంటూ, మీ ఉత్సాహాలను ప్రేరేపించే ప్రయత్నాలకు ప్రాధాన్యతనిస్తూ, మీరు అధిక నిబద్ధతతో అజ్ఞానం యొక్క ఆందోళనలకు ప్రత్యక్షమైన రక్షణ వలయాన్ని ఏర్పరుస్తారు. అందువల్ల మీ "పెద్ద అవును" మీ వ్యక్తిగత నిబద్ధత అవుతుంది. దీని ద్వారా మీరు ఒక అర్థవంతమైన, సంతృప్తికరమైన జీవితానికి మార్గనిర్దేశం చేస్తున్నారు.

"పాజిటివ్ నో"ని చెప్పడంలో నేర్పు

వర్తమానాన్ని గౌరవిస్తూ, లక్ష్యంతో జీవించడం అనే ప్రయాణంలో, సమతుల్యమైన జీవితం కోసం "కాదు" అని ఖచ్చితంగా, ధృడంగా చెప్పడంలో 'పాజిటివ్‌నో' అనే కళను నేర్చుకోవడం కూడా ఉంటుందని గుర్తుంచుకోండి. మీరు సంబంధాలను పోషించడం, మీ సమయం మరియు శక్తిని రక్షించడం మధ్య తిరుగుతూ నృత్యం చేస్తున్నప్పుడు, 'పాజిటివ్ నో' అనేది కేవలం మీ సరిహద్దులను పరిమితం చేయడం మాత్రమే కాకుండా, మీరు జోడిస్తున్న అనుసంధానాలను మరింత సానుకూలంగా మార్చడమే!

మీరు ఇప్పటికే అనేక బాధ్యతలు వహించిన ఒక వారం సమయంలో మరొక సామాజిక కార్యక్రమానికి ఆహ్వానించబడ్డారని ఊహించుకోండి. మీరు మీ షెడ్యూల్‌ను పాటించడం గురించి ఆందోళన చెందడానికి లేదా ఏ విధంగా

తిరస్కరించాలో అని కంగారు పడకుండా, 'పాజిటివ్ నో'ని అభ్యసించండి. వారు మిమ్మల్ని ఆహ్వానించినందుకు హృదయపూర్వకంగా కృతజ్ఞతలు తెలియజేయండి. కార్యక్రమంలో పాల్గొనడానికి ఆహ్వానించినందుకు కృతజ్ఞతలు తెలియజేయండి. మీరు కార్యక్రమంలో పాల్గొనేందుకు ప్రయత్నాలను చేయండి. ఆ తరువాత మీ నిర్ణయాన్ని ధృడంగా తెలియజేయండి. ఈ సమయంలో మీ ప్రస్తుత షెడ్యూల్ కార్యక్రమంలో పాల్గొనేందుకు సహకరించడం లేదని వివరించండి. అయితే, మరో ప్రత్యామ్నాయం అందించండి—మీరు ఆ ఈవెంట్‌కు హాజరుకాలేకపోవచ్చు, కానీ వచ్చే వారం కాఫీకి కలుసుకుందామని చెప్పండి. అది ఎంతో ఆనందంగా ఉంటుంది. (ఇది నిజంగా మీరు ఆనందంగా ఉంటే మాత్రమే చెప్పండి! నేడు మోసం చేసి తప్పించుకోవడం రేపు మీ కోసం మరింత పెద్ద సమస్య సృష్టించడంలో అర్థం లేదు).

సరిహద్దులు అనేవి మీ శ్రేయస్సుకు అదృశ్యరూపంలో వున్న కాపలాదారులు. మీ జీవితంలో మీరు చూపించే ప్రతీ అంశం పూర్తి స్థాయిలో కనిపించడానికి వీలు కల్పిస్తాయి. అవి ఇతరుల గురించి ఏ మాత్రం కాదు. ఇతరులు ఎలాంటి నిర్ణయాలు తీసుకుంటారో, తీసుకోరో, వారు ఏమి చేయాలో, చేయకూడదో తెలియపరచడానికి కాకుండా, మీ గురి, లక్ష్యాలు, కోరికల గురించి ఉంటాయి. ఆ కారణంగా ఒక మంచి 'సరిహద్దు' ఎప్పటికీ ఒప్పించే ప్రయత్నం చేయదు, వివరణ ఇవ్వదు, న్యాయం చెప్పదు లేదా ఎవరినీ మోసం చేసే ప్రయత్నం చేయదు. ఇది కేవలం మీరు ఎవరో, మీ విలువ ఏమిటో అన్న విషయం మీద వక్కాణించి చెప్పడం!

అధ్యాయం 6

మీ అంతర్గత శబ్దం మిమ్మల్ని స్వయం నియంత్రణ చేయడంలో సహాయపడుతుంది

ఒకసారి యిలా అనుకోండి: మీరు ఎత్తైన కొండ అంచుమీద నిల్చున్నారు. కింద అత్యంత వేగంగా, ఉద్ధృతంగా ఎగిసి పడుతున్న అలలు బండ రాళ్లని సైతం ఢీ కొడుతున్నాయి. మీ గుండె వేగంగా కొట్టుకుంటుంది. మీ చేతులు చెమటతో చల్లబడిపోతున్నాయి. ఏదో తెలియని ఆందోళన ఒక శక్తివంతమైన అల మాదిరిగా మిమ్మల్ని చుట్టుముట్టింది. కానీ, ఇప్పుడు నేను మీకు చెప్పబోతున్న చిన్న కిటుకు ఉపయోగిస్తే, అంత గందరగోళంలోనూ ప్రశాంతంగా ఉండటం సాధ్యం అవుతుంది.

2014లో క్రాస్, యింకా అతని సహచరులచే నిర్వహించ బడిన "స్వీయ సంభాషణ స్వీయ నియంత్రణ సాధనంగా ఎలా: మీరు దానిని ఎలా చేస్తారనేది ముఖ్యమైనది" అనే అధ్యయనంలో, మన భావోద్వేగాలు, ప్రవర్తనలపై స్వీయ సంభాషణ ప్రభావం గురించి పరిశోధకులు లోతుగా అధ్యయనం చేశారు. ముఖ్యంగా సామాజిక ఒత్తిడిని ఎదుర్కొనే సందర్భాల్లో, ఆత్మ శోధనం సమయంలో మనం ఎలా మాట్లాడుకుంటామన్నదే కీలకమని వారు కనుగొన్నారు.

మానసిక దూరం యొక్క శక్తి

మీరు ఆందోళన లేదా ఇబ్బందికరమైన పరిస్థితులను ఎదుర్కొంటున్నప్పుడు, మానసికంగా వెనక్కి తగ్గి, మీరు బయటినుండి చూసే ఒక వీక్షకుడిగా ఆ పరిస్థితిని గమనించండి. ఇది మానసికంగా జూమ్-అవుట్ బటన్ నొక్కినట్లుగా ఉంటుంది. ఈ సాంకేతికతను "స్వీయ-దూరీకరణ" (self-distancing) అని అంటారు. ఇది 'ఉత్తమ పురుష' నుంచి ("నేను" లేదా "నన్ను") 'ప్రథమ పురుష' (వాడు, ఆమె) లేదా 'మధ్యమ పురుష' (నువ్వు, నీది) వైపు మారడం ద్వారా ప్రేరేపితమవుతుంది. ఇలా చేయడం ద్వారా మీరు మానసిక దూరాన్ని సృష్టిస్తారు. దీనివల్ల మీరు పరిస్థితిని మరింత నిష్పక్షపాతమైన, విభిన్న దృష్టితో పరిష్కరించగలుగుతారు.

"నేను భయంతో ఉన్నాను. నేను యీ కొండ అంచులనుంచి నేలకొరిగిపోతాను. అందరూ చూస్తారు" అనుకునే బదులు, "నువ్వు దీనిని చేయగలవు, మిత్రమా! నీకు ఇప్పుడు భయం కలుగుతోంది నిజమే కానీ నువ్వు సురక్షితంగా ఉన్నావు. నువ్వు నేలకొరిగిపోవు. ఇంత సుందర దృశ్యాన్ని నువ్వు తప్ప ఎవరు చూడగలరు. ఇది నీకు చాలా సులభంగా వుంది కదా!" అనుకోండి.

ఈ రెండింటి మధ్యన వున్న వ్యత్యాసాన్ని మీరు గమనించారా? మొదటిది చాలా వ్యక్తిగతంగా, మిమ్మల్ని మీరు భయపెట్టుకునేలాగా అనిపిస్తుంది. రెండవది పరిస్థితిని ఎలాగోలా కొంత సర్దుబాటు చేసే విధంగా కనిపిస్తుంది.

ఇలా ఊహించుకోండి, మీరు ఉద్యోగంలో ఒక ప్రజెంటేషన్ ఇవ్వడానికి సిద్ధమవుతున్నారు. దాని ఆలోచన మీ గుండె వేగంగా కొట్టుకునేలా చేస్తుంది. అంతే కాకుండా మీ మనస్సు చెడు పరిణామాలు ఊహించడంలో మునిగిపోతుంది. మీ స్వంత భావోద్వేగాల తుఫాన్‌లో చిక్కుకోకుండా, ఒక్క క్షణం మిమ్మల్ని మీరు సర్దుకుని, మీరు మరొకరికి మార్గనిర్దేశం చేస్తున్నట్టుగా మీకు మీరే సూచనలు ఇచ్చుకోండి: "సరే, [మీ పేరు చెప్పుకోండి], నువ్వు దీన్ని చేయగలవు. గాఢంగా శ్వాస తీసుకోవడం, స్పష్టంగా మాట్లాడడం, ప్రేక్షకులను ఆకట్టుకోవడం గుర్తుంచుకో. నువ్వు ఎంతో పరిశోధన చేశావు. నువ్వు బాగా సిద్ధంగా ఉన్నావు" అని చెప్పుకోండి.

ఈ సాంకేతికతను ఉపయోగించడం ద్వారా, మీరు ఈ పరిస్థితిని వేరే కోణం నుండి చూడటానికి వీలు కల్పిస్తున్నారు. ఇది మీ జీవితాన్ని ఒక సినిమాగా చూడటం వంటి అనుభవం. అయితే కథనంలో చిక్కుకోవడం కాదు. ఈ కొత్త దృష్టికోణం మీ భావోద్వేగ స్పందన తీవ్రతను తగ్గించవచ్చు. అయితే, మీకు స్పష్టంగా ఆలోచించి మరింత నిగ్రహంతో వ్యవహరించే శక్తిని అందిస్తుంది. మరీ ముఖ్యంగా, మీరు "మానసిక దూరం" సృష్టించారు. అందువల్ల యిక మిమ్మల్ని భయపెట్టే, ఒత్తిడిచేసే ఆలోచనలతో మిళితంగా ఉండరు; వాటిని కొంత దూరం నుంచి చూస్తున్నారు దానివల్ల వాటిని నిర్వహించటం సులభమవుతుంది.

గమనించండి, ఆందోళన మీ సంకల్ప దృష్టిని మరీ పలుచన చేస్తుంది, తద్వారా మీరు మీ ఆలోచనలు, భావాలలో మునిగిపోయి సంకల్ప దృష్టిని కోల్పోతారు. దీనినుండి బయటపడేందుకు స్వీయ-దూరం ఉత్తమమైన మార్గం. ఇది మీ ఆలోచనలపై, భావోద్వేగాలపై పునఃనియంత్రణ పొందటానికి శక్తిని ఇస్తుంది. అదే సమయంలో ఆందోళన కలిగించే సందర్భాలపట్ల మీరు మరింత ధృడత్వం సాధిస్తారు.

మీకు మీరే శిక్షకుడు

మీరు సవాళ్లను ఎదుర్కొంటున్నప్పుడు లేదా మీ లక్ష్యాల వైపు కృషి చేస్తున్నప్పుడు, మీ మనస్సులో మీకు మద్దతు ఇచ్చే శిక్షకుడిగా ఉండటాన్ని స్వీకరించండి. ఆటగాడు మెరుగైన ఆట ప్రదర్శించేందుకు కోచ్ మార్గనిర్దేశనం, ప్రేరణ, మరియు నిర్మాణాత్మక అభిప్రాయాన్ని అందిస్తాడు కదా! అలాగే మీరు కూడా మీ జీవితంలోని అడ్డంకులను, సవాళ్లను ఎదుర్కున్న అనుభవంతో, పొందిన జ్ఞానంతో ముందుకు నడిపించవచ్చు.

ప్రజా సభలలో ఉపన్యాస నైపుణ్యాలను మెరుగుపరుచుకునే ప్రయాణాన్ని ప్రారంభించారని ఊహించుకోండి. స్వీయ సందేహాలు, ప్రతికూల ఆలోచనలు మీ ప్రయాణాన్ని అడ్డుకునే ముందుగానే మీరు కోచ్ పాత్రలోకి ప్రవేశించండి: "(మీ పేరుతో మిమ్మల్ని పిలుచుకోండి) ఇది ప్రాక్టీస్ చేయడానికి, అభివృద్ధి చెంది మెరుగుపడేందుకు నీకు అవకాశం. ప్రతి గొప్ప ఉపన్యాసకుడు ఎక్కడో ఒకచోట, ఎప్పుడో ఒకసారి ప్రారంభిస్తాడు. నీ బలాలను మనస్సులో పెట్టుకో, కళ్ళలోకి చూసే ధైర్యం వహించు,

నీ అభిరుచిని చూపించు. ఓహ్... తడబడినా సరే, అదంతా నేర్చుకునే ప్రక్రియలో భాగం. నీకు నేను ప్రతి దశలో మద్దతిస్తాను"

ఈ విధమైన స్వీయ-బోధ మీలో సానుకూల కోణాన్ని పెంపొందించడంలో సహాయపడుతుంది. ఇది సవాళ్లను పరిగణించ కుండా, మెరుగుపర్చవలసిన విషయాలను పక్కనపెట్టడం కాదు; ఇది మీతో ఒక స్నేహపూర్వక, ప్రేరణాత్మక సంబంధాన్ని నిర్మించడం. కోచ్ జట్టు సభ్యులను సంతోషపెడుతూ, వెనుకడుగులు తీసుకునే సమయంలో ప్రోత్సహించే విధంగా, మీరు కూడా మీ మనస్సులో ఒక అభివృద్ధి-ఆధారిత దృక్కోణాన్ని ఏర్పరుస్తారు. ఇది మీ ప్రయాణానికి ఇంధనం ఇస్తుంది.

"నేను ఈ పని చేయలేను" లేదా "నేను యీ పనికి సరిపోను" అనే ఆలోచనల గందరగోళానికి లొంగిపోవటం కాకుండా, మీ అంతర్గత సంభాషణను తిరిగి ప్రేరేపించండి. మిమ్మల్ని గైడ్ చేయటానికి, మార్గదర్శకం వహించటానికి, ప్రోత్సహించటానికి దానిని అనుమతించండి.

"సరే... ముందు మీ పనిని భాగాలుగా విభజించండి"

"లక్ష్యం మీద గురితో ఉండండి. మీరు దానిని చేయగలరు"

"గట్టిగా శ్వాస తీసుకోండి"

"మీరు ఇప్పటికే అనేక అడ్డంకులను అధిగమించారు, దీన్ని కూడా అధిగమించగలరు"

"నీ తలను పైకెత్తి ఉంచండి, భుజాలను దృఢంగా ఉంచండి"

"మీరు బాగా చేస్తున్నారు. కొనసాగించండి!"

మీకు మీరుగా ఒక కోచ్‌లా మాట్లాడటం ద్వారా, మీరు ఒక మృదువైన, ప్రేరణాత్మక మానసిక వాతావరణాన్ని సృష్టిస్తున్నారంటే నమ్మండి. కోచ్ జరుపుకున్నట్టు విజయాలను సెలబ్రేట్ చేసుకుంటూ, అనుభవం ద్వారా పాఠాలు నేర్చుకుంటూవుంటే, మీ అంతర్గత కోచ్ మీరు ముందుకు వెళ్ళే మార్గంలో ధైర్యం, స్పష్టతతో ముందుకు పోవడంలో సహాయం చేస్తుంది.

అధ్యాయం 7

మనస్సు వ్యాకులతతో ఉందా? కరుణ పాటించండి

"సాయం అందించడం ద్వారా నివారణ: దయాభావం, సామాజిక కార్యక్రమాలలో పాల్గొనడం, మనల్ని మనం పునఃపరిశీలన చేసుకోవడం వలన కలిగే సంక్షేమ మార్గాలు" అనే పరిశోధన డేవిడ్ ఆర్. క్రెగ్ మరియు జెన్నిఫర్ ఎస్. చీవెన్స్ అనే పరిశోధకుల కలయిక కృషి. ఇది కేవలం అధ్యయనమే కాదు, మానసిక ప్రశాంతతకు దారిచూపే దిక్సూచి. ఇది సానుకూలత, ఇతరులకు సాయం చేయడం ద్వారా ప్రశాంతతను ఎలా సాధించాలో తెలుపుతుంది.

ఇది కొంతమందికి విడ్డూరంగానూ, విరుద్ధంగానూ అనిపించవచ్చు, కానీ ఇతరులకు సాయం చేయడం అనేది మన మనోస్థితిని మెరుగుపరచే అత్యంత విశ్వసనీయ మార్గంగా ఉంటుంది. దీనికి ఎదురుపడే పర్యవసానం ఏమిటంటే, నిరంతరంగా స్వీయ దృష్టి పెట్టడం అనేది అసంతృప్తికి దారితీస్తుంది.

కరుణాత్మక చర్యలు మానసిక నియంత్రణగా పని చేస్తాయి

ఇతరులకు సాయం చేయడంపై మీ దృష్టి పెట్టడం ద్వారా, మీ మానసిక ఆరోగ్యం మెరుగుపడుతుంది. ఇది వినడానికి బాగానే వుంది. అయితే ఇది ఎందుకు జరుగుతుందో తెలుసుకోవాలి.

గతంలో మనం చూశాం, వర్తమానంపట్ల చురుకుగా శ్రద్ధ పెట్టడం మిమ్మల్ని అనవసరమైన ఆలోచనల నుండి బయటపడేస్తుంది. కరుణాత్మక చర్యలు ప్రామాణికమైన నియంత్రణగా కూడా పనిచేస్తాయి. ఇవి మీ ఆలోచనలు, భావాలను సానుకూలంగా మార్చేలా చేస్తాయి. ఇది మన స్వయం భావజాలాల ఉక్కిరిబిక్కిరిలో పడినప్పుడు స్థిరంగా మరియు యథార్థంగా ఉండటం కష్టంగా అనిపించవచ్చు—కానీ ఇతరుల విషయంలో మాత్రం మార్గం స్పష్టంగా కనిపించడం సులభం. కాబట్టి, కరుణ అనేది సాధారణమే.

ఎమిలీ అనే యువతి కథను పరిశీలించుదాం. ఎమిలీ అనే యువతి అనేక కష్టాలుపడుతూ ఆత్మవిశ్వాసం కోల్పోయి, ఆసుపత్రి రోగులకు ప్రోత్సాహక లేఖలు రాయడం ప్రారంభించింది. ఈ చర్య అనూహ్యంగా ఆమెలో ఆత్మవిశ్వాసాన్ని తిరిగి నింపింది. ఆమె తన ఉత్సుకత, మానసిక శక్తి యితర పనులపై పెట్టడం ప్రారంభించింది. దానివల్ల ఆమె అర్థంపర్థం లేని గతకాలపు సంఘటనలను, పనికిరాని ఘట్టాలను పదే పదే నెమరువేయటానికి స్వస్తి చెప్పి అర్ధవంతమైన పనులవైపు తన దృష్టిని సారించింది.

అదే విధంగా, మీరు తర్వాత ఎప్పుడైనా వైరుధ్యమైన భావాలతో మీ మనసు నిండిపోయి ఉన్నట్లు అనిపించినప్పుడు, సహాయంగా ఒక చేతిని ముందుకు చాచండి—అది మీకు అవసరమైన జీవితరేఖగా మారవచ్చు. మీరు లేకుండా ఉంటున్న దానిని ఇతరులకు ఇవ్వడం ద్వారా మరింత ఆశ్చర్యకరమైన లాభాన్ని పొందవచ్చు. మిమ్మల్ని ఒంటరితనం ఆవహిస్తే, ఇంట్లోనే చిక్కుకున్న వృద్ధులకు సహాయం చేయడానికి వలంటీర్‌గా పని చేయండి. మీరు ప్రేమ కోసం ఎదురుచూస్తూ ఉంటే, అనాథాశ్రమంలో సహాయపడండి. జీవితంలో దిశ లేకుండా ఉన్నట్లుగా భావిస్తే, వేసవి శిబిరంలో దారితప్పిన యువతకు మార్గనిర్దేశం చేయడానికి సహాయం చేయండి. కరుణ విషయంలో బటర్‌ఫ్లై ప్రభావాన్ని పరిగణనలోకి తీసుకోండి. డేనియల్ అనే ఉపాధ్యాయుడు, దీర్ఘకాలిక ఆందోళనతో బాధపడుతున్నాడు. విద్యార్థుల కోసం చిన్న పాఠశాల నిధిని ప్రారంభించాలని నిర్ణయించుకున్నప్పుడు, అది సృష్టించిన పాజిటివ్ ప్రభావం అతను ఊహించలేదు. తన విద్యార్థులకు అవకాశాలను అందించడమే కాకుండా, అతను తన స్వంత సంక్షేమంలో అనూహ్యమైన మార్పును అనుభవించాడు. ఇతరుల భవిష్యత్తుకు తోడ్పడటం అతని దృష్టిని ఆందోళనకరమైన ఆలోచనల నుండి మరలించి, ప్రకాశవంతమైన, పరోపకార లక్ష్యానికి చిహ్నంగా మారింది.

గుర్తుపెట్టుకోండి. కరుణ చూపించే పనులు ప్రభావవంతమైన మార్పులను తెచ్చిపెట్టడానికి అద్భుతం జరగవలసిన అవసరం లేదు. మీరు ఏదైనా కాస్త సాయం చేయాల్సిన దానికి దారిద్ర్యంతో కూడిన దేశంలో ప్రధాన సంస్థతో పని చేయాల్సిన అవసరం లేదు. కేవలం మీ చుట్టూ ఉన్న ప్రపంచాన్ని చూడండి. ఎవరు కష్టపడుతున్నారో గుర్తించండి.

నిరాశతో పోరాడుతున్న జేన్ తనకు తాను ఒక సవాలును పెట్టుకుంది: ఆమె ప్రతి రోజూ ఒక వ్యక్తికి కృతజ్ఞతలు తెలపాలని నిర్ణయించింది. అది హృదయపూర్వకంగా, ప్రేమతో, ఆప్యాయంగా రాసిన ఒక లేఖ కావచ్చు లేదా సాదాసీదా చిన్నపాటి మెసేజ్ కానీ కావచ్చు. ఆశావహమైన ఆలోచనా వైఖరులను నలుగురికీ పంచాలనే జేన్ యొక్క సంకల్పం ఇతరులను మాత్రమే గాక, జేన్ ఆలోచనా సరళులను కూడా మార్చేసింది. తన చుట్టూ ఉన్న మంచి మనుష్యుల సహకారంతో, ఆమె జీవితంలో తనను ఎంతోమంది ఆశీర్వదిస్తున్నారనే విషయం గుర్తించగలిగింది. ఇతరుల జీవితాలలో వెలుగులు నింపాలని తన దృష్టిని మళ్లించిన తర్వాత, ఆమె తన జీవితంలో కూడా చిన్నపాటి కాంతిని చూడగలిగింది.

ఇతరులకు సహాయం చేయడం ద్వారా ప్రయోజనాన్ని, తృప్తిని కనుగొనడం.

ఆందోళనలో ఉన్న మనస్సు ఒక గందరగోళపు లోయ లాంటిది. అంతర్గతంగా మరింత లోతుగా వెళ్తూ, ఆ గందరగోళంలో చిక్కుకుపోవాలని ఎవరూ కోరుకోరు. దానికంటే, మీలాగానే కష్టాలలో, ఇబ్బందులలో వున్న సాటివారికి కరుణ చూపించడం ద్వారా, ఇతరులతో సంబంధాలను పెంచుకోవడం ద్వారా మంచి ప్రపంచంలోకి మీ దృష్టిని మార్చడం మంచిది. సాటివారికి సహాయం చేయడం వల్ల మీకు ప్రయోజనం, అర్థం, తృప్తి, సంతృప్తి లభిస్తుంది. ఆశ్చర్యంగా ఇది మీ ఒత్తిడిని తగ్గించగలదు. ఆహ్లాదకరమైన మానవ సంబంధాలతో, ప్రేమించిన మనుష్యుల మధ్య ఒక మధ్యాహ్నం గడపడం అంటే పాత కష్టాలు, బాధలను పునరావృతంగా చెప్పుకుంటూ 6 నెలలపాటు థెరపీలు, చికిత్సలు తీసుకోవడం కంటే ఎక్కువ శక్తివంతంగా ఉంటుంది.

సామ్‌ను కలవండి. అతను చేస్తున్న ఉద్యోగం, కుటుంబ జీవిత అవసరాలను సమతుల్యం చేయడానికి ప్రయత్నిస్తున్న తండ్రి. చక్రం మీద నడుస్తున్న జంతువులాగా భావిస్తున్న అతను, తన సముదాయంలో ఒక సమూహం యువకులకు మార్గదర్శనం చేయడంలో ఆత్మశాంతి పొందాడు. తన అనుభవాలను, అంతర్దృష్టులను ఇతరులకు పంచుకుంటూ, అతను అనేక విషయాలను కనుగొన్నాడు:

- ఆయన తనకు తెలియవనుకున్న చాలా ఎక్కువ విషయాలు తెలుసని తెలుసుకున్నాడు — నిజానికి, ఆయన వద్ద ఇతరులకు అవసరమైన, ఇతరులకు కావలసిన విస్తారమైన జ్ఞానం మరియు అనుభవం ఉంది.
- యువతీయువకుల వృద్ధి, అభివృద్ధికి తోడ్పడడం ద్వారా ఆయనకి విపరీతమైన సంతృప్తి అనుభూతి కలిగింది.
- సూటిగా చెప్పాలంటే, ఆయన జీవితంలో ఎన్నో సవాళ్లు ఉన్నా, అది మరింత దారుణంగా ఉండబోదని తెలుసుకున్నాడు! తన కుటుంబంపై అసహనం వ్యక్తం చేయడం కొత్త కోణాన్ని పొందింది. అక్కడ ఆయన కుటుంబం అంటే ఎలాంటిదో కూడా తెలియని పిల్లలతో పని చేసినప్పుడు, తనకున్న అవకాశాలు, హక్కులు ఆ పిల్లలకు లేవని గుర్తించాడు.
- అందువల్ల, ఈ పిల్లలు జీవితం ఎంత హాయిగా గడవాలని అనుకున్నా, వారు తమ జీవితంలో పోరాడుతూనే వుండాలనే విషయం ఆయనకు కష్టం కలిగించేది. కానీ ఆయన వాళ్లతో పాటే నేర్చుకుంటూ ఎదుగుతాడు.
- చివరికొచ్చేసరికి, జీవితం యొక్క విలువ తరువాత తీసుకునే జీతంలో ఉండదు. కానీ గొప్ప వ్యక్తిగా ఉండడంలో, ఇతరులతో కలవడంలో, ప్రపంచంలో మంచిని పంచడంలో ఉంటుంది. ఇది సామ్ కు అతని నమ్మకాలకు మించి సహనాన్ని మరియు నిశ్చయాన్ని ఇచ్చింది.

వారికి జీవన సవాళ్లను దాటించడంలో సహాయం చేయడం అనేది తన స్వంత ఆందోళనలను వెనక్కునెట్టగలిగే విధంగా ఒక దృష్టికోణాన్ని ఇచ్చింది.

ఈ కథనం పరిశోధన యొక్క ఉధృతిని ప్రతిధ్వనిస్తుంది. మీరు ఇతరులకు సహాయం చేయడంలో నిమగ్నమైతే, వర్తమానంలో మీరు సులభంగా దృఢంగా నిలబడుతూ ఒక పునరుద్ధరించుకున్న జీవితం యొక్క నిర్మాణాన్ని అనుభవంలోకి తెచ్చుకుంటారు.

మీరు చివరిసారిగా ఒక కరుణపూరితమైన పనిని చేస్తే గనుక దానిని జ్ఞప్తిలోకి తెచ్చుకోండి. అది ఒక చిన్నపాటిది అయినా కావచ్చు, లేదా ఒక పెద్ద ప్రాధాన్యతతో ఉన్న ఏదో కార్యం అయినా కావచ్చు. మీరు కొంతమంది రక్షణకు స్వచ్ఛందంగా సహాయం చేసి ఉండాలి అంతే! మీరు అనుభవించిన తృప్తిని, హాయిని గుర్తుకు తెచ్చుకోండి. మీ నుంచి సాయంపొందిన వారు పొందుతున్న ఆనందానికి మీరు కారణం అయిన అనుభూతి. ఆ అనుభూతిని తిరిగి పొందేందుకు, మీరు వెంటనే మరింత సాయం చేయాలని అనుకుంటున్నారు, కదా? ఈ ఆనందపు భావన మీ మనస్సుకు ఒక శాంతి శక్తి వంటిది. ఆత్మపరిశీలన, ఆందోళన యొక్క కలహానికి ప్రతిబంధకం. ఇది మనల్ని తరచుగా ఆందోళనకు గురిచేసే ఆందోళనల కంటే జీవితం మరిన్ని విషయాలతో నిండినదని గుర్తుచేసే ఒక సూచన.

అధ్యాయం 8

చెడు వార్తల్లో మంచి వార్తలు

ప్రపంచంలో, ప్రతి మలుపులోనూ మనం ప్రతికూల వార్తా శీర్షికలు, బాధాకరమైన సమాచారంతో మునిగిపోతున్నప్పుడు, మనం అలసిపోయి, ఆందోళనతో ఉండటం సాధారణం. అయినప్పటికీ, టెల్ అవివ్ విశ్వవిద్యాలయంలోని మానసిక శాస్త్రాల పాఠశాల నిర్వహించిన తాజా పరిశోధన ఒక ఆసక్తికరమైన పత్రాన్ని వెలుగులోకి తెచ్చింది. ఇది మనం ప్రతికూలత యొక్క తీవ్రమైన అలలను మించిన మన భావోద్వేగాలు, జ్ఞానశక్తిని తిరిగి సాధించడంలో సహాయపడుతుంది. ఈ అధ్యయనం ప్రతికూల సంఘటనలకు పునరావృతంగా లోనవ్వడంలో మన భావోద్వేగం, జ్ఞానంపై ఆశ్చర్యకరమైన ప్రభావాన్ని కలిగిస్తుందని సూచిస్తుంగి

ప్రతికూల చిత్రణ ద్వారా ప్రతిఘటన నిర్మాణం

ఈ పరిస్థితిని ఊహించండి: మీరు ఒక ఉదయం నిద్రలేచేసరికి పేపర్లలో అన్నీ చెడు వార్త శీర్షికలతో కనిపించాయి. మీ మనసంతా అల్లకల్లోలమైపోయింది. మీ మనసు అత్యంత చెడు సందర్భాలను ఊహిస్తూ, ఎన్నో సమస్యలు, నష్టం, విఫలతతో మీ భవిష్యత్తును ఊహిస్తుంది. మీకు ఎప్పుడైనా ఇలా అనిపించిందా? ఇక మొదటి చిట్కా ఏమిటంటే: 'ప్రతికూల చిత్రణ'. ఈ బాధాకరమైన ఆలోచనలను నివారించకుండా, వాటిని ఆమోదించండి. మీరు మీ ఊహలో ఎదుర్కొన్న కష్టాలనన్నిటినీ విస్తృతంగా దృశ్యపరుచుకుని, వాటిని పూర్తిగా ఎదుర్కొని వాటిని జయించినట్లుగా ఊహించండి.

ఈ వాస్తవిక ప్రతికూల సందర్భాలను పునరావృతంగా ఊహించడం, మీరు కేవలం వాటి ఉనికిని అంగీకరించడం మాత్రమే కాదు, మీ భావోద్వేగ ప్రతిస్పందనను నియంత్రించడం కూడా! టెల్ అవివ్ విశ్వవిద్యాలయపు పరిశోధన చెప్పిన దాని ప్రకారం, ప్రతికూల సమాచారంతో మీరు ముందుగా విచారంలోకి జారిపోతారు. మీ దృష్టి చెదిరిపోతుంది. అయితే, యిదే పునరావృతం చేసుకున్నప్పుడు, ఆశ్చర్యకరమైన విషయం జరుగుతుంది. ఈ ప్రతికూల సందర్భాలు మీ మీద భావోద్వేగ ప్రభావాన్ని కోల్పోతాయి. మీరు ఉత్సాహవంతమైన మూడ్ లోకి, మెరుగైన పనితనంలోకి మారిపోతారు. మరో మాటలో చెప్పాలంటే, మీరు వాటితో అన్యోన్యం అయిపోతారు.

సహజంగా, ఈ పరిశోధన మీరు అనవసరమైన, పనికిరాని, మానసికంగా దెబ్బతీసే ఆన్‌లైన్ కంటెంట్‌ను ఎక్కువగా చూడాలని అనుమతించలేదు—వాటిలో చాలా భాగం అవసరమవదు లేదా ఉపయోగకరంగా ఉండదు. కానీ ఇది చెప్పేది ఏమిటంటే, కొన్ని సందర్భాల్లో మన ఆందోళన మనలను మానసికంగా వెనక్కి తీసుకెళుతుంది, మనం ఆ పరిస్థితులను సహించలేమని మనకు గట్టిగా తెలుసు. కానీ ఈ భయాన్ని కఠినంగా భరించడం, మనకు ఇంకా ఎక్కువ శక్తిని ఇస్తుంది.

మీరు మీ పెళ్లి గురించి చాలా ఆందోళనలో ఉన్నట్లుగా ఊహించండి. పరిస్థితులు బాగోలేవని, మీరు రాత్రంతా నిద్రపోకుండా ఆలోచిస్తూ ఉన్నారు. మీ జీవిత సహచరి విడాకుల పిటిషన్ వేయపోతుందనే ఆలోచనతో దిగులుగా ఉన్నారు. ఈ ఆలోచన గురించి ఎంత ఎక్కువగా ఆలోచిస్తుంటారో అది అంతగా బాధ కలిగిస్తుంది.

“దురదృష్టవశాత్తూ, మీరు ఇలా ఆలోచించక తప్పదు. “నేను విడిపోతే మాత్రం నష్టం ఏమిటి?” ఈ ఆలోచనను పునరావృతం చేయడం నిజానికి మీకు ఎటువంటి సత్ఫలితాలను ఇవ్వదు. అందుకు బదులుగా, ఆ భయాన్ని వాస్తవంగా, ముఖాముఖిగా ఎదుర్కొనండి. సాధారణంగా, అప్పుడు మీరు తెలుసుకుంటారు, మీ మనసు ఒక ప్రత్యేక స్థాయిలో ఆగిపోతుంది—కానీ దాన్ని కొనసాగించండి మరియు దాన్ని పూర్తి చేయండి. ఇది మీకు “ఆపత్కాల సందర్భం” ఎదుర్కొనడంలో సహాయపడుతుంది.

"నేను విడిపోతే?"

"సరే, మీరు విడిపోయినా ఏమిటి నష్టం?"

"నేను బాధపడిపోతాను, ఒంటరిగా ఉండిపోతాను, నేను ఒక అనాథలా మిగిలిపోతాను, నాకు ఆర్థికంగా నష్టం కలిగిస్తుంది."

"సరే... తరువాత ఏమిటి?"

ఈ విధంగా మీరు ఆపత్కాల సందర్భాన్ని దాటి, మీ మనసు ఇంతవరకు కూడా ఆలోచించలేని దశలోకి వెళ్లిపోతుంది.

"ఆ తరువాత నేను ఒంటరిగా ఉండిపోవలసి వుంటుంది. నేను కొన్ని రోజుల పాటు ఒక చిన్నపాటి అపార్ట్మెంట్‌లో నివసించాల్సి ఉంటుంది. నా గాయాలను తగ్గించుకోవలసి వస్తుంది."

"నిజమే! కొన్ని రోజులు నీకు బాధగా ఉంటుంది. ఎంత కాలం?"

"నాకు తెలియదు. ఒకటి రెండు సంవత్సరాలా?"

"రెండు సంవత్సరాల తర్వాత ఏమవుతుంది?"

"అప్పటికి నేను కాస్త ముందుకు సాగుతానని అనుకుంటున్నాను... కానీ నేను అప్పటికీ బాధపడుతూనే ఉంటాను"

"అది నిజమే, నీకు బాధగానే ఉంటుంది. కానీ లోకం మునిగిపోదుకదా?"

"లేదు, లోకం మునిగిపోదు.. కానీ అది నిజంగా కష్టంగానే ఉంటుంది."

"కానీ నువ్వు దాన్ని జయిస్తావు. నువ్వు ముందుకు సాగుతావు. కొన్ని సంవత్సరాల్లో నువ్వు ఏదో ఇతర పనిలో నిమగ్నం అవుతావు."

"అవును. నేనూ అదే విధంగా అనుకుంటాను"

మనం గమనిస్తే గనుక, ఈ అధ్యయనం చేసిన రచయితలు అది మరింత విచారకరమైన ఆలోచనలకు దారితీయాలని చెప్పడం లేదు. దానికి బదులుగా, వారు నీ 'దుర్భర పరిస్థితులను' అధిగమించి వాటి శక్తిని తగ్గించేందుకు ప్రోత్సహిస్తున్నారు.

ప్రతి రోజు, కొన్ని నిమిషాలు కేటాయించి మీకు భయం కలిగిస్తున్న దుర్భర పరిస్థితులను ఊహించుకోండి. చేయపలసిన ముఖ్యమైన పని గడువులోపల చేయలేకపోవవటం, ఏదైనా ఒక పెద్ద తప్పు చేయటం,

లేదా తిరస్కరించబడటం లేదా అవమానింపబడటం వంటి పరిస్థితులను ఊహించుకోండి. ఏ విషయాన్ని దాచుకోవద్దు. మొదట, ఇది అసౌకర్యంగా అనిపించవచ్చు. కానీ మీరు జాగరూకులై ఉంటే, ఈ అసౌకర్యం వల్ల లోకం మునిగిపోదని మీరు గమనిస్తారు. మీరు ఆ పరిస్థితికి అలవాటు పడిన తర్వాత, దాని భావోద్వేగ శక్తి కొంతమేర తగ్గుతుంది. అది అసౌకర్యకరమైనదైనా, మీరు దానిని అధిగమించగలరని తెలుసుకుంటారు. జీవితం కొనసాగుతుందని, దేనికైనా పరిష్కారం ఉంటుందని గుర్తుంచుకోండి. ఇది మిమ్మల్ని మరింత సాహసవంతుడిగా మారుస్తుంది.

కష్టాలను స్వచ్ఛందంగా ఆమోదించడం

శీతల గాలులు, ఉదయాన్నే గందరగోళంగా ఉండటం, ఏమీ తినకుండా ఉండటం, చదవకుండా ఉండటం.. మొదలైనవి కొంతమంది వ్యక్తులకు చాలా ఆనందం కలిగిస్తాయని చెబుతూ ఉంటారు.

ఇది చూసేందుకు విచిత్రంగా, లోకానికి వ్యతిరేకంగా అనిపించవచ్చు—కావాలని ఎవరు మాత్రం జీవితంలో కోరి కష్టాలు తెచ్చుకుంటారు? లక్ష్యం 'కష్టంలో సుఖం వెతకటం' కాదు. అయితే ప్రతిఘటన శక్తిని నిర్మించడానికి, ఇంకా వర్తమానంలో ఉండటానికి, ఆందోళన, అనిశ్చితతను తగ్గించడానికి యీ రకమైన ఆలోచన పనికొస్తుంది.

చిన్న చిన్న కష్టాలతో ప్రారంభించండి. ఉదాహరణకు చల్లని నీళ్లతో స్నానం చేయండి, మధ్యాహ్న భోజనానికి డుమ్మా కొట్టండి. ఇవి చిన్న అసౌకర్యాలు అనిపించినా, అవి మీ మానసిక శక్తిని గణనీయంగా ప్రభావితం చేస్తాయి. చల్లని నీళ్లతో స్నానం చేయటం ముందు మీకు ఎంతగానో అసౌకర్యం కలుగజేసినా, ఆ తర్వాత మీలో ఒక కొత్త శక్తిని, నమ్మకాన్ని కలిగిస్తుంది. మనసును వర్తమానంలోకి దృష్టి పెట్టడానికి సహాయపడుతుంది. అలాగే, మధ్యాహ్న భోజనం డుమ్మా కొట్టినపుడు అది మీ ఆత్మ నియంత్రణను సవాలుగా ఉంటుంది. మీరు మీ శరీర సంకేతాలతో మెరుగైన అనుబంధం సాధించడంలో సహాయపడుతుంది.

ఒకసారి మీరు యీ చిన్న చిన్న కష్టాలకు అలవాటు పడిన తరువాత, కష్టాన్ని కొద్దిగా పెంచండి. మీరు మరిన్ని ఉపవాసాలు పెంచవచ్చు లేదా చన్నీళ్ల స్నానాన్ని అలవాటు చేసుకోవచ్చు. ఈ సవాళ్లను స్వచ్ఛందంగా

ఎదుర్కొనడం ద్వారా, మీరు మీ మనసుకు, శరీరానికి ప్రతికూలతను ఎదుర్కొనడంలోనూ, వాస్తవంలో నిలబడటంలోనూ శిక్షణ ఇస్తున్నారు. మరింత ముఖ్యంగా, మీకు ప్రతికూలతలన్నీ తాత్కాలికమేనని మీకు తెలుసు. మీరు వాటిని జయించగలుగుతారు—దీని వలన మీరు మరింత బలవంతమైన, కృతజ్ఞతతో నిండిన, దృష్టి పెట్టిన వ్యక్తిగా మారిపోతారు.

నా కజిన్ మైక్ కథను మీకు చెబుతాను. అతడు ఒక సాఫ్ట్‌వేర్ ఇంజనీర్, ప్రతికూల ఆలోచనలతో నిరంతరం ఆందోళన చెందుతున్న వ్యక్తి. అతడు తన జీవితంలో 'దుర్భర పరిస్థితులను' కల్పించుకుని అధిగమించే శక్తిని పొందేందుకు ప్రయోగం చేయాలనుకున్నాడు. అతను ముందుగా చన్నీళ్ల స్నానం మొదలుపెట్టాడు. ప్రారంభించిన తొలి రోజులు చాలా కష్టంగా ఉన్నా దానిని కొనసాగించాడు. చన్నీళ్లతో స్నానం చేసిన ప్రతిసారీ, అతడు శ్వాసపై దృష్టి పెట్టి, అసౌకర్యాన్ని జయించడం నేర్చుకున్నాడు.

కొన్ని వారాలు, తర్వాత కొన్ని మాసాలు గడిచిపోయిన తరువాత, అతడిలో శక్తి పెరిగింది. అతను చన్నీళ్ల స్నానాన్ని వదిలిపెట్టలేదు; పైగా అది అతడికి ఒక ధ్యాన ప్రయోగంగా మారింది. కొద్ది రోజుల తర్వాత, మైక్ ఇతర సవాళ్లను కూడా స్వీకరించాలని నిశ్చయించుకున్నాడు. ఉదాహరణకు మధ్యాహ్నం భోజనం చేయకుండా ఉపవాసం ఉన్నాడు. అతడు స్వచ్ఛంద కష్టాలను అనుభవిస్తూ వాటిని అధిగమించడం ద్వారా తన మనసుకు శిక్షణ ఇచ్చాడు.

అర్థంపర్థంలేని కష్టాలను కొని తెచ్చుకోవడం మైక్ ఉద్దేశ్యం కాదు. ఆ కష్టాలు తన మానసిక శక్తిని పెంపొందించేందుకు అతను వినియోగించుకున్నాడు. కాలం గడచిన తరువాత యిప్పుడతను తెలుసుకున్నాడు. అతను మునుపటిలా అతిగా ఆలోచించి ఆందోళన చెందటం లేదు. జీవితంలో ముందు ఏం జరుగుతుందోనన్న భయం లేదు. ఆకస్మికంగా ఎదురైన సంఘటనలను ధీటుగా పరిష్కరించుకోగలుగుతున్నాడు. అతను సిగరెట్ తాగటం మానేసాడు. ఎందుకంటే అతని మనసును వశం చేసుకున్నాడు. అలాంటి శక్తి మీకు కలిగితే మీరు ఏం చేయబోతున్నారు?

అధ్యాయం 9

బుద్ధిపూర్వకంగా చేసే పనులు ఒత్తిడి తగ్గిస్తాయి

మానసిక స్పష్టతను పెంపొందించడం అందమైన అడవిలో నిశ్చలమైన మనసుతో హాయిగా నడుస్తున్నప్పుడు, మీరు చుట్టూ ఆకు పచ్చని పచ్చికతో నిండిన చెట్లు, నెమ్మదిగా కదులుతున్న ఆకుల గలగలలు, పక్షుల కిలకిలారావాలు వింటూ నడుస్తారు. ఎప్పటికీ తరగని పనుల జాబితా, రాబోయే ముఖ్యమైన పనుల గడువు తేదీల ఒత్తిడి లోపల ఉన్నప్పుడు, మీరు వర్తమాన క్షణాన్ని హాయిగా ఎంచుకుంటారు. చల్లని గాలి తగిలి మీ శరీరం పులకించింది, మీరు నడిచే ధ్వని లయబద్ధమైన మృదంగంలా అనిపిస్తుంది, ప్రకృతిలోని సుగంధం మీ చుట్టూ నాట్యం చేస్తూ సున్నితంగా తిరుగుతుంది. 'బుద్ధిపూర్వకంగా చేసే పనులు' యిలాగే ఉంటాయి. తాజా అధ్యయనాల ప్రకారం, వ్యక్తులు, ప్రత్యేకించి కళాశాల విద్యార్థులు, బుద్ధిపూర్వకమైన పనులను చేస్తున్నపుడు తక్కువ ఒత్తిడి, మనసులో ప్రతికూల భావాలను తగ్గించుకుంటారు. ముఖ్యంగా యిలాంటి నడక నడిచినపుడు. వాస్తవంలో ప్రయాణం చేయడం ద్వారా, వారు తమ మనస్సులలో నుంచి బయటకు వచ్చి తమ శరీరాల్లోకి చేరుకుంటారు.

మీరు మీ కారు నుంచి ఆఫీసులోకి నడుస్తున్నప్పుడో, లేదా మీ ఏదైనా సమావేశానికి వెళ్ళేటప్పుడో, ఈ విధంగా ప్రయత్నించండి: అడుగు తీసి అడుగు వేసే సమయంలో మీరు తీసుకుంటున్న శ్వాసపై మీ దృష్టి పెట్టండి. చుట్టూ ఉన్న దృశ్యాలను, శబ్దాలను గమనించండి. మీరు అడుగులు వేస్తున్న నేల ఎలా ఉందో అనుభూతిచెందండి. ఉద్దేశంతో కూడిన యీ వాస్తవిక

చర్య ద్వారా మీ మానసిక స్పష్టతను పెంచుకోవచ్చు. అది మీ మనస్సును స్వచ్ఛంగా ఉండేట్లు చేస్తుంది. ఏదైనా మానసిక గందరగోళం నుండి ఉపశమనం ఇస్తుంది.

మీ మనస్సు తిరిగి గందరగోళం మొదలు పెట్టినట్లయితే, అది సమస్యగా తీసుకోకండి—దానిని గమనించి, దీర్ఘమైన శ్వాస తీసుకోండి. తిరిగి వాస్తవ క్షణానికి దృష్టిని తీసుకురావడం చేయండి. మీకు మీరు చెప్పుకోండి. అది ఏదైనా మీ కోసం ఎదురుచూడవలసిందే! ఆ నడక పూర్తయిన తర్వాత చూసుకుంటే ఆందోళనలు, ఆలోచనలు అలాగే ఉంటాయి. తిరిగి మళ్లీ మన ఆలోచనల గానుగలోకి ప్రవేశిస్తాయి. మీ పంచేంద్రియాలనీ వాటిని నియంత్రించేందుకు వినియోగించండి. ఆలోచనలతో మీ మనసు గతి తప్పుతుందని మీరు భావిస్తే మీ పంచేంద్రియాలు దాని సంగతి చూసుకుంటాయి.

- మీరు ఏం వాసన చూస్తున్నారు? చల్లటి నేలపై శరదృతువులో ఆకులనుంచి జాలువారే స్వచ్ఛమైన, తీపి వాసననా? వర్షం రాబోతోందా?
- మీ చుట్టూ ఒకమారు చూడండి—ఒకే ఆకు మీద వేర్వేరు రంగుల సూక్ష్మ ఛాయలను గమనించండి లేదా చెట్టు పాదంలో కాంతి ఎలా విస్తరించి, అవరించిందో గమనించండి.
- మీరు ఏ శబ్దాలు వింటున్నారు? మరింత శ్రద్ధగా వినండి—మీరు నిజంగా వినగలిగితే ఇంకా ఏమి వింటారు?
- నడవడం, నిటారుగా నిలబడటం, మీ కాళ్ల క్రింద భూమి యొక్క స్పర్శానుభూతిని అనుభవించడం నిజంగా ఎలా ఉంటుంది? గడ్డి కొమ్మను పీకి చూడండి—మీ వేళ్లకు దాని తొడిమ ఎలాంటి స్పర్శను యిస్తుంది?
- అవును, మీరు నడకలో ఏదో రుచి ఉందని మీరు అంగీకరిస్తారు—మీరు ఎప్పుడైనా తీపి గడ్డి చిగురు కొమ్మను నమిలారా? మీరు ఏదైనా చిన్న చిరుతిండిని తెచ్చుకుని రెండు కలిపి తింటూ ఒక్కొక్క ముక్కను ఆస్వాదించాలనుకున్నారా?
- ఐదు ఇంద్రియాలను మించి మీకు ఎన్నో అనుభూతులు కలుగుతాయి. మీ చుట్టూ ఆవరించియున్న గాలిని, కాంతిని

తనివితీరా అనుభవించండి. మీరు కూడా ప్రకృతిలో భాగంగా అనుభూతి పొందండి. ప్రకృతిలో వున్న పంచభూతాలు ఒక దానిలో ఒకటి ఎలా మమేకమౌతూ ఉంటాయో గమనించండి. మీరు కూడా ఒక మూలకంగా మారి వాటిలో సంయోగం చెందే ఆనందాన్ని అనుభవించండి.

నెమ్మదిగా, ఉద్దేశపూర్వకంగా కదిలే కదలికలో అద్భుతం

నిశ్చింతంగా, గంభీరమైన చలనాలను స్వీకరించడం, మీ శ్వాసపై దృష్టి పెట్టడం మీ మనసును, శరీరాన్ని ప్రశాంతపరుస్తాయి. ఇది మన నాడీ వ్యవస్థకు "విశ్రాంతి-వెసులుబాటు" (rest and digest) సంకేతాలను పంపుతుంది. మన వేగవంతమైన జీవితాలలో, ప్రతి క్షణం "పోరు లేదా పరుగెత్తు" స్థితిలోనే చిక్కుకుని ఉంటాము. ఇది దీర్ఘకాలిక ఒత్తిడికి దారితీస్తుంది. దానివల్ల మనం ప్రతి క్షణం ఆందోళనతోనే ఉంటాము.

ఏదో ఒక రోజు మీ గురించి మీరు ఆలోచించండి. మీకు కేటాయించిన కుర్చీలో భుజాలను దృఢంగా వుంచుతూ కూర్చోండి. అయితే మీ మనసు మాత్రం గందరగోళపు సుడిగుండంలో చిక్కుకుని ఉంది. అటువంటి ఆందోళన కలిగించే స్థితిలో ఉండటం కంటే, మీరు ఒక్క క్షణం తీసుకోండి, నిటారుగా కూర్చోండి, కళ్ళు మూసుకుని, దీర్ఘ శ్వాస తీసుకోండి! శ్వాస లోపలికి తీసుకుని, శ్వాసను వదులుతూ ఉన్నప్పుడు మీలోని ఒత్తిడి బయటకు పోవడం మీకు తెలుస్తుంది. ఆ తర్వాత మీరు చేసే ప్రతి చిన్న చలనం, కదలిక అది యోగాలోని చిన్న ఆసనం కావచ్చు, లేదా మీరు మంచినీళ్ల కోసం అటుగా వెళ్లొచ్చు, ఏదైనా కాని మీరు ఆలోచించే చేసారనుకోండి. ఆ కదలిక మీ శరీరానికి, తీసుకుంటున్న శ్వాసకు అనునయంగా ఉంటుంది.

అధ్యయనంలో, బుద్ధిపూర్వకమైన శారీరక కార్యకలాపాలలో పాల్గొనేవారు తమ ఆరోగ్యంలో గణనీయమైన మెరుగుదలగురించి నివేదించారు. ఈ ఉద్దేశపూర్వకమైన శరీర కదలిక మరియు శ్వాస సమ్మేళనం మీ శరీరంతో సంబంధం కలిగించడమే కాకుండా ఆందోళనను కలిగించే మనసును కూడా శాంతింపజేస్తుంది. ఇది నిరంతర ఆందోళన

స్థితి నుండి ప్రశాంతత మరియు వర్తమాన నిమిషంలో ఉండే స్థితి వైపు మారడానికి సరళమైన, ప్రభావవంతమైన మార్గం.

దానికోసం ప్రత్యేకంగా కూర్చుని ధ్యానం చేయనక్కరలేదు. బుద్ధిపూర్వకమైన పనులు చేసేందుకు రోజు మొత్తంలో చిన్నపాటి 'కిటికీ' తెరచి వుంచండి. ఒక చిన్నపాటి కదలిక, గాఢమైన, దీర్ఘమైన శ్వాస ఉంచండి. కొద్దిగా నడక, చిన్న చిరునవ్వు, మానసిక పరిపూర్ణత మీలో నిండి ఉంటుంది. ఈ విధంగా బుద్ధిపూర్వకమైన పనులు మీ దినచర్యలో చేపట్టటం స్థూలంగా మీ జీవితాన్నే మార్చి వేస్తుంది. మనసు ప్రశాంతంగా ఉంటుంది. ఆందోళన మిమ్మల్ని విడిచి పారిపోతుంది. మీ జీవితంలో నూతనత్వం విరాజిల్లుతుంది. అందుకుగాను మీరు చేయవలసిన పనులు యిక్కడ చెప్పబడ్డాయి: మీ దీర్ఘమైన శ్వాస, కదలికలు కలిగిన మీ శరీరం, ఎప్పటికీ దాచిపెట్టని వర్తమాన కాలం!

అధ్యాయం 10

ప్రతికూల, అనవసరమైన ఆలోచనలతో బాధపడుతున్నారా? వాటిని పారద్రోలండి

ఓహియో స్టేట్ యూనివర్శిటీలో జరిపిన తాజా పరిశోధన ఆలోచనా నిర్వహణ యొక్క ఆకర్షణీయమైన ప్రాంతంలో లోతుగా పరిశీలిస్తుంది. ఇది విలువైన అవగాహనలను అందించింది. నిజం ఏమిటంటే, అన్ని ఆలోచనలను సమానంగా ఉండవు. కొన్నింటికి ఉపయోగం ఉంటుంది, మరికొన్ని కొంత ఉపయోగకరమైనవి, మిగతావి కేవలం పనికిరాని పాత చెత్త మాత్రమే. మీరు ఒక చెత్త ఆలోచనతో బాధపడుతున్నట్లయితే, మీరు దాన్ని ఎంత ప్రయత్నించినా దూరం చేయలేకపోతున్నట్లయితే, ఈ అధ్యాయం అటువంటి ఆలోచనలను మీ నుంచి వేరు చేసి, మీ జీవితాన్ని ముందుకు తీసుకెళ్లే కొన్ని సూచనలు ఇస్తుంది.

ఆలోచనలను మూర్తిమత్వంలోకి మార్చడం

మొదటి సూచన, ప్రతికూల ఆలోచనలను ఒకచోట రాయడం అనే సాధనంతో సంబంధించి ఉంటుంది. ఇది మన మానసిక పరిస్థితిని నిర్వహించడానికి సులభమైనదే కానీ లోతైన ప్రభావం కలిగిన వ్యూహం. ఈ సాంకేతికత ఆలోచనలను మన మనస్సులోంచి బయటకి తీసుకురావడంలో సహాయపడుతుంది. అప్పుడు వాటిని కాగితంపై రాసుకుంటాం లేదా డిజిటల్ నోట్ బుక్ లోపల దాచుకుంటాం. ఇప్పుడు మనం నష్టకరమైన ఆలోచనల

నుంచి మానసిక దూరాన్ని పెంచుకోవాలి. వాటిని విడదీస్తున్నందుకు మనం దృఢమైన, పరిశీలనాత్మక దృష్టిని పొందుతాము.

నా యవ్వనంలో, నేను ఒక రచనను మొదలుపెట్టాను. ఏదో ఒక రోజుకి ఆ రచన ప్రచురిత నవలగా మారుతుందని నేను ఆశించాను. అయితే, సృజనాత్మకమైన విషయాలలో తరచుగా నేను తీవ్రమైన ఆత్మసంకోచంతో పోరాడుతుండేవాడిని. ఆ సమయంలో నేను నా రచనకు నిజంగా విలువ ఉండదని భావించే వాణ్ణి. అందుచేత ఈ నిరంతర ప్రతికూలత నా రచనపై నాకు ఉన్న అభిరుచి, అంకితభావాన్ని అడ్డుకుంటున్నట్లు అనిపించేవి.

ఆ సమయంలో నేను రచన ద్వారా ఆలోచనలను బయటకి తీసుకురావడం అనే శక్తిని కనుగొన్నాను. ఒక రోజు, నేను అంతగా వెలుతురు లేని నా గదిలో కూర్చొని, నా రచనకు ఏ మాత్రం విలువ ఉంటుందా అనుకుంటూ కూర్చున్నాను. కాగితంపై ప్రతికూల ఆలోచనలను రాయమని నిర్ణయించుకున్నాను. నేను నా మనసులో వున్న ప్రతికూల ఆలోచనలను కాగితం మీద రాయడం మొదలుపెట్టాను. అది నా అనుమానాల భారాన్ని నా మనస్సులోంచి కాగితంపైకి తరలిస్తున్నట్టుగా అనిపించింది. నా ప్రతికూల ఆలోచనలు అక్షర రూపంలో కాగితం మీదకు చేరినప్పుడు, ఒక మార్పు జరిగింది. నా ఆలోచనలను బయటనుండి గమనించినప్పుడు, అవి చాలా చెత్తగా కనిపించాయి. నేను నిజంగా నా జీవితమంతా వాటిని మోసుకుతిరుగుతున్నానా?

ఒకసారి ఆ ఆలోచనలుండి బయటపడ్డాక, వాటితో వ్యవహరించడం చాలా సులభంగా అనిపించింది. అవి కేవలం పదాలు మాత్రమే. కానీ నా తలలో అవి పెద్ద పెద్ద బండరాళ్లలా అనిపించేవి. నేను నా స్వంత రచనను సవరించినట్టుగానే నా పెన్ను వాటిపైన పెట్టి వాటిని "సవరించవచ్చని" నాకు అర్థమయ్యింది. నేను రెడ్ పెన్నును తీసుకొని వాటిని సవరించడం ప్రారంభించాను. నిజానికి, కొన్ని నిమిషాల తరువాత నాకు ఒక అద్భుతమైన యోచన వచ్చింది – నేను కాగితంపై రాసినవి విలువ కలిగినవి కాదు. వాటిని సవరించడానికి ఏమీ లేదు – అవి అన్నీ చెత్తే. నేను కాగితాన్ని మడిచిపెట్టి చెత్తబుట్టలోకి విసిరి పారేశాను.

నేను నా రచనను మరింత పరిశీలనాత్మకంగా చూడటం ప్రారంభించాను. నేను అర్థం చేసుకున్నదేమంటే నా ఆత్మ విమర్శలు

స్వయంగా నాకు నేను అవసరమైనట్టుగా భావించాను. ఈ ఆలోచనలను బయటకి తీసుకురావడం ద్వారా, నేను వాటిని దూరం నుంచి పరిశీలించగలుగుతున్నాను. నా ఆలోచనలలో దోషాలను పెద్దదిగా చూపించడం, చేసిన పనిపట్ల అనుమానాస్పదంగా ఉండే నా అలవాటును గమనించాను. ఆ ఆలోచనలు మళ్లీ మళ్లీ వస్తుంటాయి, కానీ నేను వాటిని మరింత సీరియస్ గా తీసుకోలేదు. “మీరు ఇక్కడ ఏం చేస్తున్నారు? మీరు చెత్త కుండీలో ఉండాలి కదా?”

సంభావ్య ఆలోచనా మార్పును ప్రోత్సహించడం

ఈ సాధన మన మానసిక ప్రక్రియలలో మళ్ళీ మళ్ళీ, చిక్కిరిబిక్కిరిగా తిరిగే ఆలోచనా నమూనాలను అడ్డుకుంటుంది. దాంతో ప్రత్యామ్నాయ దృష్టికోణాలకు, ఆరోగ్యకరమైన ఆలోచనా ప్రాసెసింగ్‌కు ప్రదేశం ఏర్పడుతుంది.

మీరు అతిగా ఆలోచించడం, ఆందోళనలో చిక్కుకు పోవడం, ఒక పరీక్ష గురించి అనవసరమైన ఆందోళన, అంగీకరించిన పనులపట్ల భయం, కంగారు కలుగుతున్నాయని అనుకోండి. ఇలాంటి ఆలోచనలు మీలో శక్తిని నశింపజేస్తాయి. మీలో అనవసరపు ఒత్తిడి కలుగజేస్తాయి. అలాంటి ఆలోచనలు మీ మెదడులో స్ఫురించగానే మీరు వెంటనే వాటిని ఒక కాగితంపై రాయండి.

ఆ తర్వాత రూపాంతర దశ వస్తుంది: ఈ రాసిన ఆలోచనలను వదిలివేయండి. ఇది మీ మనసును బాధిస్తున్న ప్రశ్నల సమాహారాన్ని వదిలివేయడంలా ఉంటుంది. మీరు ఆలోచనలు రాసిన ఆ పేపర్‌ను చింపేసి, బంతిలా మడిచి చెత్త బుట్టలో వేయండి. (మీరు డ్రమెటిక్‌గా భావిస్తే దాన్ని కాల్చేయవచ్చు కూడా).

ఈ ఆందోళన, అతి ఆలోచనకు దారితీసే పునరావృత, అనుపయోగకరమైన ఆలోచనలను అడ్డుకోవడంలో యీ పద్ధతిలో ఉన్న శక్తి ఉపయోగంగా ఉంటుంది. మీరు ఆందోళనను మీ మనసులో తిరుగుతూ ఉండే పాత ఆలోచనలకు తావు కల్పిస్తారు. ఇది మానసిక విరామాన్ని అందిస్తుంది, ప్రత్యామ్నాయ కోణాలను పరిగణించడానికి లేదా మీ మనసుకు విశ్రాంతి ఇవ్వడానికి అవకాశాన్ని సృష్టిస్తుంది.

అధ్యాయం 11

ఆ కదలికను తీసుకోండి - ఏదైనా చేయండి!

"పని చేయడం కంటే ఎక్కువగా ఆందోళనను తొలగించే విషయం ఏమి లేదు."

— **వాల్టర్ ఆండర్సన్**

ఇప్పుడు, మనం వాల్టర్ ఆండర్సన్ యొక్క సూచనలను మార్గదర్శకంగా తీసుకుంటూ, అతని శక్తివంతమైన జ్ఞానాన్ని పరిశీలిద్దాం. అతని ఆలోచనలు ఒక సాధారణ సత్యాన్ని వివరిస్తాయి: మనం మన స్వప్నాల గురించి సంబంధిత చర్యలు తీసుకుంటున్నప్పుడు, మనం కేవలం ఆలస్యం చేసే లోపాలను మాత్రమే కాదు, మనపై బలంగా ఆధిపత్యం చేస్తున్న ఆందోళనను కూడా వదిలిపెడతాము.

దానిని ఇలా అర్థం చేసుకోండి: ఆలోచన మరియు చర్యలు రెండు పరస్పర విరుద్ధమైన విధానాలు కాబట్టి ఇవి ఒకే సమయంలో ఒకే వ్యక్తిలో ఉండలేవు. మీరు చర్యలో ఉన్నట్లయితే, మీరు ఆలోచన చేయడం కుదరదు. ఒకవేళ మీరు ఆలోచన చేస్తూవుంటే, మీరు చర్య తీసుకోలేరు. దీని కారణంగా, "నేను మొదట భయపడ్డాను, కానీ ఒకసారి మొదలు పెట్టిన తరువాత అది సక్రమంగా వచ్చింది. కొంత సమయం తర్వాత నాకు ఆనందం కలిగింది" అని ప్రజలు అంటారు.

సానుకూల ఫీడ్‌బ్యాక్ మెలికను సృష్టించడం

ఒక్క క్షణం ఊహించండి. మీరు మంచి ఆరోగ్యం కోసం ఉన్న క్లాసిక్ అన్వేషణ ఊహించుకోండి. మీరు తరచుగా వ్యాయామం చేస్తూ, ఆరోగ్యకరమైన ఆహారం తినాలని సంకల్పించగానే, మీరు ఒక మార్పు చేసుకున్న ప్రయాణాన్ని ప్రారంభిస్తారు. మీ శరీరంలో మార్పులు రావడం మొదలు అవుతుంది. మీరు అద్భుతంగా మారుతున్నట్టుగా మీకు అనిపిస్తుంది. ప్రతి వ్యాయామంలోనూ, తీసుకుంటున్న పోషక ఆహారంలోనూ మీ ఆరోగ్యంపట్ల మీకు ఆధిపత్యం ఉందని, మీరు మీ ఆరోగ్యాన్ని నియంత్రించుకోగలుగుతారు. ఆ విధంగా ఒకే సమయంలో ఒక ఎంపిక. ఒక రోజులో ఒకేసారి!

అలెక్స్ రచయిత్రిగా మారాలని కలలు కంటుంది. కానీ ఆమెకు ముందుగానే అనేక సందేహాలు పీడిస్తూ ఉండేవి. ఆమె ఒక పబ్లిష్ చేసిన రచయితగా మారడం అనేది కేవలం ఒక నెరవేరని కలగా అనిపించేది. ఆవిడకు అనేక ప్రశ్నలుండేవి: ఆమెకు నిజంగా రచయిత్రిగా మారే ప్రతిభ ఉందా, ప్రింట్ మీడియా ఆవిడ రచనలను బ్రతకనిస్తాయా, ప్రజలు ఆమెను ఆటపట్టిస్తారా, యూత్, ఆడల్ట్ ఫిక్షన్ రాయాలా, లేకపోతే ఆమె ఎంతగానో ప్రేమించే - కవిత్వం మీద పనిచేయాలా? కానీ అలెక్స్ ఆందోళనతో ఉన్నప్పుడు, ఒక విషయం మాత్రం జరగట్లేదు: 'రాయడం'. ఆమె తర్వాత నిర్ణయించుకుంది. ఆమె మిగతా సందేహాలన్నీ వదిలిపెట్టి ముందు రచన చేయడంపై దృష్టి కేంద్రీకరించాలని అనుకుంది. ఆ ఆలోచన రావడమే తడవుగా ఆమె కనీసం మూడు వందల పదాలు ప్రతిరోజూ రాయాలని సంకల్పించింది, వర్షం వచ్చినా, ఎండ కాసినా ఏది ఎలా వున్నా రాయాలని నిశ్చయించుకుంది. ఆపైన ఆమె ఇతర ఆలోచనలను పట్టించుకోలేదు.

కాలం గడిచేకొద్దీ, ఆ పదాలు వ్యాసాలుగా, వ్యాసాలు అధ్యాయాలుగా మారాయి. సూర్యకాంతిలో మెల్లమెల్లగా వికసిస్తూ తోటలోని పువ్వులు వృద్ధి చెందుతున్నట్లుగా ఆవిడ రచనలు వృద్ధి చెందాయి. తరువాత, ఆవిడ కలగన్న క్షణం రానే వచ్చింది. అలెక్స్ యొక్క రచనలు ప్రచురించబడ్డాయి. ప్రశంసలు వెల్లువెత్తాయి. ఆ వెంటనే నోబెల్ బహుమతి గెలిచిందా లేకపోతే మిలియన్ల డాలర్లు సంపాదించిందా? కాదు, ఖచ్చితంగా కాదు. కానీ ఆమె ప్రతి రోజు రచన చేసుకుంటూ, ఆమె రచనా వ్యాసాంగం అభివృద్ధి చెందింది. ఒక విషయం మాత్రం ఆవిడకు స్పష్టంగా అర్థమైంది. ఆమె చిన్న చిన్న అడుగులు

వేసినా, ఆమె ఇంట్లో కూర్చొని, ఆందోళనతో ఏమీ చేయలేకపోవడం కంటే ఎక్కువగానే సాధించింది.

ఒక్కటే గుర్తుంచుకోండి. మీరు మీ కథలో కథానాయకుడిగా మారాలనుకుంటే, ఆందోళనను ప్రక్షాళనం చేసి పని చేయడాన్ని మీ చేతుల్లో తీసుకోండి. అప్పుడు అదృష్టం మీదే!

పనులు చేయడం ద్వారా మీ ఆందోళనలను తగ్గించడం

"ఈ రోజు కాదు, మిత్రుడా!" అని ఆందోళనకు వీడ్కోలు చెప్పడం ఊహించుకోండి.

నేను మీతో ఒక వ్యక్తిగత కథను పంచుకుంటాను. అప్పటి రోజుల్లో, స్వంత వ్యాపారం ప్రారంభించటం గురించి నాకు భయంగా ఉండేది. వ్యాపారంలో అనిశ్చితి ఎక్కువగా ఉంటుందనేది ఆ భయం. కానీ నేను నా భయాన్ని ప్రత్యక్షంగా ఎదుర్కోవాలని స్పష్టమైన నిర్ణయాన్ని తీసుకున్నాను. అది అంత సులభంగా జరగలేదు. కానీ నా వ్యాపారంలో ప్రతి విజయవంతమైన నిర్ణయం నా ఆందోళనను క్రమంగా తగ్గిస్తూ, గొప్ప విజయంలా అనిపించింది. నా వ్యాపారం అభివృద్ధి చెందుతూ, నా ఆత్మవిశ్వాసం పెరిగి పోతున్నప్పుడు, నేను కేవలం భయాన్ని అధిగమించటమే కాదు, వ్యాపార ప్రపంచంలో ఆనందాన్ని కూడా అనుభవించాను.

ఈ విధంగా మీరు కూడా ఒక మార్గాన్ని సృష్టించుకోవాలంటే, మీరు ఎప్పుడూ కష్టపడిన ఆందోళనలను నేరుగా చర్యలుగా లేదా ప్రశ్నలుగా మార్చుకోవడం. ఉదాహరణకి:

"నేను లాభం చేసుకోవడం మొదలుపెట్టే లోపుగానే నా పొదుపు మొత్తం పూర్తిగా నష్టపోతానేమో?"

ఈ భావాన్ని ప్రశ్నగా చెప్పుకోండి:

"నేను లాభం సంపాదించే ముందుగానే నా పొదుపు మొత్తం పోగొట్టుకుంటానా?"

ఈ ప్రశ్నకు నిజమైన సమాధానం ఒక్కటే: "నాకు తెలీదు" వెంటనే మనం కొంత మానసిక దూరంలోకి వెళ్లిపోతాము. "బుర్రలో తిరిగే" ఆలోచనలను సవాల్ చేస్తాము. మనం ఇంకా ముందుకు వెళ్లి, ఈ

ప్రశ్నను మనకు వాస్తవమైన చర్యలు తీసుకోవడంలో సహాయపడేందుకు ఉపయోగించవచ్చు:

"నా దగ్గర ఎంత పొదుపు ఉంది?"

"అది నాకు ఎంతకాలం సరిపోతుంది?"

"నేను దాన్ని ఎక్కువ కాలం ఎలా కొనసాగించగలను?"

"నేను త్వరగా లాభం సంపాదించడానికి ఏమి చేయగలను?"

ఇప్పటికే, మన భయం ఎంతో ఉపయోగకరమైనదిగా మారింది. ఈ ప్రశ్నల గురించి (భయపడకుండా) కొంతకాలం ఆలోచించిన తరువాత, మీరు కొన్ని దృఢమైన చర్యలు తీసుకోవాలని నిర్ణయించుకుంటారు:

1. మీ దగ్గర ఉన్న అన్ని పొదుపులను ఒక్కటిగా కుదించుకోండి, మీరు ఏమి పనిచేస్తున్నారో తెలుసుకోండి.
2. కనీస బడ్జెట్‌ను లెక్కించండి.
3. ఈ బడ్జెట్‌ను ఇచ్చినప్పుడు మీ పొదుపు ఎంతకాలం కొనసాగుతుందో చూడండి.
4. మీ వ్యాపారం త్వరగా ప్రారంభించడానికి మార్గాలను అన్వేషించడం మొదలు పెట్టండి, కొంత ఆదాయం పొందడం ప్రారంభించండి.

ఇప్పుడు, మీరు ఆందోళన చెందాల్సిన అవసరం లేదు. మీరు కేవలం చర్య తీసుకోవాలి. మీరు ఆందోళనతో ఉంటే, అది మీకు వాస్తవమైన చర్యగా ఉపయోగపడకపోతే, వెంటనే దానిని: విడిచిపెట్టండి!

మరెప్పుడైనా, మిమ్మల్ని వెనక్కి నెట్టే భయాన్ని ఎదుర్కొంటున్నప్పుడు, ఈ విషయం గుర్తు పెట్టుకోండి: చర్య అనేది ఆందోళనకు వ్యతిరేకమైన ఒక ఆయుధం. మీ హృదయంలోని నీడలలో దాగున్న ఎలాంటి భయాలనైనా అఖండమైన సంకల్పంతో గెలవండి. మీరు మీ కథకు రచయిత, మీరు తీసుకునే ప్రతి చర్య మీ అద్భుతమైన జీవితపు క్యాన్వాస్‌పై ఒక బ్రష్‌స్ట్రోక్.

అధ్యాయం 12

"అయితే ఏంటి?" అనే దానిలో జ్ఞానం

"నేను స్వయంగా చెడగొట్టడానికి అనుమతి యిచ్చుకుంటాను...
ఇది నాకు చాలా విముక్తి కలిగిస్తుంది."
— జాన్ గ్రీన్

కాబట్టి, నేను జాన్ గ్రీన్, *The Fault in Our Stars* అనే ప్రతిష్టాత్మక పుస్తకం రచయితను ఆత్మవిశ్వాసానికి గురి అయిన ప్రపంచాన్ని మీకు గైడ్‌గా పరిచయం చేస్తున్నాను. ఆయన మాటలు కేవలం జ్ఞానపు ముత్యాలు మాత్రమే కాదు; అవి ఒక చిలిపి మార్గదర్శకుడి యొక్క ఆటపాటగా మనకు ఒక ప్రయాణాన్ని ప్రారంభించమని కోరుతూ ఆహ్వానించడమేనని భావించవచ్చు. ఈ ప్రయాణం సాధారణం కాకుండా, జీవితంలోని అందమైన లోపాలతో నేర్పించే ప్రయాణం.

ఔత్సాహిక విఫలతను స్వీకరించడం

ఇది ఊహించుకోండి: అప్పుడప్పుడే నేర్చుకుంటున్న ఒక చిత్రకారుడు ఖాళీ క్యాన్వాస్ ముందు నిలబడి ఉన్నాడు. ప్రతి బ్రష్ స్ట్రోక్ గురించి భయపడకుండా, తన బ్రష్‌లను ధైర్యంగా కట్టిపడేసుకుంటున్నాడు. మాంత్రికుడు మాదిరిగా రంగులను క్యాన్వాసుపై విరజిమ్ముతున్నాడు. క్యాన్వాస్ పై వేస్తున్న ప్రతి స్ట్రోక్ ఒక గొప్ప కళాఖండం కాబోతున్నదని అతనికి తెలుసు. అయితే అది కొన్నిసార్లు అది ఒక సర్రియలిస్టు వంటకం మాదిరిగా చెడగొట్టిన చిత్రంగా

కూడా ఉండవచ్చు. కానీ ముఖ్యమైనది ఏమిటంటే—'వారు చిత్రిస్తున్నారు'. 'వారు చేస్తూ ఉన్నారు'. వారు తమ జీవితాలను భయం ఆవహించేందుకు కాస్తయినా అవకాశం ఇవ్వడం లేదు.

నేను మిమ్మల్ని జాన్‌కు పరిచయం చేస్తాను. అతను చాలా బిడియస్తుడు. తన గుండెలో ఒక భావన ఉంది - తిరస్కరణ అతనిని చంపుతుందని అనుకుంటాడు. అతనో చక్కని అమ్మాయితో స్నేహం చేయాలని బాగా కోరుకుంటాడు, కానీ అతనికి భయం ఏమిటంటే అతనిని మహిళలు తిరస్కరిస్తారని! అతను డేటింగ్ కోచ్‌లు ఇచ్చిన అన్ని సలహాలను తీసుకున్నాడు, కానీ అవి ఎందుకూ పనికిరాలేదు. అన్నిటికంటే ముఖ్యమైనదేమిటంటే: ధైర్యంగా ఉండండి, చిలిపిగా ఉండండి, ఆత్మవిశ్వాసంతో ఉండండి.

నిజంగా వీటికి వ్యతిరేకమే నిజమని జాన్ నమ్ముతాడు. ఒక రోజు అతని స్నేహితుడు అడిగాడు, "నువ్వు ఎందుకు భయపడుతున్నావు? ఎవరైనా ఆడపిల్ల నిన్ను తిరస్కరించిందా? అయినా అదేమంత పెద్ద విషయం కాదు. మరో అమ్మాయి నీ వెంటపడే అవకాశం ఉంది. అయినా యిదంతా ఎవరికీ పట్టదు." ఇది జాన్ లోపల ఆలోచన కలిగిస్తుంది. అతని ఇబ్బంది, అతను ఆత్మవిశ్వాసంతో ఉండలేకపోవడంలో లేదు. అతని ఇబ్బంది ఏమిటంటే, అతను విఫలమయ్యేలా ఉండలేకపోతున్నాడు.

అందువల్ల అతను ఒక నిర్ణయం తీసుకుంటాడు. ఒక ఉదయం, అతను ఒక అజెండాతో బయలుదేరుతాడు: కనీసం 50 మంది అమ్మాయిలతో మాట్లాడి, వాళ్లందరి చేతా నిర్ధారణగా తిరస్కరించబడాలి! ఈ ప్రణాళికలో, మీరు సాధ్యమైనంత వైఫల్యానికి ప్రయత్నిస్తున్నారని గుర్తించే అంశాలు ఉన్నాయి. జాన్ బయటకు వెళ్లాడు. కొంతమంది అమ్మాయిలతో మాట్లాడాడు. వాళ్లందరూ అతనిని తిరస్కరించారు. అతనికి ఎలాంటి ఆశ్చర్యం కలుగలేదు. ఇది అతను ముందుగానే ఊహించాడు. అసలు, యింకా చెప్పాలంటే తిరస్కరించబడటం అతనికి సాధారణంగా ఉన్నప్పటికీ చాలా బోరింగ్ గా కూడా ఉంది.

ఇప్పుడు, నేనిలా చెప్పబోతున్నాను, అతను కలుసుకున్న 50వ అమ్మాయికి అతనంటే మోజు వేసి వెంటనే ప్రేమలో పడిపోయింది (ఇది రొమాంటిక్ కామెడీ కాదు!), కానీ నేను చెప్పగలిగేది ఏమిటంటే, ఈ

ప్రయోగం తరువాత, జాన్ లో కొంత మార్పు వచ్చింది. అతను తనలో తప్పులుండడాన్ని అంగీకరించాడు. అందరూ అతన్ని ఇష్టపడాలని లేదని తెలుసుకున్నాడు. అతనికి భయాలు, బలహీనతలు ఉన్నా, ఒక తప్పిదాలున్న మానవుడిగా జీవించడానికి అనుమతి వుంటుందని తెలుసుకున్నాడు. ప్రపంచంలోకి చూస్తే, అది కొంత భయంకరంగా ఉండొచ్చు కానీ, దానితో సంబంధం పెట్టుకోవడానికి ధైర్యాన్ని తెచ్చుకున్నాడు.

ఈ కొత్త మనోభావంతో, అతనికి తాను మరింత ఆత్మవిశ్వాసంతో, మరింత ఊరటతో, తక్కువ భయంతో ఉండగలనని అర్థమయింది. అదీగాక — అవును, మీరు ఊహించారు! — ఈ ఆలోచన అతనిని మరింత ఆకర్షణీయంగా మార్చివేసింది. ఇప్పుడు ఒక అమ్మాయి అతనికి దగ్గరగా ఉంటోంది. మహిళలు జాన్ ను ఆకర్షిస్తున్నారు. అయితే, అతను చలాకీగా, ఆత్మవిశ్వాసంగా ఉండటం వలన కాదు — అతను మానవుడు, అతను సహజంగా ఉంటాడు. అతను అవసరమైనప్పుడు దుర్బలుడిగా వుండేందుకు అంగీకరించడు. అన్నిటికీ మించి అతను చాలా ఉల్లాసంగా ఉంటాడు!

జాన్ గ్రీన్ యొక్క జ్ఞానం మనకు గుర్తు చేస్తుంది, జీవితం అనేది ఒక అందమైన కేన్వాస్. మనం పరిపూర్ణత అనే బంధాలను తొలగించుకుని ఉండగలిగితే వ్యక్తిగత విశిష్టత కొరకు సాధించే ప్రయత్నం ఒక కళామూల్యంగా మారుతుంది. వివేకపూర్వకమైన విఫలతను స్వీకరించడం ద్వారా, మనం కేవలం ఒక చిత్రాన్ని చిత్రించడమే కాదు; మనం సహనమును, అభివృద్ధి యొక్క ఒక కళాఖండాన్ని సృష్టిస్తున్నాము. అంతేకాక మన యొక్క లోపాలు ఉన్నప్పటికీ, అనూహ్యమైన అందం మీద మనం స్వాధీనం పొందుతున్నాము.

ప్రక్రియ → దాని ఫలితం

మీరు సినిమా థియేటర్లో తాజా బ్లాక్‌బస్టర్ సినిమా చూసిన అవకాశం చివరిసారిగా ఎప్పుడు పొందారు? మీరు మీ పాప్‌కార్న్, చిన్న కారు పరిమాణంలో గుండ్రంగా వున్న సోడా తీసుకొని, మీ గుండె ఆసక్తితో డ్యాన్సింగ్ చేస్తున్నప్పుడన్న మాట! మీకు ప్రశ్న ఇది: మీరు ముగింపులో వచ్చే రోలింగ్ క్రెడిట్స్ మొదలయ్యేసరికి లేచి వెళ్లిపోతారా, లేక ప్రారంభం నుండి ప్రతి ఫ్రేమ్‌ని ఆస్వాదించి, ఒక సినిమా కళాకారుడిగా మీకు మీరు భావిస్తారా?

జీవితం కూడా సినిమా ప్రయాణాన్ని ఆస్వాదించడం మాదిరిగానే ఉంటుంది. మీరు మీ జీవిత కథ యొక్క దర్శకుడిగా ఉండాలని ఊహించండి. 'ప్రతిరోజు' అనేది మీ జీవితపు స్క్రిప్ట్ లో కొత్త సన్నివేశంగా ఉంటుంది. కథ ఎలా ముగుస్తుందో అని మాత్రమే స్థిరపడకుండా, ప్రతి సన్నివేశాన్ని కుతూహలంగా సృష్టించడానికి మీరు ఉత్సాహం చూపించరా? కథలో వచ్చే మలుపులు, పాత్రల యొక్క నిర్మాణం, వృద్ధి, ముగింపువంటివి పటిష్టంగా ఉండాలని మీరు అనుకోవటం లేదా?

నేను మీకు మైక్‌ని పరిచయం చేయాలని అనుకుంటున్నాను. ఆయన నా అత్యుత్తమ సహోద్యోగి, ఒకప్పటి సంపూర్ణతావాదం యొక్క మూర్తిమంత రూపం. అతను అత్యంత చిన్న విషయాలకు కూడా విపరీతంగా బాధపడేవాడు. ఉదాహరణకు, తన అరుదైన పురాతన రబ్బర్ బాతుల సేకరణ పరిపూర్ణమైన వరుసలో నిలబడిందా లేదా అని నిర్ధారించుకోవడం విషయంలో కూడా! అవును, రబ్బర్ బాతులు—మీరు తప్పుగా చదవలేదు!

ఇప్పుడేమో, మైక్ తన జీవిత చిత్రకథను పూర్తిగా మార్చాలని నిర్ణయించుకున్నాడు. అతను పరిపూర్ణ ముగింపుకు ఎదురుచూడటం మానేసి, మార్గంలోని అద్భుతాలను ఆస్వాదించటం మొదలుపెట్టాడు. ఇకపై ప్రతిదీ ఖచ్చితంగా ఉంటుందని నిర్ధారించుకునే ప్రయత్నంలో ఊగిపోతూ ఉండడు. అందుకు బదులుగా, అతను ప్రయాణాన్నే ఆనందించడం ప్రారంభించాడు—కథలో అణిచిపెట్టిన మలుపు లను, వ్యక్తిత్వ పరిపక్వతను (అవును, అతని రబ్బర్ బాతులను కూడా!), అలాగే జీవితంలో ఎదురైన విలువైన పాఠాలను సంతోషంగా స్వీకరించాడు.

ఈ ప్రక్రియ-కేంద్రిత దృక్పథాన్ని అలవరచుకోవడం ద్వారా, మైక్ కేవలం తన ఆత్రుతను తగ్గించుకోవటమే కాదు; అతను తన ప్రయాణంలోని ఉల్లాసం, పరిపూర్ణ ముగింపు అనే మాయభ్రమకన్నా ఎంతో ఉత్సాహభరితమైందని కూడా కనుగొన్నాడు.

అధ్యాయం 13

గతం గడచిపోయింది

"గడచిపోయిన వాటి గురించి ఇప్పటికీ మీరు బాధపడటంలో అర్థం ఏమిటి, గతంలో వాటి గురించి మీరు బాధపడ్డారు కదా, ఇంకా ఎందుకు గుర్తుపెట్టుకోవాలి?"

—సేనెకా

మీరు ఎప్పుడైనా పాత గాయాలు, తప్పులు తిరిగి ఆలోచిస్తూ అగాధంలో చిక్కుకుపోయినట్లు అనిపించిందా? మనందరికి అలాంటి అనుభవం జరిగి ఉంటుంది, కానీ ఇక్కడ ఒక విషయం ఆలోచించండి: దానివల్ల ఏమిటి ప్రయోజనం?

సేనెకా మనకు చెప్పినట్లుగా, గత బాధలపై ఎక్కువగా ఆలోచించడం, అది మన ప్రస్తుత సంతోషాన్ని ప్రభావితం చేస్తే, తక్కువ ప్రయోజనం ఉంటుంది. అందువల్ల, సేనెకా మనలను ప్రస్తుత క్షణానికి దృష్టిని మార్చాలని, మన ప్రస్తుత పరిస్థితులను మెరుగుపరచడానికి మనం చేయగలిగిన చర్యలను అంగీకరించాలని ప్రేరేపిస్తారు.

"నన్ను నా తల్లిదండ్రులు పిల్లవాడిగా చూసుకుంటే తప్ప నేను సంతోషంగా ఉండలేను" అనుకునే తమాషా మాట ఆచారంలో ఉంది. ఇది మార్పు చేయలేని విషయాలపై గాఢంగా ఆలోచించడం ఎంత నిరర్థకమో తెలియజేస్తుంది. విరాగులు మాత్రమే స్పష్టమైన భావోద్వేగాలతో మార్పు జరిగే, మార్పు జరగని విషయాలపట్ల మధ్య తేడాను అర్థం చేసుకోవడంలో ప్రసిద్ధులు. మార్పు సాధ్యమవకపోవడాన్ని గురించి ఆలోచించడం కేవలం

వినోదాత్మక బాధ మాత్రమే! అది మీ శక్తిని మీరు మార్పు చేయగలిగే దిశగా చేయడాన్ని ఫలప్రదంగా తగ్గిస్తుంది.

వాస్తవంగా చెప్పాలంటే, మన గత అనుభవాలను అంగీకరించడం, అవి మన ప్రస్తుత భావోద్వేగాలు, ఎంపికలను నిర్దేశించకుండా ఉండటానికి ఉంటుంది. ఇది నిన్నటి భారాన్ని విడిచిపెట్టి, ఈ రోజు యొక్క అవకాశాలను, అవకాశాలను స్వీకరించడం గురించి ఒక ఆహ్వానం మాత్రమే! ఇలా చేయడం వల్ల, మనం మరింత జాగ్రత్తగా, లక్ష్యబద్ధంగా, సంతృప్తికరమైన జీవితం సాధించగలము.

గతాన్ని విడిచిపెట్టండి

మీరు ఎప్పుడైనా గత జ్ఞాపకాలు, అపరాధాల మధ్య మాయమైన విషయాన్ని గుర్తుకు తెచ్చుకుంటూ ఉన్నారో, వాటిని తిరిగి తిరిగి వింటున్న పాత గ్రామఫోను రికార్డులా ఉండదా? నమ్మండి, నేను కూడా అలాంటి పొగలో చిక్కుకుపోయాను. నేను నిజంగా సమాధానాలు లేని ప్రశ్నలను తరచూ వేసుకునేవాణ్ణి:

"నేను ఎందుకున్నాను?"

"నా జీవితం ఇంత దుర్భరంగా ఎందుకుంది?"

"నేను X పనిని చేయాల్సినప్పుడు Y పనిని ఎందుకు చేసాను?"

"ఇది ఎందుకు సులభంగా జరగలేదు?"

"ఎందుకు" అనే పదం "మీకు సహాయం చేయదు" అని కొందరు చెప్పుకుంటారు. దీనిని చూడండి:

"నేను పాఠశాలలో నిరంతరం వేధించబడేవాణ్ణి. ఆ తరహా వేధింపులు చేసినవాళ్లు ఎందుకు ఎప్పుడూ తప్పించుకోగలుగుతారు?"

మీరు ఈ ప్రశ్నకు ఏం సమాధానం ఇవ్వగలరా? ఇది నిజమైన ప్రశ్న కాదు కాబట్టి దీనికి సరైన సమాధానం అనేది లేదు. మనం దానిని నెమరువేసుకుంటూ మన బొరియల్లోకి వెళ్లిపోవటమే దీనికి సమాధానం.

"వాళ్లు తప్పించుకుని తిరుగుతారు ఎందుకంటే ఉపాధ్యాయులు పట్టించుకోరు. వాస్తవం చూడండి, వాళ్లకి సరిపోయినంత వేతనం యివ్వటం లేదు, కాబట్టి వాళ్లు దేనినీ పట్టించుకోరు. తల్లిదండ్రులు దాని

సంగతి తెలుసుకోవాలని అనుకోవడం లేదు. అందువల్ల, ఈ మొత్తం వ్యవస్థ బలహీనమైన పిల్లవాడి మీద వ్యతిరేకంగా పని చేస్తుంది. ఒక విధంగా ఇది మంచి పాఠం అని అనిపిస్తుంది, ఎందుకంటే మీరు పెద్దవాళ్లుగా పెరిగిన తర్వాత కూడా పెద్దవాళ్ల ప్రపంచం కూడా బలవంతుల గుంపుతో నిండినదేనని, ఒకరి తర్వాత మరొకరు తమకు నచ్చినట్టుగా తప్పించుకుని తిరుగుతూ ఏదైనా చేస్తూనే ఉంటారు"

అదే విధంగా, మనం ఒక చెడు సంఘటనతో ప్రారంభించాము (ఇది, గుర్తుంచుకోండి, ఇప్పటికే అది ముగిసిపోయింది) ఆ చెడు భావనను అందరు టీచర్లు, అన్ని కాలాల్లో, పెద్దలందరూ, మొత్తం కార్యాలయం, ఒక శాతం కూడా వదిలిపెట్టకుండా గతం, భవిష్యత్తు మరియు అన్ని సమయాలకు విశ్లేషించాము. ఇదంతా అలా జరుగుతుంటే, మీరు ప్రస్తుతం మీతో పనిచేస్తున్న మంచి వ్యక్తులను, పాఠశాలలో మీకు సహాయపడిన టీచర్లను, మీ విజయాలను, మీపై శ్రద్ధ గల తల్లిదండ్రులను, మీరు చేసిన వేధింపులను కూడా పూర్తిగా మరిచిపోతారు.

ఈ విధమైన ఆలోచనా శైలి మీ మనసులో మిమ్మల్ని ఎప్పటికీ బాధితుడిగా చేస్తుంది. ఇది మీకు అంత ప్రోత్సాహకరంగా ఉంటుందా?

ఒక గాఢమైన దృక్కోణ మార్పు అవసరం—గత అనుభవాలను అంగీకరించడం, అవి ఎంత అసహ్యంగా, అన్యాయంగా లేదా భయంకరంగా ఉన్నప్పటికీ, ఇవి మీ జీవితాన్ని ఈరోజు ఈ స్థాయిలో రూపొందించడానికి సహాయపడినవిగా పరిగణించండి. అంతకుమించి, మీరు ఎప్పుడూ భిన్నంగా ఉండటానికి, భిన్నంగా అనుభూతి చెందడానికి, భిన్నంగా ఎంచుకోవడానికి స్వేచ్ఛ కలిగి ఉంటారు. ఈ క్షణంలోనే, ఇక్కడే.

ఒకసారి నేను గతాన్ని గతంగా ఉంచుకోవడం నేర్చుకున్నప్పుడు, అది గుడ్డిలో వెలుగులా అనిపించింది. నాలో ఉండే క్షోభ, పదే పదే వెంటాడే పశ్చాత్తాపం, దూరంగా పోవడం ప్రారంభమైంది. అది పీడించే ఆలోచనల చక్రం తగ్గింది.

ప్రతి రోజు, నా గత తప్పిదాల నుంచి నేర్చుకున్న పాఠాలతో ఆశావహ దృక్పథాన్ని పెంచుకున్నాను. నా తప్పు లేని అనుభవాల విషయంలో, వీలైనంతగా వదిలేయడానికి ప్రయత్నించాను.

జాగ్రత్తను వహించటం అనేది ప్రస్తుత ప్రశాంతతకు బాట వేస్తుంది

తరువాత, ఆలోచనలతో గడిచే సమయాన్ని తగ్గించి గత కాలపు ఆలోచనా బంధనాలను విడిపించుకోవడంలో జాగ్రదావస్థ శక్తి గురించి మాట్లాడుకుందాం.

నా జీవితంలో ఒక దశలో, నేను ఒక గత వైఫల్యం గురించి ఆలోచిస్తూ ఉండిపోయాను. నాకు ఒక అవకాశం వచ్చింది, కానీ నేను దాన్ని ఉపయోగించలేకపోయాను. మీకు యిలాంటిదే ఏదైనా జరిగిందా? ఎంత చెడుగానూ, అవమానంగా అనిపించినప్పటికీ, పని పూర్తైంది, ఫలితాలు జరిగిపోయాయి. అందుకు నేను బాధతో నిండిపోయి, పశ్చాత్తాపంతో వేదన చెందాను. ఇలాంటిది మనలో ప్రతి ఒక్కరికి జీవితంలో ఏదో ఒక సమయంలో అనుభవం ఉంటుంది.

ఇది ఇసుకలో కాలు చిక్కుకోవడం మాదిరిగా ఉంటుంది. ప్రతి ఆందోళనకరమైన ఆలోచన నన్ను లోతుగా బురదలోకి లాగుతూ, ప్రస్తుతంలోని విలువైన క్షణాలను దూరంగా కదిలించేసింది. సెనెకా అడిగిన ప్రశ్న జ్ఞాపకానికి వచ్చింది: "గతంలో జరిగిపోయిన బాధలను మళ్లీ జ్ఞప్తికి తెచ్చుకోవడంలో ప్రయోజనం ఏమిటి? "

ఆ క్షణంలో అది కఠినంగా, సంబంధం లేనట్లుగా అనిపించింది. నా మనస్సు వెయ్యి కారణాలతో ప్రతిస్పందించింది– ఈ విపత్తు గురించి మళ్లీ మళ్లీ ఆలోచించడం అవసరమని. కానీ చివరికి ఎప్పుడూ అదే ప్రశ్న మిగిలేది: "ఈ ఆలోచనలు ఎలాంటి సహాయం చేస్తున్నాయి? ఆందోళన పడడం వల్ల గతంలో జరిగిపోయిన దాంట్లో ఏమైనా మార్పు జరుగుతుందా? "

స్పష్టమైన సమాధానం "లేదు" అని మాత్రమే. దాంతో ఒక విషయం స్పష్టమైంది: నేను నా దుఃఖాన్ని నేనే కలిగించుకుంటున్నాను, అది కూడా దానికి ఎటువంటి సరైన కారణం లేకుండా. కాబట్టి, గతం ఎల్లప్పుడూ గతమే! నేను ఆందోళన చెందినా చెందకపోయినా! నేను దానిని ఎంచుకోవడం సరైనది కాదు, అంతే కదా?

క్రమంగా, నా ఆలోచనలు, భావోద్వేగాలను ఎలాంటి తీర్పు లేకుండా గమనించడం నేర్చుకోవలసి వచ్చింది. గత కష్టాల భూతాలు ఎదురుగా

వచ్చినప్పుడు, వాటి అసలు స్వరూపం ఏమిటో అర్థం చేసుకోవడం అలవాటు అయింది: అవి ఇకపై ఆగ్రహభరితమైన, ప్రతీకారమయమైన ఆత్మలు కాదు, నేను ఎన్నో సార్లు చూసిన బోరింగ్ పాత టీవీ షో ఎపిసోడ్‌ల మాదిరిగా!

మనసుకు ప్రస్తుతం ఉండే స్థిరమైన నడవడిక చైతన్యవంతమైన జాగ్రదావస్థ. ధ్యానం, గాఢమైన శ్వాస వంటి సాధనలను అభ్యసించడం ద్వారా నేను ప్రస్తుతానికి కట్టుబడి ఉన్నాను. క్రమంగా, అన్యమయమైన శాంతి నా ప్రియమైన తోడుగా మారింది. నా ఆలోచనలను గమనిస్తూ, నెమ్మదిగా అవి గత కాలపు కలతల నీటిలోకి వెళ్లకుండా మరల్చడం ద్వారా, నేను కేవలం నా మనస్సుపై మాత్రమే కాకుండా, నా జీవితంపై కూడా పునరాధిపత్యాన్ని పొందాను.

అధ్యాయం 14

నిందలను విస్మరించండి

"మనకు ఏదైనా చెడు సంభవించినప్పుడు, మనం చెడ్డ వాళ్లమా లేక ఇతరులు చెడ్డవారా అని ఆలోచనలో పడతాం. ఈ రెండు చర్యలు హానికరమే. అవి నిజానికి వ్యతిరేకంగా పని చేస్తాయి. ఎందుకంటే మనందరము కష్టమైన పరిస్థితులలో మన ప్రయాణాన్ని అత్యుత్తమంగా నడుపుతున్నాం. మనందరం ఎన్నో నేర్చుకోవాలి మరెన్నో విస్మరించాలి."

— డీన్ స్పేడ్

క్రింద ఇచ్చిన రెండు వాక్యాలను సరిపోల్చండి:

1. "నేను బాధపడుతున్నాను."
2. "నువ్వు నన్ను బాధపెట్టావు."

ఇది రెండింటి మధ్య ఉన్న వ్యత్యాసాన్ని ఒక క్షణం ఆలోచించండి.

మనం తరచుగా దోషాన్ని ప్రకటించే ఆటలో చిక్కుకుంటాం. ఏదైనా తప్పు జరిగితే, మనం దాన్ని చేసిన వ్యక్తిని వెతుకుతాం. మనం ఒక రకమైన డిటెక్టివ్‌లా ప్రవర్తిస్తూ తప్పును దగ్గరలోని వాడిని అనుమానితుడిగా నియమిస్తాం - అది మనమే కావచ్చు లేదా తెలియకుండా ఉన్న మరొకరు కావచ్చు.

ఎప్పుడు పరిస్థితులు కష్టంగా ఉంటే, మనం మన అనుభవాలను అర్థం చేసుకోవడానికి మన మీదా లేదా ఇతరులమీదా లేబుల్స్ ని వేయడానికి ఇష్టపడతాము. ఒక బాధితుడు ఉంటే, ఖచ్చితంగా ఒక దుష్టుడి పాత్ర కూడా ఉండాలి కదా?

మీరు ఆందోళనతో కూడిన ఆలోచనలో చిక్కుకున్నప్పుడు, దానికి బాధ్యత వహించే వ్యక్తిని విస్మరించండి. ఇతరులను తప్పు పట్టడం లేదా వారిని శిక్షించడం ఒక విధంగా మీరు కోరుకున్న దానికి దగ్గర చేయొచ్చు. అందుకు బదులుగా నియంత్రణలో ఉండటానికి, పరిష్కారాలపై దృష్టి పెట్టడానికి, పరిస్థితిని యీ క్షణంలో, యీ ప్రదేశంలోనే మెరుగుపరచడానికి మీరు చేయగలిగినదాన్ని చేయడంపై దృష్టి పెట్టండి. అప్పుడు స్వీయ నిందారోపణలో మునిగిపోయే తపనను నిరోధించగలుగుతారు. కేవలం ఇతరుల గురించి ఫిర్యాదు చేస్తూ బాధితుడిగా ఉండటంలో ఆనందాన్ని పొందే వలలో చిక్కుకోవడాన్ని కూడా నిరోధించగలుగుతారు.

వాస్తవం కాని ఆశలు

ముందుగా, మనలో ఉన్న నైతికత లేదా దోషం గురించి తేల్చుకుని ముందుకు వెళ్లే ముందు కాస్తంత ఆగుదాం. జీవితం చాలాసార్లు ఆలోచించిన దానికంటే మరింత సంక్లిష్టంగా ఉంటుంది.

ఒక వ్యక్తిగత కథను యిక్కడ మీతో పంచుకుంటాను. ఒకసారి నేను నా ప్రాజెక్టు పనిలో అనూహ్యంగా విఫలమయ్యాక, నాపై నాకే సందేహం, నన్ను నేనే నిందించుకునే సంక్లిష్ట జాలంలో చిక్కుకుపోయాను. ఈ కథనంలో "దుష్టుడు" పాత్రలో నాకు నేనుగా ఉన్నాను. అది నాకు స్పష్టతను పొందడానికి ఎంతో ఆత్మపరిశీలన చేయాల్సిన అవసరం కలిగించింది.

నేను గాఢంగా ఒకసారి శ్వాస తీసుకుని నా డైరీని తీసుకున్నాను. ఈ అయోమయాన్ని, అసంతృప్తిని కలిగించిన పరిస్థితి వివరాలను జాగ్రత్తగా రాయడం ప్రారంభించాను. ఈ క్లిష్టమైన దారిలో నేను తీసుకున్న ప్రతి దశను జాబితా చేశాను. అది నేను సవాళ్లను ఎదుర్కోవలసిన దారుల దగ్గరకు నన్ను తీసుకెళ్లింది.

ఈ ఆచరణ నా చర్యల స్వభావాన్ని విపక్షంగా అంచనా వేయగలిగే సామర్థ్యాన్ని నాకు కల్పించింది. అవి నిజంగా నా ప్రభావం పరిధిలోకి

వచ్చాయా అని విశ్లేషించాను. జాగ్రత్తగా ఆత్మపరిశీలన చేసుకున్న తర్వాత, నా ఎంపికలు కొంతమేరకు ప్రభావం చూపాయని గుర్తించాను. కానీ అవన్నీ తప్పులు కాదు. క్రమంగా నా తెలుపు నలుపు ఆలోచనలను బూడిదవర్ణంగా చేయగలిగాను.

అప్పుడే కొన్ని ముఖ్యమైన ప్రశ్నలు నాలో నేను వేసుకున్నాను:

- గతంలో నా నియంత్రణలో ఏమి ఉండేది?
- ఇప్పుడు నా నియంత్రణలో ఏమి ఉంది?
- ఇప్పుడు నేను మార్చలేని ఏ విషయంపై దృష్టి పెట్టకూడదు?
- ప్రస్తుత పరిస్థితిని మెరుగుపరచడానికి నేను ఏమి చేయగలను?
- నాలోనూ, ఇతరుల్లోనూ నేను ఏమి క్షమించుకోవాలి?
- ఈ మొత్తం సంఘటన నుండి నేర్చుకోగలిగే పాఠం ఏమిటి?
- ముందుకు సాగడానికి నేను ఇప్పుడు ఏమి చేయాలి?

చివరికి, తప్పు కోణంలో కాకుండా నియంత్రణ యొక్క దృక్కోణంలో ఆలోచించాలని నాకు స్పష్టమైంది. మీ నియంత్రణలో ఏది ఉంది, ఏది లేదు? దేనిని మార్చగలరు, దేనిని మార్చలేరు? ఇది మంచి ప్రారంభ బిందువుగా ఉంటుందని గుర్తించాను.

నాకు కొంతవరకూ స్పష్టమైంది. నేను కొంతమేరకు తప్పు చేశానన్న భావన ఉన్నప్పటికీ, నేను క్షమించలేని దోషిగా ఉండటంలో అర్థం లేదు. కానీ, పరిస్థితిని ప్రాయోజనకరమైన మార్పులు చేయడం ద్వారా, నేర్చుకోవలసిన పాఠాలను అర్థం చేసుకోవడం ద్వారా పరిష్కరించ గలగాలి. నేను తక్షణం ఒక క్షమాపణ చెప్పుకుని, ఆ తప్పులు మళ్లీ పునరావృతం కాకుండా ఉండే విధంగా పని చేయడం ప్రారంభించాను.

ఈ ప్రయాణంలో నాకు ఒక విషయం స్పష్టమైంది, మంచి వారిని, చెడు వారిని గుర్తించడంలో కాలం గడపడం నాకు ఏ మాత్రం ఉపయోగపడలేదు. ముఖ్య గమనిక: మనమందరం కొంతవరకు మంచి వాళ్ళం, మరికొంచెం చెడ్డ వాళ్ళం కూడా!

ఈ ఉపకథ ఒక బలమైన గుర్తుగా పనిచేస్తుంది. ఇది మనలో దయ, మన పరిమితులను అంగీకరించడం, వ్యక్తిగత అభివృద్ధి, భావోద్వేగ ఆరోగ్యానికి ప్రాథమిక మైలురాయిలని గుర్తు చేస్తుంది. జీవితం యొక్క మార్గాలు, వాటి

మలుపుల మధ్య, ఆత్మపరిశీలన యొక్క జ్ఞానం, స్వీయ కరుణ యొక్క చక్కటి ఆలింగనం మనకు ఆదరణను అందిస్తుందని ఆశిద్దాం.

సహానుభూతి యొక్క శక్తి

స్పేడ్ చెప్పిన సూక్తి మనకు చక్కగా గుర్తుచేస్తుంది: మన రోజువారీ చర్యలు, ప్రతిచర్యల దిగువన ఒక సాధారణ మానవ కష్టసాధన దాగి ఉంటుంది. నిందలు వేయడం, ఒకే మోస్తరుగా ఆలోచనలను అనుసరించడం, సంక్లిష్ట పరిస్థితులను అర్థం చేసుకోవడానికి సులువైన మార్గంగా అనిపిస్తుంది. కానీ జీవితాన్ని సరైన దిశగా నడిపించడంలో ఇది విశ్వసనీయ మార్గం కాదు. వాస్తవానికి, మనమందరం సంక్లిష్ట పరిస్థితుల గుండా ప్రయాణిస్తున్నాము. ప్రతి ఒక్కరి జీవితంలో ప్రత్యేక సవాళ్లు ఉంటాయి.

జెఫ్రీ ఒకసారి తన ఆఫీసులో అనుకోకుండా నాటకీయ పరిస్థితులలో చిక్కుకున్నాడు. ఆగ్రహంతో, అసహనంతో అతను తన సహోద్యోగిపై నింద వేసాడు. అయితే, జెఫ్రీ ఆ వ్యక్తిని "దుష్టుడిగా" అభివర్ణించాలనే వాంఛను ప్రతిఘటించాలని నిర్ణయించుకున్నాడు. తక్షణ నిర్ణయాలకు దూరంగా, అతను తన సహోద్యోగి స్థానంలో ఊహించుకుని, అతని జీవితంలోని ఒత్తిళ్లు, డిమాండ్లు, సంక్లిష్టతలను ఊహిస్తూ, అతనిలా ఆలోచించడానికి ప్రయత్నం చేసాడు.

ఆశ్చర్యకరంగా, సహోద్యోగిపై నిందలు వేసిన జెఫ్రీ ఔత్సాహికతతో సన్నిహితమయ్యాడు–ఇది కరుణ, భావన యొక్క మొదటి అడుగు. జెఫ్రీ రోల్-రివర్సల్ ఆలోచన ప్రయోగం చేపట్టినపుడు, పరిస్థితి దృశ్యం మారిపోయింది. అతని సహోద్యోగి నిజానికి తన తల్లిని కోల్పోయిన దుఃఖంలో ఉన్నాడని అతనికి తెలిసింది. ఈ నూతన అవగాహన మరింత కరుణతో కూడిన దృక్కోణానికి మార్గం సుగమం చేసింది, చివరకు పని సంబంధాలలో గణనీయమైన మెరుగుదలకు దారి తీసింది.

ఇది సవాళ్లను హఠాత్తుగా అదృశ్యమయ్యేలా చేయలేకపోయి నప్పటికీ, ఇది సమస్యను వాస్తవంగా, సమర్థంగా పరిష్కరించే అవకాశాన్ని అందించింది. జెఫ్రీ, అతని సహోద్యోగి కలిసి కూర్చుని, చర్చను ప్రారంభించి, ఒకరికొకరు నిశ్శబ్దంగా బాధ పడకుండా అభ్యాసపరంగా చర్యలు తీసుకునే అవకాశం కల్పించారు. జెఫ్రీ వారి పని సంబంధాలను మాత్రమే కాకుండా తన

మనఃస్థితిలో కూడా గాఢమైన మార్పును పొందగలిగాడు. స్వీయ తప్పిదాలపై విమర్శాత్మకంగా ఉండే అతని ప్రవృత్తి గణనీయంగా తగ్గిపోయింది. ఈ అనుభవం కేవలం తమ మధ్య సంబంధాలను మెరుగుపరచడమే కాకుండా, సమాధానపూర్వక దృక్కోణం మరియు భావన యొక్క ముఖ్యతను నిశ్చయంగా గుర్తు చేస్తుంది.

అధ్యాయం 15

అవసరాలు × ఇష్టాలు

"వాస్తవమైన అవసరాలకు, కృత్రిమమైన కోరికలకు మధ్య వ్యత్యాసాన్ని గుర్తించండి. కృత్రిమమైన కోరికలను నియంత్రించండి."

— మహాత్మా గాంధీ

మనం కోరికలు నిండిన ప్రపంచంలో నివసిస్తున్నాము. ప్రతిరోజు "ఇంకా ఎక్కువ, ఇంకా ఎక్కువ" అని కోరుతూనే ఉంటాం. మనం ఈ ప్రవాహంలో, ఈ మాయలో కొట్టుకుపోవడం చాలా సులభం. గాంధీ గారి జ్ఞానాన్ని స్వీకరించడం ద్వారా, మీరు మీ నిజమైన అవసరాలకు, కృత్రిమమైన కోరికలకు మధ్య వ్యత్యాసాన్ని గుర్తించడం నేర్చుకోగలరు. ఏది అవసరం, ఏది అనవసరం అనేది వాటిపై అభ్యాసం పెంచడం ద్వారా మీరు మీ కోరికలకు, అవసరాలకు మధ్య వ్యత్యాసాన్ని తప్పకుండా నేర్చుకోగలరు.

కృత్రిమమైన ఇష్టాలు × వాస్తవమైన అవసరాలు

మీ జీవితాన్ని ఒక నౌకగా ఊహించండి. అది నియతమైన ప్రస్థానంలో ప్రయాణిస్తుంది. మీ ఆరోగ్యాన్ని, శరీరాన్ని పోషించడం అనేది, ఈ నౌకపై ఉన్న సరుకుపై ఆధారపడి ఉంటుంది. ఈ సరుకులో, మీరు మీ నిజమైన అవసరాలను కనుగొంటారు: ఆహారం, గృహం, నీరు మరియు మానవ సంబంధాలు. ఇవి ప్రాథమిక అవసరాలు. ఇవి మీ ప్రయాణాన్ని మాత్రమే కాకుండా, దానిని సజావుగా నడిపించడాన్ని కూడా నిర్ధారిస్తాయి.

అవతలి వైపు, ఈ సరుకులో మరొక అంగం ఉంది — కృత్రిమమైన కోరికలు. ఇవి సమాజం కోసం, ఆకర్షించే ప్రకటనలు, స్నేహితుల ఒత్తిడి వల్ల మీ నౌకపై వేసిన అదనపు బరువు. ఈ కోరికలు ఆస్తులు, స్థాయీ చిహ్నాలు, బహిరంగ ధృవీకరణ పొందే నిరంతర అన్వేషణగా రూపం తీసుకోగలవు. ఈ అదనపు కోరికలు, ఆకర్షణీయమైనవే కావచ్చు, మీ ప్రయాణాన్ని అడ్డుకుంటాయి. దానిని మంద గమనంలో ఉంచడాన్ని చేయొచ్చు. లేదా అలల తాకిడికి అతలాకుతలం చేయొచ్చు, ఒక్కోసారి మునిగిపోవచ్చు కూడా!

ఉదాహరణకు, ఒక విలాసవంతమైన కారు ఉంది. అది అత్యంత ఖరీదైనది, అందమైనది, చూడ ముచ్చటగా ఉంది మరియు హై-ఎండ్. కానీ, ఆ గ్లామర్ మీ ప్రయోజనానికి ఎంతవరకు సేవ చేస్తుంది? అది నిజంగా మీ ఆరోగ్యాన్ని మెరుగుపరచడం చేయగలుగుతుందా? అది కేవలం సమాజపు కాంక్షల మేరకు బలపడిన కృత్రిమ కోరిక మాత్రమే?

ఇప్పుడు, ఆ కారు ఉండటం వల్ల వచ్చే ఆందోళన మిమ్మల్ని యిబ్బంది పెట్టదా? దానికి ఎప్పటికప్పుడు నిర్వహణ అవసరం (అది పాడయితే, ప్రత్యేకమైన భాగాలు జర్మనీ నుండి ఆర్డర్ చేయాలి, వాటి ఖరీదు దాదాపు సెకండ్ హ్యాండ్ కారు ధరగా ఉంటుంది) మరియు పార్క్ చేయడానికి ఒక స్థలం కావాలి. మీరు ఎప్పటికప్పుడు ఆందోళన చెందుతూనే ఉంటారు ఎందుకంటే కార్ వాష్ ప్రత్యేక పెయింట్ ఫినిష్ ను నష్టపరచే ప్రమాదం ఉంటుందని!

"కానీ నన్ను ఏం చేయమంటారు? నాకు కార్ కావాలి, కదా?"

అది నిజం కావచ్చు, కానీ మీరు ఆ కారు 'అవసరం' అనుకుంటున్నారా?

ఇక్కడ ఒక సులభమైన వివరణ ఉంది. ఎప్పుడు అవసరం ఇష్టంగా మారుతుందో తెలియజెప్పే చిన్న ఉదాహరణ ఉంది. టేబుల్ మీద ఒక గ్లాసు ఉంది. మీరు దాహంతో ఉన్నారు. మీకు ఎవరో గ్లాసులో నీళ్లు పోసారు. నిజానికి మీకు సగం గ్లాసు దాహం తీరేందుకు సరిపోవచ్చు. కానీ పూర్తి గ్లాసు మీ దాహాన్ని పరిపూర్ణంగా తీర్చవచ్చు. అందువల్ల మీరు గ్లాసు నిండా నీళ్లు కావాలని కోరుకోవచ్చు. వాళ్లు నీళ్లు పోసారు. గ్లాసు నిండింది. వాళ్లు పోస్తూనే ఉన్నారు. గ్లాసు అంచుల వరకూ నిండిపోయి నీళ్లు పొంగి పొర్లుతున్నాయి. అంతా చిత్తడిగా అయిపోయింది. అయినప్పటికీ వాళ్లు

పోస్తూనే ఉన్నారు. గ్లాసునిండిన ఆ నీళ్లు మీ దాహాన్ని ఎంత మాత్రం తీర్చవు. పైగా ఆ నీళ్లు మీ చుట్టుపక్కల ప్రదేశాన్ని బురదగా చేసే అవకాశం ఉంది.

మీ దాహం తీరడానికి మీకు ఒక గ్లాస్ నీరు అవసరం. దీని కంటే ఎక్కువగా తీసుకోవడం 'కోరిక' మాత్రమే—'కోరిక' అనేది మీకు 'అవసరం' అందించిన దానికంటే మరేదీ ఇవ్వలేదు.

మీ జీవితంలో మీరు ఏం కోరుకుంటున్నారు, ఏం అవసరమవుతుంది? మీకు కలిగే ఆందోళన ఎంతమేరకు కోరికల కారణంగా వస్తుంది? అవసరాల వల్ల మాత్రం కాదు.

అలలను అధిగమించడం

మీకు నిజంగా అవసరం లేని విషయాల పట్ల అదుపు చేయలేని కోరికలు ఎదురైతే, గాంధీజీ ఇచ్చిన సర్వకాలమైన జ్ఞానాన్ని గుర్తుంచుకోవడం ఎంతో ముఖ్యం. ఆయన సూత్రాన్ని సముద్రం యొక్క అలల మధ్య నావికత్వానికి ఉపమానంగా చూడవచ్చు. ఈ కోరికలను నిరోధించడం అనేది అలలను ఎదిరించడం లాంటిది, ఇది చాలా త్వరగా మీ శక్తిని ఖర్చు చేస్తుంది. కానీ ఈ అలలపై ప్రయాణించడం నేర్చుకుంటే, మీరు ఎంతటి ఆటంక సముద్రాలను సైతం నైపుణ్యంగా అధిగమించగలుగుతారు.

కోరికను అలగా పరిగణించండి. ఒక అల ఆరంభమై వేగంగా పెరగడం, తర్వాత నెమ్మదిగా తగ్గిపోవడం కోరికల సహజ స్వభావాన్ని సూచిస్తుంది. ఈ అలలను ఎదుర్కొనే విఫల యత్నం చేయకుండా, ఒక జిజ్ఞాసువువలె వాటిని దూరంగా ఉండి పరిశీలించండి. మీకు అవసరం కాని దేనినైనా కోరుకునే కోరిక మీపై పడితే, దానిని గమనించండి, కానీ తక్షణ చర్యలు తీసుకోవడం మానుకోండి. గుర్తుంచుకోండి, కోరికలు కూడా అలల మాదిరిగానే నశించేవి. అవి వస్తాయి, కానీ వెళ్లిపోతాయి; అవి ఎప్పటికీ నిలిచి ఉండవు.

ఉదాహరణకు, మీకు చిప్స్ తినాలనే కోరిక వస్తే, ఆ కోరిక కలిగినప్పుడు గమనించండి. దానిని దాని నిజమైన స్వభావంగా గుర్తించండి—అదే, కృత్రిమ కోరికగా. చిప్ బ్యాగ్‌ను వెంటనే తీసుకోవడానికి బదులుగా, ఓపిక చూపండి. మీ దృష్టిని వేరే కార్యకలాపాలకు మళ్లించండి లేదా కొన్ని గాఢమైన

శ్వాసలు తీసుకోండి. మీకు గమనించగలుగుతారు, అది ఒక అల మాదిరిగా పెరిగి, తర్వాత తగ్గిపోతుంది.

యువకుడిగా నేను సామాజిక మాధ్యమాల మీద కామెంట్ల కోసం నిరంతరం దాహంతో ఉండేవాడిని. నేను నిరంతరం నా ఫోన్‌ను చూస్తూ, నవీకరణల కోసం ఎదురుచూసేవాడిని. ఈ ప్రవర్తన నా దృష్టిని మరల్చే విషయం అని నేను తెలుసుకున్నాను, అదీ అలల మాదిరిగానే. తక్షణం ఆన్లైన్‌లోకి వెళ్ళడానికి బదులుగా, నేను వెనక్కి వెళ్లి ఇతర ప్రాముఖ్యత గల పనులలో నా దృష్టిని మళ్లించుకోవడం నేర్చుకున్నాను. నేను ఆ కోరిక ఉద్భవించడం చూసాను, తర్వాత అది తగ్గిపోవడం గమనించాను. ఇది సులభం కాదు. కానీ ప్రతిసారీ, ప్రయత్నించే కొలదీ, అది కొంచెం కొంచెం సులభమైంది. కొంతకాలం తర్వాత, ఈ మార్పు నన్ను శాంతిని పొందేలా చేసింది. ప్రకాశించే మొబైల్ స్క్రీన్‌ల కంటే ప్రాముఖ్యత గల జీవిత ఎంపికలను అమలు చేయగలిగేలా చేసింది.

అధ్యాయం 16

భావోద్వేగం గమనించడాన్ని పెంపొందించుకోవడం

"వియోగిగా మారడం అనేది భావోద్వేగాలను నిర్మూలించడం కాదు, వాటిని మానవీకరించడం"

— నసీమ్ నికోలస్ తాలెబ్

బైరాగులు సమాజంలో చెడ్డ పేరును పొందుతారు: వారి తత్త్వవిచారం మీ భావనలు ఎక్కడైనా దాచి పెట్టడం, లేదా వాటిని ఉన్నట్లు కనిపించకుండా చేయడం గురించి కాదు; వాటిని విలువైన అతిథులుగా మార్చడంలో ఉంటుంది. మీరు మీ కోపాన్ని ఊడ్చి పారేయకుండా, మీరు హాయిగా టీ చప్పరిస్తూ దాని మీద చర్చలు చేస్తూ ఉంటారు.

కాబట్టి, భావోద్వేగాల మానవీకరణ ప్రయాణంలో, మనకు రెండు శక్తివంతమైన సాధనాలు ఉన్నాయి: భావోద్వేగ మార్పిడి మరియు భావోద్వేగ అంచనా. ఇవి మీ భావోద్వేగ సాధనాలు. ప్రతి రోజూ జీవితం యొక్క రోలర్ కోస్టర్‌ను మరింత మెరుగైన శైలిలో, హాస్యంతో, మరింత తక్కువ శక్తితో నావిగేట్ చేయడంలో సహాయపడతాయి. ఇది భావోద్వేగ అణచివేత గురించి కాదు.

భావోద్వేగ మార్పిడి

సరే, ఇప్పుడు భావోద్వేగ మార్పిడి గురించి మాట్లాడుకుందాం—ఇది భావోద్వేగాల అంగీకారం లాంటిది. మీరు ట్రాఫిక్‌లో చిక్కుకున్నట్లుగా

ఊహించండి. మీరు వెళ్లవలసిన సమావేశానికి ఆలస్యం అవుతున్నారు. మీ సహనం వేసవి రోజున ఐస్ క్రీమ్ మాదిరిగా కరిగిపోవడం మొదలైంది. మీరు మీ అసంతృప్తిని ముందున్న కారుకి హాంక్ చేసి బయటపెట్టాలని అనుకుంటారు. కానీ ఆపండి, ఇక్కడ ఒక బైరాగి మాయాజాలం ఉంది.

మీరు కారు హారన్ మోగించడం కాకుండా, మీ కోపానికి మూలాన్ని పరిశీలించండి. ఇది ట్రాఫిక్ కారణం కాదు; మీరు ఇప్పుడు సమావేశానికి "ఆలస్యమైన" వ్యక్తి అయినందువల్ల మీకు కోపం కలిగి ఉండవచ్చు. ఇక్కడ భావోద్వేగ మార్పిడి వచ్చి కాపాడుతుంది. మీరు ఒక గాఢమైన శ్వాస తీసుకుని, కోపంగా మారకుండా, ఆ కోపాన్ని ఉపయోగకరమైనదిగా మార్చండి. మీరు పోగొట్టిన సమయాన్ని తిరిగి పొందటానికి వ్యూహం తీసుకోవచ్చు లేదా మీ రోజువారీ రవాణా ప్రయాణం ఏ విధంగా తక్కువ ఆత్మ హీనంగా చేస్తుందో దాని గురించి ఆలోచించవచ్చు.

భావోద్వేగ మార్పిడి అంటే మీ భావనలు మడిచిపెట్టి చిన్న బాక్స్‌లో పెట్టడం కాదు; వాటితో సృజనాత్మకంగా ఉండటం. మన ట్రాఫిక్ జామ్ ఉదాహరణ మళ్లీ చూద్దాం. అది రోడ్డుపై కలిగిన క్రోధాన్ని ఒక మేథోమథనంలాంటి సెషన్‌గా మార్చడం. ఫలితం? మీరు కేవలం తక్షణ భావోద్వేగ సంక్షోభాన్ని శాంతింపజేయడమే కాకుండా, మీ దారిలో మెరుగైన పరిష్కారాలను సాధించే మార్గాన్ని కూడా తయారుచేస్తారు.

ఈ సాధనంలో ఒక మంచి విషయం ఏమిటంటే, ఇది మీ భావోద్వేగాలపై మీరు అధికారం పొందుతారు. మీరు కోపం, దు:ఖం లేదా అసంతృప్తి యొక్క దయాదాక్షిణ్యాలపై ఆధారపడి ఉండరు. మీరు వాటిపై అజమాయిషీ చేస్తారు కానీ అవి మీపై చేయలేవు. ఈ కొత్తగా సంపాదించిన నియంత్రణ మీ జీవితపు మలుపులను శాంతివంతంగా, వ్యూహాత్మకంగా ఎదుర్కొనగలిగేలా చేస్తుంది. ఇది రాబోయే పరిణామాలను ముందుగా తెలియజేస్తూ ఎక్కువసార్లు మెరుగైన ఫలితాలను తీసుకొస్తుంది.

భావోద్వేగ దృష్టికోణం

ఇప్పుడు మనం వైరాగ్యంలోని రెండవ ఆణిముత్యాన్ని తెలుసుకుందాం: మీ భావోద్వేగ స్పందనలను ముందుగానే ఊహించడం. దీన్ని భావోద్వేగ రిహార్సల్ మాదిరిగా భావించండి. ఇది జీవిత నాటకంలోని అనూహ్య సంఘటనలకు

మానసిక డ్రెస్ రిహార్సల్ లాంటిది. ఇది వర్షం పడే ముందు భావోద్వేగ భీమా కొనడం లాంటిది. ఇది మిమ్మల్ని మరింత వాస్తవంలో ఉంచడంలో, తద్వారా చాలా తక్కువ ఆందోళనతో ఉండటంలో సహాయపడుతుంది.

వైరాగ్యం మనకు ఏమని సూచిస్తుందంటే, మనం అత్యంత దురదృష్టకరమైన పరిస్తితులను ఊహించుకోవాలని, అవి షేక్స్‌ఫియర్ ట్రాజెడీ నాటకాలను గుర్తు చేస్తాయని చెబుతుంది. ఇది ప్రపంచం అంతం కాబోతుందని ప్రకటించే జోస్యంలాంటిది కాదు; ఇది మానసిక సంసిద్ధత గురించి. మీరు జీవితం రంగుల రాట్నంలో వచ్చే భావోద్వేగ హెచ్చుతగ్గులు ముందుగానే ఊహిస్తే, దానితో ఆకస్మికంగా పోరాడటానికి మీరు సిద్ధంగా ఉంటారు. మీరు సిద్ధంగా ఉన్నారు!

మీరు మీ ఆఫీసులో ఒక ప్రెజెంటేషన్ యివ్వాలని అనుకుంటున్నారు. అక్కడున్నవాళ్లంతా మీపై టమాటాలు విసురుతారని ఊహించుకోవటం కంటే ప్రొజెక్టరు అదుపు తప్పిపోతుందని, మీ నాలుక మడతలు పడిపోతుందని, మీరు మాట్లాడే భాషను ప్రజలు అర్థం చేసుకోలేకపోతున్నారని ఊహించండి. ఈ వ్యాయామం స్వీయ-శిక్షణ గురించి కాదు; ఇది ఏమి జరుగుతుందో చూసే మానసిక మరియు భావోద్వేగ సిద్ధత గురించి. మీరు భావోద్వేగ తుఫానులను తట్టుకోవడానికి అత్యవసర ప్రణాళికలు కలిగి ఉన్నారు.

ఇప్పుడు, ఇక్కడొక అద్భుతం జరుగుతుంది. ఈ అత్యంత దురదృష్టకరమైన పరిస్తితులను మానసికంగా రిహార్సల్ చేసుకుంటూ, మీరు వాస్తవాన్ని మరింతగా అనుభవిస్తారు. ఆందోళన, మితిమీరిన ఆలోచనలు వెనక్కు మళ్లుతాయి. ఎందుకంటే, మీరు ఇప్పటికే అత్యంత దారుణమైన పరిస్థితిని చూశారు. మీరు చిన్న చిన్న విషయాలపై అల్లాడిపోరు; ఎందుకంటే మీరు పెద్ద విషయాలకు సిద్ధంగా ఉన్నారు. అందరూ మామూలు పాదరక్షలు వేసుకుని పోరాటం చేస్తున్నప్పుడు ఇది ఒక కత్తి పోరాటంలో బంగారు కవచం ధరించి పోరాడటం లాంటిది.

ఈ సాధన అనేది విరుద్ధమైన ఆలోచనలను ఆలోచించడం కాదు; ఇది మీ మనసులో చీకటిగా ఉన్న మూలలను వెలిగించడం గురించి. మీరు భయంతో జంకడం కాదు; మీరు సిద్ధతతో ప్రేరణ పొందుతున్నారు. మీరు మీ స్వంత భావోద్వేగ సినిమాను ధైర్యంగా నిర్వహించే సూపర్‌హీరోగా మారుతారు.

మీ భావోద్వేగ ప్రతిస్పందనలను ఊహించడం అనేది జీవితంలో చెలామణి అవుతాయి అనే భావనను కలిగి ఉండటంతో సమానంగా ఉంటుంది. ఇది మిమ్మల్ని మరింత స్థితి వైశాల్యంగా, తక్కువ ఆందోళనతో ఉంచుతుంది. మీలో కలిగే మితిమీరిన ఆలోచనలకు పోటీ ఇచ్చేలా చేస్తుంది. కాబట్టి, తదుపరి జీవితం మీకు ఒక అనూహ్య దాడిని ఇచ్చినప్పుడు, మీ అంతరంగంలో ఉన్న వైరాగ్యాన్ని ఉపయోగించి అత్యంత దురదృష్టకరమైన పరిస్థితులను సైతం ఎదుర్కోగలుగుతారు. మీరు నమ్మలేనంత ఆశ్చర్యపోతారు. మీరు మానసికంగానూ, భావోద్వేగంగానూ సిద్ధంగా ఉన్నప్పుడు ప్రయాణం ఎంత సాఫీగా మారుతుందో!

అధ్యాయం 17

గుర్తుంచుకోండి, మీకు గురువు మీరే!

"ఏదైతే మిమ్మల్ని కలవరపెడుతుందో,
అదే మీకు గురువుగా మారుతుంది"

— జాన్ లాక్

మీ కలవరం గురించి తెలుసుకోవడం

మన ఆలోచనల గందరగోళంలో అనేక కలవరాలు దాగి ఉంటాయి, మన భావోద్వేగాలు మనలో ఉన్నట్టుగానే మనం గుర్తించం. కలవరపడటం ద్వారా, కొంతవరకు మనం ఒక భయానకమైన పరిస్థితిపై నియంత్రణ కలిగినట్లు అనుకుంటాం. కానీ సత్యం ఏమిటంటే, కలవరం అనేది సాధారణంగా మన సేవకుడు కాదు. అది మన యజమానిగా ఉంటుంది — మనం కలవరపడుతూ గడిపే ప్రతి నిమిషం, మన మానసిక స్థితిలో, అమరికలేని, అప్రయోజనకరమైన, అనిశ్చితమైన స్థితిలో గడిపే మన సమయమే. మనం సమస్యలను పరిష్కరించడానికి, సృజనాత్మకంగా ఆలోచించడానికి, మనం ఆనందించడానికి లేదా అవకాశాలను గుర్తించడానికి ఎంత ఎక్కువగా కలవరపడితే, అంత తక్కువగా వెసులుబాటు కలుగుతుంది.

ఒక సున్నితమైన అంశం గురించి దగ్గర వాళ్లయిన మిత్రులతో ఒక హృదయపూర్వకమైన సంభాషణకు ధైర్యంగా ఉపక్రమించారనుకోండి. జిమ్నాస్టిక్స్ చేసినప్పుడు మన పొట్ట ఏ విధంగా ఉంటుందో అలా ఉంటుంది. అన్ని వివరాలు, సంభావ్య ఫలితాలను (అంటే, కలవరపడటం) గురించి ఆలోచించే బదులు, ఒక క్షణం సమయం తీసుకొని, "నేను దీని గురించి

కొంత భయపడుతున్నాను" అని ఒప్పుకోండి. అది మీ ఆత్మవిశ్వాసానికి ఒక స్నేహపూర్వక స్వాగతంగా పరిగణించండి. అది అకస్మాత్తుగా ప్రారంభం కాదు, ముగిసిపోదు కూడా! అది కేవలం ప్రస్తుత కాలంలో మీ అవగాహనలో ఉన్న ఒక విషయం మాత్రమే.

మీ కలవరాన్ని గుర్తించి ఒక ఒప్పందం ఇచ్చిన తర్వాత, తదుపరి చర్య అత్యంత అవసరమైనది: మీ మానసిక దృష్టిని మరొక చోటకు మార్చండి. మీరు కలవరపడటం, ఎప్పటికప్పుడు కొనసాగుతున్న వాస్తవ దృశ్యంలా ఉంటుంది; దానిలో "తదుపరి ఎపిసోడ్" బటన్ లేదు. మీరు దాన్ని ఆటోమాటిక్‌గా తదుపరి ఎపిసోడ్‌కు మార్చుకుంటారు. ఒకదాని తరువాత మరొకటి. బదులుగా, మీ మానసిక ఛానెల్‌ని అనుకుంటూ మార్చండి, ఇది మీకు శాంతియుత నియంత్రణ భావనను తీసుకు వస్తుంది.

ఆ సంభాషణలో, మీరు మీ కలవరాన్ని అంగీకరించి, దానికి గేర్లు మార్చే నిర్ణయం తీసుకోండి. మీరు ఒక కప్పు టీ తీసుకోండి, ఒక మంచి పుస్తకం చదవడంలో మునిగిపోయి ఉండండి, లేదా మీకు యిష్టమైన మరే పనిలోనైనా నిమగ్నమై ఉండండి.

మీరు ప్రస్తుత పరిస్థితి గురించి ఏదైనా చేయగలరా? ఒకవేళ చేయగలిగితే, వెంటనే దాన్ని చేయండి.

ఒకవేళ, చేయలేకపోతే, మీరు తక్షణమే మరొక ఉపయోగకరమైన లేదా ఆనందకరమైన విషయంవైపుగా మీ మేధస్సును దారి మరల్చండి. మీరు మీ మేధస్సును సంభాషణలో గజిబిజిగా తిరగకుండా పర్యవేక్షించండి. మీరు ఈ కలవరాన్ని మీకు ఉపయోగకరంగా మార్చకోగలరా అని పరీక్షించండి. "హేయ్, నేను ఏదైనా మరచిపోయానా? నేను యిక్కడ ఏదైనా మిస్ అయ్యానా?" మీరు ఈ ప్రశ్నలకు సమాధానమిచ్చిన తర్వాత, ముందుకు సాగండి. మీరు నిజంగా సంభాషణకు సిద్ధంగా ఉంటే గనుక మీరు చెప్పాలనుకున్నది, మీకు అవసరమైనది తెలుసుకుంటే, ఉదాహరణకి, మీ మెదడుకి ధన్యవాదాలు చెప్పాలని ఊహించుకోండి, కానీ మీరు దానికి చెప్పండి, మీరు ఇకపై దాని "సహాయం" అవసరం లేదనీ, మీరు ఇక్కడ నుండి పరిస్థితులను నిర్వహించగలరని దానికి చెప్పండి.

ఈ దృక్కోణంలో మీరు కలవరాన్ని ఎప్పటికప్పుడు మరింత ఉపయోగకరమైన దానిగా మార్చుకుంటారు. లేదా మీరు దానిని

ఉపయోగపడేదానిగా, ఆంగీకారం, సమస్య పరిష్కరణకు మార్చుకుంటారు. లేదంటే మీరు దానిని మీ సమయాన్ని మరింత బాగా గడపడానికి గుర్తుంచుకోగలిగేలా ఉపయోగించుకుంటారు.

ఆందోళన అనేది కేవలం ఆలోచన మాత్రమే కాదు

ఇప్పుడు మరో అంశానికి వెళ్ళదాం: ఆందోళన అనేది మనస్సులోనే పరిమితమై ఉండే ప్రక్రియ కాదు. అది మనసు, శరీరం, మరియు జీవితం మొత్తం కలిసిపోయే నాటకంలో ఒక రంగం. జాన్ లాక్ చెప్పిన దాని ప్రకారంగా, ఆందోళన కేవలం ఆలోచన మాత్రమే కాకుండా, మన చర్యలను, ప్రవర్తనను, చివరకు మన జీవిత గాథను ప్రేరేపించే ఒక నాటకమంతటి అంశం. మీ ఆలోచనలు మీ భావాలను ప్రభావితం చేస్తాయి, మీ చర్యలను మారుస్తాయి, అవి మీరు జీవిస్తున్న ప్రపంచాన్ని కూడా తీర్చిదిద్దుతాయి.

మీ ఆందోళన నాటకానికి దర్శకుడిగా ఉండాలని మీరు అనుకుంటున్నారా? భయానికి, ఆలోచనల మదింపుకు ప్రధాన పాత్ర ఇవ్వాలా? ప్రతీ ఆందోళన ఆలోచన ఒక విత్తనాన్ని నాటుతుంది. అది కార్యం, ప్రవర్తన, చివరకు మీ జీవితాన్ని ముందుకు నడిపే మార్గంగా ఎదుగుతుంది. ఇది దాదాపు ఒక డ్రామాకు స్క్రిప్ట్ రాయడంలా ఉంటుంది; మీరు పేజీపై ఏమి రాస్తారో అదే మీరు జీవిస్తారు.

ఒక ఆందోళనతో నిండిన నాటకాన్ని ప్రదర్శన చూసే ప్రేక్షకుడిగా శాశ్వతంగా ఉండాల్సిన అవసరం లేదు. మీరు నియంత్రణ తీసుకొని, ఆ ఆందోళనకు తలొగ్గకుండా, స్క్రిప్ట్‌ను మార్చవచ్చు. ఇది పూర్తిగా వర్తమానంలో ఉండటానికి, అనవసర ఆందోళనలను తగ్గించుకోవడానికి, ప్రశాంత జీవితం గడపడానికి దారితీసే మార్గం.

వర్తమానంలో ఉండటమే మీ ఆందోళన ఆలోచనలకు సరైన ఆయుధం. మీరు వర్తమానంలో పూర్తిగా కట్టుబడి ఉన్నప్పుడు, భవిష్యత్తు గురించి ఆందోళన లేదా అతిగా ఆలోచించడంలో చిక్కుకోకుండా ఉండగలుగుతారు. ఇది ఆందోళన యంత్రాన్ని షట్‌డౌన్ చేయడం, వర్తమాన సందర్భ సంపదను ఆస్వాదించడం వంటిది. వర్తమానంలో ఉండటం అంటే మీకున్న వాస్తవాన్ని కళ్ళతో చూడడం, అంతే కాకుండా ఆ వాస్తవాన్ని న్యాయమైన తీరుగా

అంగీకరించడం. ఏమైనప్పటికీ మీరు వర్తమానంలో, వాస్తవంతో సహచర్యం చేస్తూ ఉంటారు. అంతేగానీ, మీ మెదడులోవున్న పనికిమాలిన విషయాలతో కాదు.

"అయితే ఏంటి" అని మీ బుర్రలో ఎల్లప్పుడూ తిరుగుతున్న ప్రొజెక్టర్‌ను ఆపివేయండి. మనం ప్రస్తుతం ఉన్న దృశ్యంలో చొరబడినప్పుడు, ప్రస్తుత దృశ్యాలను, శబ్దాలను, మరియు అనుభవాలను ఆస్వాదించగలుగుతాము. ఇది భవిష్యత్తు యొక్క అనిశ్చితి నుండి ప్రస్తుత స్పష్టతకు మారే ప్రక్రియ. వర్తమానంపై మీ నియంత్రణ ఉండటం, స్పష్టత కలిగి ఉండటం నిజమైన బలం.

మీ మెదడు చేసే ప్రక్రియలు కేవలం సేవకుడిగానే తప్ప యజమానిగా కాదు అనే విషయాన్ని తెలియజేప్పేందుకు ఒక నిరూపణ చూద్దాం. మీ జీవితం ఒక కార్ అని ఊహించుకోండి. ఆ కార్లో మీరు లక్ష్యం వైపుగా ప్రయాణం చేస్తున్నారు. కార్లో అనేక మంది ప్రయాణికులు ఉంటారు, కానీ డ్రైవర్ ఒక్కరే. మనమందరం సందేహం, ఆందోళన, మరియు భయాలను అనుభవిస్తాం. కానీ ఈ అనుభవాలను డ్రైవర్‌గా అనుమతించాలా? లేక ప్యాసింజర్లుగా ఉంచాలా? మనం పూర్తిగా భయం లేకుండానూ, సంపూర్ణంగానూ ఉండలేక పోవచ్చు కానీ మనలో వున్న భయాన్ని మాత్రం డ్రైవర్ స్థానంలో ఉంచేందుకు యిష్టపడం. డ్రైవర్ మీరే కావాలి; భయానికి కేవలం ఒక ప్రయాణికునిగా మాత్రమే ఉండటానికి అవకాశం ఇవ్వాలి. మీ కళ్లలో వున్న భయానికి చెప్పండి. "నేను నిన్ను చూసాను. నువ్వు ఇక్కడ ఉన్నావు అనేది అంగీకరించాను. కానీ నీకు డ్రైవర్‌గా ఉండే అర్హత లేదు. అది నేను చేయవలసిన పని"

అధ్యాయం 18

భయపడండి. అయినా గానీ పని పూర్తి చేయండి!

"నిర్మలత్వం అంటే మీ చెత్త ప్రయత్నం కూడా బాగానే ఉన్నదని తెలుసుకోవడమే"

—జానీ మిల్లర్

మన మస్తిష్కాలు కొన్నిసార్లు చిత్ర విచిత్రమైన నాటకాలు చూపిస్తాయి. మనం హాలీవుడ్ స్టైల్లో దెబ్బతిన్న పరిస్థితులను ఊహిస్తాం. అవి పూర్తిగా విధ్వంసంతోనూ, అనేక విపత్తులతో నిండిపోయినట్టుగా ఉంటాయి. ఉదాహరణకు, మీరు ఒక పోటీలో పాల్గొన్నప్పుడు, ముందస్తు భయంతో, ఒత్తిడితో మీరు అన్ని రకాల భయంకరమైన ఫలితాలను ఊహించడం ప్రారంభిస్తారు. ఆ ఫలితాలలో మీరు పోటీలో ఓడిపోతారని మాత్రమే కాకుండా, న్యాయనిర్ణేతల చేత తిట్టిపోసి, ఆ పోటీ నుండి పూర్తిగా బహిష్కరించబడతారని, మళ్ళీ ఆ కార్యకలాపాన్ని ప్రయత్నించకుండా ఆపేస్తారని ఊహిస్తారు. చుట్టూ వున్న జనం మిమ్మలని అభాసుపాలు చేసారని మీరు మాత్రం "అయితే ఏంటి?" అనే ఆలోచనలో వున్నట్టుగా ఊహించుకుంటారు. దీనిని మనం 'సృజనాత్మక ఆలోచనలు' అని పిలవవచ్చా? ఆకస్మిక సృష్టివాదానికి మనం స్వాగతం చెబుదాం. ఇతరులు ఇలా చేస్తుంటే గుర్తించడం సులభం. కానీ మనం చేయడంలో ఇది చాలా సీరియస్‌గా అనిపించవచ్చు.

చెత్తని ఊహించడాన్ని మానేయండి

అనిశ్చితి మధ్యలో మనశ్శాంతిని పొందడంలో ఒక ముఖ్యమైన భాగం ఆకస్మిక సృష్టివాదాన్ని చేయకుండా ఉండటం. వాస్తవానికి, జీవితం హాలీవుడ్ చిత్రంలోని విపత్తులా జరుగదు. మనం అర్థం చేసుకోవలసిన మొదటి విషయం అదే! అంతేకాదు, జీవితంలో ఏదైనా అనుకోని విధంగా జరిగితే, అది మీ ఊహించినంత ఘోరంగా ఉండదు. ప్రపంచం పడిపోదు, ఆకాశం పడిపోదు. మీరు పడిపోతే, మళ్ళీ లేచే అవకాశాలు ఉంటాయి. అనిశ్చితిలో శాంతిని పొందటానికి వేయవలసిన మొదటి అడుగు యిదే.

నా అనుభవంలో నేను ఒక రచయితగా, భయానికి గురైన సంఘటనలు అనేకం ఉన్నాయి. నా ఆలోచనలు ప్రస్తుత సమాజానికి సరిపోతాయా?, నా రచనలను ప్రజలు స్వీకరిస్తారా, ద్వేషిస్తారా?, నేను ఘోరంగా విఫలమయితే అప్పుడేం చేయాలి? యిలాంటి అనేక సందేహాలు వచ్చాయి. ఆకస్మిక సృష్టి వాదాన్ని అనుసరించి నేను షేక్స్పియర్ నాటకాలలోని విషాదాల కంటే ఎక్కువగా ఊహించుకున్నాను. కానీ ఆ భయాలనన్నిటినీ పక్కకు గెంటేసి కొన్ని సందర్భాల్లో చెత్తగా అనిపించిన రోజుల్లో కూడా ప్రయత్నించడం ద్వారా విజయం సాధించాను. ఆకస్మిక సృష్టి మనసులో కల్పించిన దృశ్యాలు వాస్తవికత కంటే ఎక్కువ డ్రమాటిక్‌గా ఉంటాయి. కానీ అసలు విషయాలు అంత భయంకరంగా ఉండవు.

సాధారణంగా రచయితలను బాధించే శూన్యత (writer's block) నేను కూడా అనుభవించాను. ఒక్క పదం కూడా విజయవంతంగా రాయలేకపోయాను. నా రచనలు భయంకరంగా ఉంటాయని, అవి ఎప్పటికీ ప్రచురణకు నోచుకోవని అనుకునే వాణ్ణి. అయినప్పటికీ నేను ఎటువంటి అశ్రద్ధ చూపించకుండా రాస్తూ వుండేవాణ్ణి. నేను రాసినవి కొన్ని అద్భుత రచనలుగా పాఠకులు గుర్తించారు. నాకు అప్పుడు తెలిసింది. ఆకస్మిక సృష్టి వాదం కేవలం మన మెదడులో పుట్టే ఒకానొక భ్రాంతి మాత్రమే.

హాస్యాస్పదమైన విషయం ఏమిటంటే, చిన్న చిన్న విపత్తులు జరుగుతుంటాయి - ఇప్పటికీ జరుగుతూనే ఉన్నాయి. కానీ వాటి గురించి నిరంతరం ఆందోళన చెందకుండా, నేను వాటిని ఎదుర్కోవడం, పరిష్కరించడం, చేయగలిగిన స్థాయిలో చర్యలు తీసుకోవడం, మరియు ముందుకు సాగడం సాధ్యమైంది. ఇది "విపత్తు పరిష్కారం" మనకు చెప్పే

అబద్ధం (ఇది రెండు అబద్ధాలుగా చెప్పవచ్చు): ఒకటి, ఎక్కడో పెద్ద విపత్తు జరుగబోతోందని; రెండు, మీరు దానిని ఎదుర్కోలేరని.

నిజ జీవితంలో పరిస్థితులు క్లిష్టంగా ఉంటాయి, కానీ సాధారణంగా, చాలా చెడు రోజుల్లో కూడా, అది శాశ్వతంగా భయంకరంగా ఉండదు. ఎంత చెడ్డ రోజులైనా కొంతకాలం తర్వాత అది సర్దుకుంటుంది. ఏదైనా తప్పు జరిగినా, కొన్ని మంచి విషయాలు కూడా జరగవచ్చు. మీరు విఫలమైనా, అర్థమయ్యే విషయం ఏమిటంటే, ముందుకు వెళ్ళడానికి మార్గం ఉంటుంది. అందువల్ల, మొదటి భాగం నిజం కాదు: సంపూర్ణ విపత్తు చాలా అరుదుగా జరుగుతుంది. రెండవ భాగం కూడా నిజం కాదు: చెడు విషయాలు జరిగితే, మీరు దాన్ని ఎదుర్కొనగలరు. మీరు ముందుకు సాగవచ్చు.

మీరు కూడా చాలా ఉన్నతంగా జీవించగలరు. ఈ పాఠం ఏమిటంటే, మనకు ముఖ్యమైన విషయాలను, మనం వాటిని పూర్వం మాదిరిగా చేస్తూ ఉంటే కూడా, ప్రయత్నించడం మంచి విషయం అని సూచిస్తుంది. విపత్తు పరిష్కారం చేసే ప్రయత్నం మానుకోవడం వల్ల మనం మన భయాలు, అనుమానాల పక్కన శాంతిని కనుగొనగలమని తెలుసుకోవచ్చు.

ప్రయత్నం స్వీకరించడం

బానీ మిల్లర్ చెప్పిన మాట మన దృష్టిని ప్రతికూల ఫలితాలపై మక్కువ పెంచడం నుండి ప్రయత్నం యొక్క విలువను గుర్తించడానికి మళ్లిస్తుంది. మనం చేసే పనులలో ప్రయత్నాన్ని గౌరవించమని, ఫలితాలు ఎలా ఉన్నా దాన్ని చొరవగా గుర్తించమని అది సూచిస్తుంది.

తప్పులు చేయవచ్చు లేదా మన ప్రయత్నాలు అనుకున్న దానికంటే తక్కువగా ఉంటాయన్న భయంతో మనం నిద్రను కోల్పోవడానికి బదులు, ప్రయత్నం చేసిన వాస్తవాన్ని ఆనందంగా గుర్తించాలి. అది విలువైనది – ఎలాంటి ఫలితం వచ్చినా సరే. ఈ దృష్టికోణం మనల్ని మరింత ప్రశాంతంగా, తక్కువ ఆందోళనతో, ఎక్కువ సమర్పణతో ఉండేందుకు సహాయపడుతుంది.

ఇది నా తండ్రి జీవితంలోని ఒక భాగం ద్వారా చూడవచ్చు. తాను ఒక రచయితగా జీవితాన్ని గడిపినప్పుడు, ఆయన నిరంతరం ఫలితాల కన్నా ప్రయత్నంపై దృష్టి పెట్టేవారు. ఆయన నాకు స్ఫూర్తి మాత్రమే కాకుండా

ఫలితాలపై దృష్టి పెట్టకుండా నిరంతరం మనం చేసే పనిపై దృష్టి పెట్టాలనే విషయం నాకు ఆయన వల్లనే తెలిసింది. తరువాత కాలంలో, నా తండ్రి శ్రమ, నిబద్ధత ఫలితాన్ని అందించాయి. యవ్వనంలో ఆయన బెస్ట్ సెల్లర్ రచయితగా ఉండాలని ఎన్నో కలలు కనేవాడు. అయితే విజయం అనేది ఎన్నో ఎత్తుపల్లాలను, అవమానాలను ఎదుర్కోవలసి వచ్చింది.

ఆయనకు ఎలాంటి పరిస్థితులు ఎదురైనా ఆయన నిరంతరం రాయటం మాత్రం వదిలిపెట్టలేదు. తన రచనలు బెస్ట్ సెల్లర్ స్థాయికి వెళ్లినా వెళ్లకపోయినా తన ఆలోచనలను కాగితాలపై ఉంచటం వదిలిపెట్టలేదు. ఆయన చాలా క్రమశిక్షణతో మెలగేవాడు. కష్టపడి పని చేసే వాడు. అదే ఆయనకు అత్యంత విలువ, గౌరవం సంపాదించి పెట్టింది. ఆ విధమైన ఆలోచన ఆయనకు ఒత్తిడిని తగ్గించడమే కాకుండా తను చేసిన రచనలు ఆస్వాదించగలిగే స్థాయిలో ఉంచింది.

కొన్ని సంవత్సరాలపాటు, నా తండ్రి యొక్క పట్టుదల, కళపట్ల అంకితభావం ఫలితాలను ఇచ్చింది. ఆయన తన విజయాలను పొందాడు, మరింత ముఖ్యంగా, అతను ఈ ప్రక్రియలో గాఢమైన తృప్తిని కనుగొన్నాడు. అతను ఎప్పటికీ వెనక్కి తిరిగి చూసి, ఎక్కువ రాయలేదని పశ్చాత్తాపపడలేదు. భయాలు, ఆందోళనలు ఆయనను బాధించకుండా ఎప్పుడూ వాటిని అడ్డుకోగలిగాడు. అది ఆయన శాంతి భాండారం కనుగొన్నట్లుగా అనిపించింది, నిజంగా, ఆయన "వృధా ప్రయత్నం" కూడా మంచి ఫలితం ఇచ్చింది. ఎందుకంటే అతని అంకితభావం, గాఢమైన కాంక్ష ప్రతిబింబించేది.

ఈ దృక్పథం, ప్రయత్నాన్ని ఘనంగా స్వీకరించే దృక్పథం, ఆయనను మరింత సృజనాత్మక, ఆత్మవిశ్వాసంతో కూడిన రచయితగా మాత్రమే కాకుండా, సంతోషకరమైన, తక్కువ ఆందోళనతో ఉన్న వ్యక్తిగా కూడా తీర్చి దిద్దింది. ఇది శక్తివంతమైన గుర్తింపుగా నిలుస్తుంది. మన శాంతి, సంతృప్తి యొక్క సాధనలో, మనం పెట్టే ప్రయాణం, మనం చేసే శ్రమ ఎక్కువగా ముఖ్యంగా నిలుస్తాయి. కేవలం తక్షణ ఫలితాలపై మనం ఎక్కువగా దృష్టి పెట్టేలా కాకుండా. అందుకే, మనం జీవితంలో వైరుధ్యాలు ఎదుర్కొంటున్నప్పుడు, మనం ప్రయత్నించడం, అది మనకు తెచ్చే పెరుగుదలను అనుభవిస్తూ, మన అదనపు ఆందోళన, అత్యధిక ఆలోచనలతో కూడిన భారం లేకుండా వర్తమానాన్ని ఆస్వాదించగలిగేలా గుర్తు పెట్టుకోండి. ఇది నిర్మలత్వం వైపు తెరవబడిన ఒక ద్వారం, మనం దుర్భర పరిస్థితులలో కూడా దాన్ని దాటి వెళ్లవచ్చు!

అధ్యాయం 19

మనకు జరిగేదంతా యిక్కడే, యిప్పుడే వర్తమానంలో జరుగుతుంది

"మనలో వున్న ఆందోళన భవిష్యత్తును మార్చలేదు.
అలాగే పశ్చాత్తాపం కూడా గతాన్ని మార్చలేదు"
—కరేన్ సాల్మన్సన్

ఓహ్! భవిష్యత్తు - అంటేనే అదో ఆకర్షణీయమైన, అనిశ్చితమైన ఊహాజనిత లోకం! మన మనస్సుకు అత్యంత సహజమైనదేమంటే ప్రమాదకరమైన ప్రదేశాలలోకి వెళ్లటం, వైవిధ్యభరితమైన దృశ్యాలు, కలలు కనిపిస్తాయి. అవి ఎలాంటివంటే సుందరమైన దృశ్యాలనుండి భయంకర దృశ్యాల వరకు మన మనస్సు ఊహిస్తుంది. అది దానికి సహజమే. ఆ ప్రదేశంలో, అంటే మనసులో, ఏదైనా జరగవచ్చు. అక్కడ మనం భిన్నంగా ఉండగలమా? చాలా ఉదాత్తంగా ఉంటామా? లేక దారుణమైన పరిస్థితుల్లో ఉంటామా? అక్కడ మన కలలు నెరవేరవచ్చు లేదా శాశ్వతంగా చనిపోవచ్చు. నిజం మాట్లాడితే, భవిష్యత్తు అంటే... ఏమీలేదు. అది నిజమైనది కాదు. అది ఇంకా జరగలేదు.

భవిష్యత్తు గురించి మాట్లాడటానికి మనం భాషను ఉపయోగిస్తాం. కానీ ఇది "ఆహారం" అనే పదాన్ని తినడానికి ప్రయత్నించడంలాంటిది. ఇది ముఖ్యంగా చెప్పుకోవడం అవసరం—భవిష్యత్తు గురించి "ఆలోచించడం" అనే విధానం లేదు. మనం నిజంగా చేయగలిగేది మనల్ని మనం ప్రస్తుతం

పదాలతో హిప్నోటైజ్ చేయడం మాత్రమే. తర్వాత, భవిష్యత్తు వస్తుంది, అది ఎలా ఉండాలో అలా ఉంటుంది... కానీ మీరు దానితో నిమగ్నం అయ్యే సమయానికి, అది కేవలం వర్తమానమవుతుంది.

భవిష్యత్తు ఆందోళనతో మారదు

ఇప్పుడు కాస్త లోతుగా చూద్దాం! సాల్కొన్సన్ చెప్పిన దానిని దృష్టిలో పెట్టుకుంటే మనకు తెలిసేదేమంటే అధిక ఆందోళన పొందినంత మాత్రాన అది భవిష్యత్తులో ఎటువంటి మార్పునూ తీసుకురాలేదని మనం గుర్తించాలి. ఇది యించుమించుగా ఊయల కుర్చీలో కూర్చోవటంలా ఉంటుంది. నిరంతరం ముందుకూ వెనక్కూ కదులుతూ ఉంటుంది తప్ప ఎక్కడికీ చేరుకోదు. ఆందోళన చెందడంవల్ల రాబోయే వాటిపై నియంత్రణ కలిగిస్తున్నట్టుగా భ్రమ కలుగుతుంది, కానీ వాస్తవానికి, ఇది ప్రయోజనం లేని పని. భవిష్యత్తు అనేది మన ఆందోళనతోనూ, బాధతోనూ ఏ మాత్రం సంబంధం లేకుండా తన సొంత పద్ధతిలో ముందుకు సాగిపోతుంది.

ఇది ఆచరణాత్మక పద్ధతిలో ఎలా ఉంటుందో చూడండి. మీరు మీ జీవితంలో కెరీర్ మార్చడం వంటి ప్రధాన నిర్ణయం తీసుకుంటున్నప్పుడు, మీరు విఫలమయ్యే అవకాశాల గురించి, ఆర్థిక అస్థిరతవల్ల కలిగే భయం, "అయితే ఏం జరుగుతుంది" అనే ఆలోచనలతో ఆందోళన చెందవచ్చు. అసలు విషయం ఏమిటంటే: ఈ ఆందోళనల గురించి ఎంత ఎక్కువగా ఆలోచించడం జరుగుతుందో, అంత తక్కువగా మీరు నిర్ణయం తీసుకోగలిగే అవకాశాన్ని కోల్పోతారు. ఎందుకలా జరుగుతుంది? ఎందుకంటే వర్తమాన కాలంలో మీరు సమస్య పరిష్కారానికి లేదా ప్రణాళిక చేయడానికి మీ సమయాన్ని ఉపయోగించాలి. కానీ అందుకు బదులుగా మీరు లేనిపోని విషయాల గురించి మాటలతో మిమ్మల్ని మీరు హిప్నోటైజ్ చేసుకుంటారు. ఆందోళన మానసిక శక్తిని పీల్చే కృష్ణబిలం లాంటిది, మనల్ని పనికిమాలిన స్థితిలో పడేసి, ఏమీ చేయలేని స్థితిలో ఉంచుతుంది.

మీకొక చిన్న విషయాన్ని చెబుతాను. ఎలీనా మంచి ఉద్యోగస్తురాలు. కానీ తను ఆఫీసు విషయాల్లో నిరంతరం ఆందోళన చెందుతూ ఉంటుంది. ఆమె తన పనిలో చేయవలసిన ప్రజెంటేషన్ల గురించి ఎప్పుడూ ఆందోళన చెందుతూ ఉంటుంది. ఆమె దుర్బలమైన పరిస్థితులను ఎప్పుడూ తనలో

ఊహించుకుంటుంది: ప్రెజెంటేషన్ సమయంలో స్లైడ్‌లను చూపేటప్పుడు తడబడి మాట్లాడటం, ఉన్నట్టుండి ఆగిపోవడం, సహచరులు విసుక్కుంటున్న చూపులు ఊహించుకుంటుంది. అంతకంటే ఘోరమైన విషయం ఏమిటంటే, తాను అదుపు తప్పి అక్కడే పడిపోతుందని, మైకం వస్తుందని, అందరూ చూస్తుండగా జారి పడిపోతుందని ఊహిస్తుంది. ప్రతి రాత్రి ఆమె ఆందోళన, భయం, స్వీయ సందేహాలతో ఎత్తైన రంగులరాట్నంలో గజిబిజిగా తిరుగుతుంది. కానీ విషయం ఏమిటంటే – ఈ ఆందోళన ఆమెను ఒక ప్రెజెంటేషన్ మాంత్రికురాలిగా మార్చగలుతుందా? ఎటువంటి స్థితిలోనూ 'కాదు'. అయితే ఆ స్థితి ఆమెను సరిగా ఉండనివ్వకుండా చేయడమే!

ఈ నిజాన్ని అర్థం చేసుకోవడమే మార్పు దిశగా వేయగలిగే తొలి అడుగు. ఆందోళన ఆమెను పూర్తిగా ఆక్రమించకుండా, తన శక్తిని మళ్లించడం ఎంచుకోవచ్చు. ఆమె వర్తమానంలో నిర్మాణాత్మక చర్యలపై దృష్టి పెట్టవచ్చు. ఉదాహరణకు: తను చేసే ఉద్యోగ విషయంలో లోతుగా పరిశోధించడం, తన ప్రెజెంటేషన్‌ను ప్రాక్టీస్ చేయడం, నమ్మకమైన సహచరుల నుండి తను చేస్తున్న పనిపై ఫీడ్‌బ్యాక్ పొందడం. తన శక్తిని ఈ స్పష్టమైన చర్యలలోకి మార్చుకోవడం ద్వారా, ఆమె విజయావకాశాలను మెరుగుపరచడమే కాకుండా, తన పరిస్థితిపై నియంత్రణను తిరిగి పొందుతుంది.

భవిష్యత్తు గురించి ఆందోళన చెందడం అనేది ఒక లీక్ అయ్యే నీటి పంపులా అనుకోండి. పంపులో నుండి నీరు చిందుతోందని ఆందోళన కలిగినప్పుడు, మీరు ఒక రెంచ్ తీసుకుని దాన్ని సరిదిద్దితే సమస్య పోతుంది. వర్తమానంలో చేయదగిన పనులపై దృష్టి పెట్టడం ద్వారా, ఎలీనా తన ప్రెజెంటేషన్ నైపుణ్యాలను మెరుగుపరచడమే కాకుండా, తన ఆందోళనను నిర్వహించడంపై ఒక విలువైన పాఠాన్ని కూడా నేర్చుకుంటుంది.

ఇది భవిష్యత్తులో వీచే గాలులను నియంత్రించలేమని అంగీకరించడం గురించి అయినప్పటికీ మీరు మీ పడవ తెరచాపలను సరిచేసుకోవచ్చు. వర్తమానంలో సరైన పనులు చేయడం ద్వారా, మీరు మీ ముందున్న మార్గాన్ని ఆకృతీకరించుకోవచ్చు. అది మీ కెరీర్ మార్పు, ఒక వ్యక్తిగత సంబంధం, లేదా ఒక పెద్ద జీవిత నిర్ణయం కావచ్చు. ఆందోళన మాత్రమే మీ జీవిత నౌకను నడిపించదని గుర్తుంచుకోండి.

గత పశ్చాత్తాపాల నుండి మిమ్మల్ని మీరు విడుదల చేసుకోవడం

ముందుగా, గడచిపోయిన సంఘటనలను నిరంతరం ఆలోచించడం వల్ల ఇప్పటికే జరిగిపోయిన విషయాలను ఏ మాత్రం మార్చలేమని అర్థం చేసుకోండి. అది పగలగొట్టిన గుడ్డును తిరిగి అతికించే ప్రయత్నంలా ఉంటుంది; ఒకసారి జరిగిందంటే, జరిగిపోయినట్టే! గత కాలం అనేది మనం కేవలం వీక్షకులుగా ఉన్న ప్రదేశం మాత్రమే దర్శకులుగా కాదు. అయితే, మనలో చాలా మంది "అలా అయితే బాగుండేది?" "ఇలా ఐతే బాగుండేది" అనే ఆలోచనలలో చిక్కుకుపోతుంటారు. గత నిర్ణయాల గురించి మన ఆలోచనలు టైమ్ మిషన్‌ను నిర్మించగలవని భావిస్తూ ఉండిపోతారు. కింద పడిపోయిన పాల గురించి ఏడుస్తూ, మన దగ్గర ఉన్న పాల గురించి మరచిపోతాం. దుకాణానికి వెళ్లి మరిన్ని పాలు కొనుక్కోవచ్చని ఆలోచించలేం.

కాని, సాల్మన్‌సోన్ తెలివిగా సూచించినట్టు, పశ్చాత్తాపం చెందడం టైమ్ మిషన్ లాంటిది కాదు; అయితే, అవి మార్గదర్శక సూచికల వంటివి. వాటి ద్వారా చిక్కుకుపోవడం బదులుగా, వాటిని వ్యక్తిగత అభివృద్ధికి విలువైన పాఠాలుగా ఉపయోగించవచ్చు. ఒక్కసారి ఊహించుకోండి: మీరు మీకు ఆసక్తి ఉన్న ఫీల్డ్‌లో డిగ్రీ చేయలేకపోవడంపట్ల పశ్చాత్తాపం వ్యక్తం చేస్తున్నారు. మీరు సమయాన్ని తిరిగి వెనక్కి తిప్పలేరు, కానీ మీరు ప్రస్తుతంలో మీ మార్గాన్ని సరిదిద్దుకోవచ్చు. ఒక పాత సామెత చెబుతుంది: "చెట్టు నాటడానికి ఉత్తమమైన సమయం 20 సంవత్సరాల క్రితం. రెండో ఉత్తమమైన సమయం ఇవ్వాల్టి రోజు" ఇది అన్నింటికీ సరిపోతుంది. "నేను యిప్పుడు యీ వయసులో కోర్సు చేయలేను; నేను గ్రాడ్యుయేట్ అయ్యేసరికి యాభై ఏళ్లు అవుతాయి!"—ఇది నిజమే. కానీ ఆ వయసుకు మీరు ఎలాగూ చేరుకుంటారు. కాబట్టి ఆ వయసుకు చేరుకునే సరికి అర్హతను ఎందుకు సాధించకూడదు?

ఈ విషయాన్ని మరింత స్పష్టమైన దృశ్యంతో వివరిద్దాం. మిచెల్ అనే వ్యక్తిని కలవండి. అతను తన యవ్వనంలో చేసిన వ్యాపార ప్రయత్నం విఫలమైనందుకు నిరంతరం బాధపడుతూ ఉంటాడు. ప్రతి రోజు, అతను ఆర్థిక కష్టాలు, కోల్పోయిన అవకాశాలు, ఓటమి చేదు రుచి గురించి మళ్లీ మళ్లీ ఆలోచిస్తూ ఉంటాడు. అతని పశ్చాత్తాపాలు అతని జీవితంపై

పొడవైన నీడను కమ్మేసాయి. అతడిని గతం తాలూకూ జ్ఞాపకాలకు బందీగా మార్చేస్తాయి.

ఇప్పుడు, ఇక్కడే మాయ జరుగుతుంది. మిచెల్ సాల్మన్‌సోన్ ఉపదేశాన్ని పరిగణించాడు. తన పశ్చాత్తాపాలను, పాత జ్ఞాపకాలను వ్యక్తిగత అభివృద్ధికి పాఠాలుగా మార్చుకుంటాడు. ఆత్మగౌరవంలో చిక్కుకుపోవడం బదులుగా, అతను తన ఆ వ్యాపార ప్రయత్నం సమయంలో చేసిన తప్పులను విశ్లేషించడం ప్రారంభించాడు. అతను కీలకమైన విషయాలను గుర్తించాడు: సమగ్ర మార్కెట్ పరిశోధన యొక్క ప్రాముఖ్యత, వ్యాపారానికి అవసరమైన ఒక బలమైన ప్రణాళిక, ఒడిదుడుకులను ఎదుర్కోవడంలో పట్టుదల యొక్క విలువ. దానితో అతను ముందు చేసిన ప్రతీ తప్పును విలువైన, ఉపయోగకరమైన పాఠంగా మార్చుకున్నాడు.

మిచెల్ తన గతం పట్ల కొత్త దృష్టి కోణాన్ని అభివృద్ధి చేసుకుని, ప్రస్తుతంలో బాగా నిర్ణయాలు తీసుకోవడానికి శక్తిని పొందుతాడు. అతను ఒక కొత్త వ్యాపారాన్ని ప్రారంభిస్తాడు. బాగా పరిశోధించిన ప్రణాళికతో, ఒక మార్గదర్శకుడితో, గత తప్పిదాల నుండి నేర్చుకోవాలనే సంకల్పంతో అతని ఆలోచనలు ఉంటాయి. ఈ విధంగా, అతని గత పశ్చాత్తాపాల భారాలు క్రమంగా తగ్గిపోతాయి, అతను తన వర్తమాన ప్రయత్నాలలో మరింతగా పాల్గొంటాడు.

పశ్చాత్తాపం అనేది మనలను బాధించే శిక్షకుడిగా కాకుండా, పాఠాలు నేర్పే ఉపాధ్యాయుడిగా ఉపయోగిస్తే, అది మన వ్యక్తిగత అభివృద్ధికి ప్రేరకంగా మారుతుంది. అది ఒకప్పుడు వెనక్కి చూపిన దిక్సూచి అయితే యిప్పుడు మిమ్మల్ని ముందుకు నడిపే మార్గాన్ని చూపుతుంది. గతం మార్పుకు నోచుకోదని, కానీ అది ఇచ్చే పాఠాలపై దృష్టి పెట్టడం ద్వారా, మీరు పశ్చాత్తాపాల సంకెళ్ల నుండి స్వేచ్ఛ పొందుతారు. మీ జీవితంలో మరింత మమేకమై దానిలో భాగస్వామ్యం అవుతారు. గతం అనే సంకెళ్లను వదిలించుకుని, వర్తమానంలో అభివృద్ధి అనే పతాకాన్ని మీరు ఎగురవేస్తారు.

ఇది మన జీవితంలో బరువుగా ఉన్న గతం తాలూకూ గొలుసులను వదిలిపెట్టి వర్తమానంలో అభివృద్ధి పయనానికి తెర చాపల్ని ఏర్పాటు చేసుకోవటం వంటిది. ఈ మనస్తత్వ మార్పును మీ జీవితంలోని వివిధ అంశాలకు వర్తింపజేసినప్పుడు, మీరు కేవలం వర్తమానంలో ఆలోచించడమే

కాకుండా, తక్కువ ఆందోళనతో ముందుకు సాగిపోతారు. పశ్చాత్తాపం అనేది మీ ప్రయాణంలో ఆటంకాలుగా కాకుండా పైకి తీసుకువెళ్లే మెట్లుగా మారినప్పుడు దానికి గల చెడ్డ గుణం శక్తి కోల్పోతుంది.

అధ్యాయం 20

శ్వాస తీసుకోండి

"శ్వాసను నెమ్మదిగా తీసుకోవడం అనేది భావోద్వేగ తుఫానుల మధ్య ఒక చుక్కానిలాంటిది: ఆ చుక్కాని తుఫానును పూర్తిగా దూరం చేయదు, కానీ అది అదృష్టంగా తుఫాను ముగిసే వరకు మనల్ని స్థిరంగా ఉంచుతుంది"

— రస్ హారిస్

జీవితం ఎన్ని మార్పులతో నిండిపోయి ఉంటుందో తెలుసుకోవడం ఆశ్చర్యకరంగా ఉండదూ! నిలకడలేని నిరంతర అలలు, ఆకస్మిక భావోద్వేగ తుఫానులు అస్తవ్యస్తంగా చేయవా? ఇవన్నీ జీవితంలో ఉన్నప్పుడే మనం ఎంతగానో కలత చెందుతాం. పదేళ్లు లేదా ఇరవై ఏళ్ల క్రితం మిమ్మల్ని భయపెట్టిన విషయాలను ఒకసారి ఆలోచించండి. ఇప్పుడు ఆ విషయాలు ఎంత భిన్నంగా కనిపిస్తున్నాయో చూడండి. రాత్రి వచ్చిన ఘోర తుఫానును మరుసటి రోజు ఉదయాన్నే మేల్కొన్నప్పుడు ప్రశాంత వాతావరణంలో గుర్తు పట్టడం ఎంత కష్టమో అదే విధంగా భావోద్వేగాలు కూడా మారిపోతుంటాయి. మనకు పదిహేనేళ్ల వయస్సులో అత్యంత భయంకరంగా అనిపించిన విషయాలు ముప్పై అయిదేళ్లకు చిన్న విషయాలుగా అనిపించడం సహజం. మన జీవితపు సముద్రంలో అనుభవజ్ఞుడైన నావికుడు చెప్పేది ఒక్కటే: చెడు వాతావరణంలో సైతం నిలబడడానికి నమ్మకమైన చుక్కాని అవసరం.

నెమ్మదిగా శ్వాస తీసుకోవడం ద్వారా మిమ్మల్ని మీరు నిలుపుకోవడం

మొదట, భావోద్వేగ తుఫానును ఎదుర్కొంటున్నప్పుడు, నెమ్మదిగా శ్వాస తీసుకోవడం అనే శక్తివంతమైన పద్ధతిని ఉపయోగించండి. ఇది మీకు స్థిరత్వం కలిగించి భావోద్వేగ అలజడిని తగ్గిస్తుంది. శ్వాస తీసుకోవడం భావోద్వేగాల అల్లకల్లోలంలో కాపాడే ఒక రక్షణ నౌక వంటిది. ఇది సాధారణమైనప్పటికీ అద్భుతమైన పరిష్కారంగా పనిచేస్తుంది.

మీరు జీవితపు ఒత్తిడికి లోనవుతున్నప్పుడు, శ్వాస నియంత్రణ ద్వారా మీరు మళ్లీ స్థిరపడవచ్చు. నేను ఒకసారి పని ఒత్తిడితో బాధపడుతున్నప్పుడు ఈ పద్ధతి ఎలా ఉపయోగపడిందో యిక్కడ చెప్పాలి. ఆ రోజు నాకు ఉన్న గడువు ముగిసిన పనులు విపరీతంగా పెరిగిపోయాయి. నాలో సహనం కోల్పోతున్నట్లనిపించింది. అప్పుడు నేను నెమ్మదిగా శ్వాస తీసుకోవడం ప్రారంభించాను. నెమ్మదిగా శ్వాస తీసుకోవడంలోని మహాత్యం నాకు తెలిసివచ్చింది.

నాలుగు సెకన్ల పాటు లోపల శ్వాస తీసుకొని, ఆరు సెకన్ల పాటు శ్వాసను వెలుపల విడిచాను. ఈ ప్రక్రియను పునరావృతం చేశాను. ఆ శ్వాసలు నా ఆలోచనల అల్లకల్లోల సముద్రంలో నాకు ఒక చుక్కానిలా మారాయి. ఊపిరి తీసుకోవడం, వదిలిపెట్టడం. మళ్లీ మళ్లీ అదే పునరావృతం చేసాను. కొద్ది సేపటికి నా మనసు ప్రశాంతంగా మారింది. మనసులో ముడిపడిపోయిన ఆందోళన మెల్లమెల్లగా మాయం కావటం ప్రారంభమయింది. నా మనసంతా ప్రశాంతత నెలకొంది.

ఆ అనుభవం దివ్య దర్శనం పొందటం వంటిది. నెమ్మదిగా శ్వాస తీసుకోవటం అనేది కేవలం సిద్ధాంతపరమైన విషయమే కాకుండా జీవితంలో ఆందోళనల అలలు ఉధృతంగా పైకెగసినప్పుడు దానిని శాంతపరుస్తుంది. నా శ్వాసను నియంత్రించుకోవడం ద్వారా నా భావోద్వేగాలను కూడా నియంత్రించుకోగలిగాను. జీవితం కష్టాల సుడిగుండంలో చిక్కుకు పోయినపుడు సూపర్ శక్తులను పొందినట్టుగా అనిపించింది.

నేనెప్పుడు భావోద్వేగాల సుడి గుండంలో చిక్కుకున్నా నేను యీ ప్రక్రియను ఉపయోగించటం ప్రారంభించాను. వ్యక్తిగత సవాళ్లు, విభేదాలు, భరించలేనంత సంతోషం, యిలాంటి మనసు భరించలేని ఎటువంటి భావోద్వేగాన్నయినా నియంత్రించగలిగిన ఏకైక సాధనం యీ శ్వాస ప్రక్రియ.

తాత్కాలిక భావోద్వేగాలను ఆహ్వానించండి

మీరు యిక్కడ ఒక విషయం అర్థం చేసుకోండి. తుఫానుల్లాగే భావోద్వేగాలు కూడా తాత్కాలికమైనవే. అవి ఎప్పుడూ మారిపోతూ ఉంటాయి. భావోద్వేగాలను నిరాకరించాలా లేదా వాటిని తగ్గించాలా అనే ప్రయత్నం చేయకుండా, వాటిని స్వీకరించండి. అవి జీవితంలోని సహజమైన భాగమని గుర్తించండి. మీరు తుఫాను కావాల్సిన అవసరం లేదు. మీరు తుఫానులో ఉన్న నావికుడు మాత్రమే.

ఈ భావగర్భితమైన జ్ఞానం, భావోద్వేగాలు తాత్కాలికమని – వడగండ్ల వానల్లాంటి వాతావరణ పరిణామాలతో పోల్చదగినవని – నేను వర్తమానంలో ఉండటానికి, ఆందోళనను తగ్గించుకోవడానికి ఒక గేమ్ ఛేంజర్‌గా మారింది. ఇది నేను అడవిలో ఒక పర్వత యాత్ర చేస్తున్నపుడు నేర్చుకున్న పాఠం, జీవితం స్వయంగా ప్రతిబింబించిన గొప్ప అనుభవం.

వాతావరణం ఎదురుగాలులతో వున్నపుడు నా పర్వత యాత్ర ప్రారంభమైంది. ఒక రకమైన ఉత్సాహం, అలాగే భయం నాలో గూడు కట్టుకుని ఉంది. నేను చేయవలసిన యాత్రా మార్గం అద్భుతమైన దృశ్యాలతో నిండిపోయి ఉంటుంది – సుగంధభరితమైన అడవులు, జాలువారే జలపాతాలు, విస్తృత దృశ్యాలు ఉంటాయి. కానీ గంటలు గడిచే కొద్దీ, అలసట ఆవహించింది, ఆందోళన, స్వీయ అనుమానం నాలోకి చొరబడ్డాయి. నా అంతరంగ స్వరం వెంటనే నేను ఎంతదూరం ప్రయాణించాల్సి ఉందో, ఎంత అలసిపోయానో, గమ్యస్థానం చేరుకోగలనా అనే సందేహాలను బయటపెట్టింది.

అప్పుడు నాకు గుర్తొచ్చింది – భావోద్వేగాలను తుఫాన్లలాగా చూడమని ఇచ్చిన సలహా. ఆందోళన, స్వీయ అనుమానం వంటి భావాలను తిప్పికొట్టడం బదులు, ఆ భావాలను ఒక సహజమైన ప్రతిస్పందనగా గుర్తించాను. ఈ భావోద్వేగాలు నా మనస్సులో తాత్కాలికంగా తేలియాడే మేఘాలని, అవి శాశ్వతం కాదని నాకు నేను చెప్పుకున్నాను.

పర్వతాన్ని అధిరోహించే కొద్దీ, ఒక అసాధారణ విషయం నాకు తెలిసి వచ్చింది. నా భావాలను అంగీకరించిన కొద్దీ, అవి నాపై చూపించే శక్తి తగ్గిపోవడం మొదలైంది. అది ఒక తుఫాన్‌ను సముదాయించడం లాంటిది

– సముద్ర తుఫాన్‌కు తలవంచి, అలల మీద ప్రయాణించడం లాంటిది. నా ప్రయాణాన్ని ఆస్వాదిస్తూ, అసౌకర్యాలను అధిగమిస్తూ ముందుకు సాగిపోయాను.

ఈ పాఠం నా యాత్రలోనే కాకుండా ఆ తరువాత నా నిత్య జీవితంలో కూడా ఎంతగానో ఉపయోగపడింది. నేను సహజంగా నాలో కలిగే నెగటివ్ భావాలను అంగీకరించను. వాటిని ఎప్పటికప్పుడు బయటకు నెట్టేస్తాను. అయితే యిలా చేయడం నా ఆందోళనలను, అతిగా వచ్చే ఆలోచనలను పెంచేవి. అయితే, నెగటివ్ భావోద్వేగాలను తిప్పికొట్టడం బదులు, వాటిని సహజమైన భావాలుగా చూడడం ద్వారా నేను నా జీవితంలో మరింత వర్తమానంలో ఉన్నాను. భావోద్వేగాలు తాత్కాలికమని, వానలో మెరుస్తున్న మేఘాల్లా ఉంటాయని అంగీకరించడం నన్ను మరింత శాంతియుతంగా మార్చింది. ఆలోచించండి – మీరు వడగండ్ల వానను ఎదుర్కొనేందుకు మీ శక్తి మొత్తం వినియోగించి పోరాడుతారా? లేక అలల మీద ప్రయాణించడాన్ని నేర్చుకుంటారా?

భవిష్యత్తుపట్ల భయాన్ని, గతకాలపు పశ్చాత్తాపాలను వదిలిపెట్టి నేను వర్తమానంలో చేయబోయే పనులపై దృష్టిపెట్టాను. నేను నా భావోద్వేగాలతో మమేకమైపోయి వాటిని స్వీకరించడం ప్రారంభించాను. అవి సంతోషం కలిగించేవి అయినా, సవాళ్లను ఎదుర్కోవలసినవైనా, మరెలాంటివైనా స్వీకరించాను. తద్వారా నేను గొప్ప అనుభవాలను సొంతం చేసుకున్నాను. మార్పు చెందిన యీ పరిణామంవల్ల నాలో ఆందోళనలు తగ్గిపోయాయి. అతి ఆలోచనలు దగ్గరకే రావటం మానేసాయి. ఇది ఎలాంటిదంటే జీవితంలో తుఫాను సంభవిస్తున్నప్పుడు ప్రశాంతమైన ప్రదేశంలో ఉండడం లాంటిది.

అధ్యాయం 21

వ్యాకులత - మీదైన శైలిలో ఎదుర్కోండి

అన్నికా డిప్పెల్, జోస్ ఎఫ్. బ్రోష్షాట్, మరియు బార్ట్ వర్కుయిల్ చేసిన ఒక ప్రముఖమైన అధ్యయనం, మనకు వ్యాకులత నిర్వహణ కళపై విలువైన అవగాహనను అందిస్తుంది.

ఈ పరిశోధకులు ఎనిమిది విభిన్న అధ్యయనాలను పరిశీలించారు. దాదాపు వెయ్యి మంది యీ అధ్యయనంలో పాల్గొన్నారు, ముఖ్యంగా మహిళలు. వారి అధ్యయన ఫలితం ఏమిటి? వారు ఒక ఆసక్తికరమైన వ్యూహాన్ని కనుగొన్నారు: వ్యాకులతను వాయిదా వేయడం లేదా ప్రేరణ నియంత్రణ.

ఇది మనకు ఎందుకు ముఖ్యమైనదంటే, ఇది వ్యాకులతను సమర్థవంతంగా ఎదుర్కొనే సులభమైన, శక్తివంతమైన పద్ధతిని వివరిస్తుంది — మన రోజువారీ జీవితంలో నియమితమైన, నిలకడైన నమూనాలను, అలవాట్లను స్థాపించడం. ఇప్పుడు, ఈ వినూత్న దృక్పథాన్ని రెండు రోజువారీ వ్యూహాలతో కలిసి అన్వేషిద్దాం.

మీ వ్యాకులతను నిర్వహించడం

మొదట, మీరు వ్యాకులత గురించి అవగాహనను అభివృద్ధి చేయండి. ఇది మీ ఆలోచనల చీకటి మూలలను వెలుగులోకి తీసుకురావడమే. మీరు నిజంగా వ్యాకులత చెందుతున్నారని గుర్తించడం లాంటిదే. దీన్ని చేయడానికి

ఒక ప్రభావవంతమైన మార్గం ఏమిటంటే మీ వ్యాకులత కలిగించే విషయాల జాబితాను తయారు చేసుకోవడం, దానిని నిర్వహించడం, నిర్దిష్టమైన వ్యాకులత కాలాన్ని ఏర్పాటు చేయడం. ఇది ఎందుకు ముఖ్యమైందో, దాన్ని మీకు ఉపయోగపడేలా ఎలా చేయాలో తెలుసుకుందాం.

చాలాసార్లు, ఆందోళన మన మస్తిష్కం లోపల ఒక నీడలా దాగి ఉంటుంది, కానీ స్పష్టంగా కనిపించదు. మనం దానిని అనుభవిస్తాం, ఇది మనపై ప్రభావాన్ని చూపిస్తుంది, కానీ దాని మూలం ఏమిటి, అది ఎక్కడి నుంచి వస్తోంది అనే దాని గురించి స్పష్టత ఉండదు. వ్యాకులత కలిగించే విషయాలను జాబితాగా చేయడం ద్వారా, మనం ఈ ఆందోళనలను వెలుగులోకి తీసుకురావచ్చు. మనకు వ్యాకులతను ప్రేరేపించే ప్రత్యేక కారణాలు, నమూనాలు, సమయాల గురించి ఎక్కువ అవగాహన పొందుతాం.

ఉదాహరణకు, మీలో వ్యాకులత ఎక్కువగా సాయంత్రం సమయంలో లేదా నిద్రకు ముందు కలుగుతుంది అని తెలుసుకుంటే, ఇది విలువైన అవగాహన. ఎందుకంటే మీ ఆలోచనలపై ఆందోళన కలిగే యీ సమాచారం మీకు ఆ సమయంలో ముందుగా సిద్ధంగా ఉండటానికి సహాయపడుతుంది.

మీలో వ్యాకులత ప్రబలంగా ఉండే సమయాలను గుర్తించిన తర్వాత, దాని కోసం ప్రత్యేక కాలాన్ని ఏర్పాటు చేయండి. ఇది మీరు వ్యాకులతను అనుమతించే ఒక నిర్దిష్ట సమయం, ప్రదేశం మరియు వ్యవధి. ఈ సమయంలో మీరు మీ వ్యాకులతను ఉద్దేశ్యపూర్వకంగా ఎదుర్కొనడం ద్వారా నియంత్రణను పొందుతారు. ఉదాహరణకు, సాయంత్రం 5 గంటలకు ఓ 15 నిమిషాలపాటు వ్యాకులతకు సమయాన్ని కేటాయించండి. ఈ సమయంలో, మీకు వ్యాకులత కలుగుతుందని నిర్ధారించుకోండి. అందుకు సిద్ధంగా ఉండండి. అయితే దానిని నియంత్రించడం ఎట్లా? మీరు మీ ఆలోచనలను నియంత్రించడం ద్వారా మీరు మీ వ్యాకులతను నియంత్రించుకోగలుగుతారు.

వ్యాకులత కోసం మీరు ప్రత్యేకంగా ఒక సమయాన్ని, ప్రదేశాన్ని ఎంచుకోండి. వ్యాకులత కోసం మీరు నిర్దేశించిన సమయం ఎంచుకోండి. ఉదాహరణకు సాయంత్రం 5 గంటలకు పదిహేను నిమిషాలపాటు అని నిర్ణయించుకోండి. ఈ సమయంలో మీరు వ్యాకులత పొందేందుకు మీరు

అధ్యాయం 22

సంప్రదాయంలో ఉపశమనం పొందండి

తెల్ అవివ్ యూనివర్సిటీకి చెందిన పరిశోధకులు నిర్వహించిన ఒక అధ్యయనం ప్రకారం, ఆందోళనను తగ్గించే మహామంత్రం మన రోజువారీ జీవితాల్లో సక్రమమైన, నియమిత పద్ధతులను పాటించే జీవన విధానంలో ఉంటుంది.

చూసీ చూడగానే ఈ ఆలోచన వ్యతిరేకమైనదిగా అనిపించవచ్చు. సాధారణమైన జీవన విధానంలోని నిత్య విధులను పాటించడం అనేది ఆందోళనను ఎలా తగ్గిస్తుంది? ఆశ్చర్యకరమైన విషయం ఏమిటంటే, దీని సమాధానం మనకు అవసరమైన నిర్మాణం, ఊహించగల సామర్థ్యంతో ముడిపడి ఉంది. మన జీవితాల్లో క్రమబద్ధత ఉన్నప్పుడు, మన ఎదుట ఏమి జరుగుతుందో ముందుగా అంచనా వేయగలిగినప్పుడు, మనం అభివృద్ధి దిశగా వికసిస్తాం.

ఈ సందర్భంలో సామాన్య జీవన విధానంలోని నిత్య విధులు మనకు అవసరమైన ఫ్రేమ్‌వర్క్‌ను అందిస్తాయి. అవి మార్గదర్శక దారి దీపాల మాదిరిగా పనిచేస్తాయి, భ్రమను, ఊహించలేని అస్పష్టతను తగ్గిస్తాయి. ఇవి మన ఆందోళనకు బలంగా పని చేస్తాయి. ఇప్పుడు, ఈ అధ్యయనం ఆధారంగా, నిత్య విధుల ద్వారా ఉపశమనం పొందడంలో సహాయపడే రెండు చిట్కాలను పరిశీలిద్దాం.

ఆందోళనను తగ్గించేందుకు స్థిరత్వాన్ని స్వీకరించడం

ఒక చిట్కా మీ రోజువారీ జీవితంలో క్రమబద్ధమైన, సక్రమమైన నిత్య పద్ధతులను స్థాపించడం, వాటి యొక్క విలువను గుర్తించడం. ఇవి, అంటే నిత్య విధులు, మన జీవితంలోని వివిధ రంగాలలో శాంతిని అందిస్తాయి. ఉదాహరణకు, నిద్రలేచే సమయం, నిద్రపోయే సమయం, భోజన సమయాలు, వ్యాయామం మరియు విహార కార్యకలాపాలు.

ఉదయం నిద్రలేవడం అనేది ఒక రొటీన్ లేకుండా జరుగుతుందని ఊహించండి. ప్రతీ రోజు మీరు వేరు వేరు సమయాలలో నిద్ర లేస్తారు. లేవగానే ఏం చేస్తారో మీకు తెలియదు. క్రమబద్ధత లేకపోవడం అసహనానికి, ఆందోళనకు దారితీస్తుంది. ఇప్పుడు, మరొక పరిస్థితిని పరిగణనలోకి తీసుకోండి: నిద్రలేచే సమయాన్ని మీరు స్థిరంగా పెట్టుకున్నారు. నిద్ర లేచిన తర్వాత ఉదయం చేసే పని వరుసలను ఏర్పాటు చేసుకున్నారు. ఇలా చేయడం ద్వారా క్రమబద్ధత అందరికీ సులభతరం చేస్తుంది, అలాగే ఆందోళనను తగ్గించడంలో సహాయపడుతుంది. గమనించండి, ఉదయం నిద్ర లేవగానే చిన్నపాటి స్ట్రెచింగ్‌తో ప్రారంభించడం లేదా హెర్బల్ టీని ఆస్వాదించడం చేయండి. ఈ రొటీన్ మీకు ఒక చుక్కానిగా మారుతుంది. ఇది మీ మెదడుకు రోజు ప్రారంభమవుతోందని సంకేతం ఇస్తుంది, చేయవలసిన పనులను గుర్తు చేస్తుంది. కాలక్రమంలో, ఈ సాధారణ ఉదయపు పద్ధతి ఉదయం ఆందోళనను గణనీయంగా తగ్గించి, ముందున్న రోజుకు సానుకూల వాతావరణాన్ని ఏర్పరుస్తుంది.

స్థిరమైన భోజన సమయం కూడా శక్తివంతమైన ప్రభావాన్ని చూపిస్తుంది. తడబాటుగా గడిచే జీవితంలో, భోజనాలను తరచుగా తొందరగా పూర్తి చేస్తారు లేదా అస్సలు భోజనం చేయకుండా ఉండిపోతారు. ఈ అసంఘటిత భోజన పద్ధతి శారీరక, భావోద్వేగ ఒత్తిడిని మేల్కొలపగలదు. కానీ, భోజనాల కోసం నిర్దిష్ట సమయాలను కేటాయించి వాటిని క్రమంగా పాటించడం ద్వారా, మీరు ఒక రకమైన నిర్మాణాన్ని, పోషకమైన అనుభవాన్ని సృష్టిస్తారు. ఉదాహరణకు, ప్రతిరోజూ ఒకే సమయంలో నిదానంగా భోజనానికి కూర్చొని, అడ్డంకులు లేకుండా మీ భోజనంలోని రుచులు, నిర్మాణాలను ఆస్వాదించడాన్ని ఊహించండి. ఇది

కేవలం ఆరోగ్యకరమైన భోజన అలవాట్లను ప్రోత్సహించడమే కాకుండా, మీ రోజులో ఒక శాంతికరమైన విరామాన్ని అందిస్తుంది. ఆందోళనను తగ్గించడంలో సహాయపడుతుంది.

వ్యాయామం కూడా ఆందోళనను తగ్గించడంలో గణనీయమైన ప్రభావాన్ని చూపిస్తుంది. అనియమిత వ్యాయామ షెడ్యూళ్లు, వ్యాయామం చేయలేని రోజున పశ్చాత్తాపం లేదా అసంతృప్తి భావనలకు దారితీస్తాయి. అయితే, ఉదయం జాగింగ్, యోగా క్లాస్ లేదా సాయంత్రం వెయిట్ లిఫ్టింగ్ సెషన్ అయినా, క్రమబద్ధమైన వ్యాయామ రొటీన్‌ను అలవాటు చేసుకోవడం ద్వారా మీరు జీవితం పట్ల క్రమశిక్షణ, పద్ధతిని సృష్టిస్తారు. శారీరక చర్యను ఎప్పుడు, ఎలా నిర్వహించబోతున్నారో తెలుసుకోవడం ఆందోళనను తగ్గించడమే కాకుండా, ప్రేరణను పెంచుతుంది మరియు మీ జీవన స్థితిని మెరుగుపరుస్తుంది.

విహార కార్యకలాపాలు కూడా మనకు చాలా ఉపయోగ పడతాయి. విశ్రాంతి, స్వయం స్వేచ్ఛ కీలకమైనవే అయినప్పటికీ, హాబీలను, విశ్రాంతి సమయాలను నిర్దిష్టంగా కేటాయించడం అనేది మీకు మరింత సమర్థవంతంగా ఉపశమనం కలుగజేస్తుంది. ఇది పుస్తకాన్ని చదవడం, చిత్రకళ అభ్యాసం చేయడం లేదా సంగీత పరికరం వాయించడం కావచ్చు. ఈ కార్యకలాపాలకు నిర్దిష్ట సమయాలు కేటాయించడం వాటిని మీ జీవితంలో అంతర్భాగాలుగా మార్చుతుంది. ఈ క్రమం మరియు విహారం మధ్య సమతుల్యత ఆందోళనకు ఓ తృప్తికరమైన ఊరట కలిగిస్తుంది.

మీ రోజువారీ జీవితంలో క్రమబద్ధమైన మరియు స్థిరమైన పద్ధతులను పాటించడం ఆందోళనను తగ్గించడానికి ఒక శక్తివంతమైన వ్యూహం. ఉదయం లేవడం, రాత్రి నిద్రపోవడం, భోజన సమయాలు, వ్యాయామం మరియు విహారాల వంటి కార్యక్రమాల్లో క్రమబద్ధతల ద్వారా మీరు జీవితం పట్ల నియంత్రణ, సమతుల్యతను తిరిగి పొందగలుగుతారు. ఈ రొటీన్‌లు మీ మిత్రులుగా మారతాయి. ఆధునిక జీవన శైలిలో గందరగోళం మధ్యలో మీరు స్థిరంగా ఉండి, ప్రతి రోజు మరింత సులభంగా, శాంతితో జీవించేందుకు శక్తిని అందిస్తాయి.

పునరావృత్తిలో ఆందోళన నివారణ కోసం శాంతి పొందడం

ఇంకో శక్తివంతమైన వ్యూహం పునరావృతిలో శాంతిని పొందడానికి అన్వేషించడం. పునరావృతితో సంబంధం ఉన్న కార్యకలాపాల్లో పాల్గొనడం మానసిక శాంతిని, జాగ్రదావస్థలను అందించగలదు. మీరు పూర్తిగా వర్తమాన క్షణంలో మునిగిపోవడానికి, అనవసరమైన ఆలోచనలను తగ్గించుకోవడానికి సహాయపడుతుంది.

పునరావృతి మన జీవితంలో అనేక రూపాల్లో ఉంటుంది. సాధారణ రోజువారీ చర్యల నుండి క్లిష్టమైన హాబీలు, అభ్యాసాలు వరకు. పునరావృతిలో శాంతి పొందడం అనేది అది అందించే శాంతి రిథమ్ మరియు పరిచయంలో ఉంటుంది. మీరు పునరావృత కార్యకలాపాలలో పాల్గొన్నపుడు, మీ మనసు గతం లేదా భవిష్యత్తు గురించి ఆందోళన చెందడాన్ని తగ్గిస్తుంది. దాని స్థానంలో, మీరు వర్తమాన క్షణంలోకి నడిపించబడతారు. అది ప్రతి అనుభవాన్ని పూర్తిగా ఆస్వాదించడానికి అవకాశం ఇస్తుంది.

అల్లికలు, కుట్లు ఒక్కసారి మననం చేసుకోండి. ఇది పునరావృతిలో శాంతి పొందడానిని గుర్తించడానికి ఒక క్లాసిక్ ఉదాహరణ. చేతిలోని సూది యొక్క శాంతమైన కదలిక, అది చేసే పరిచయమైన క్లిక్-క్లాక్ శబ్దం, కనీసంగా ఒక వస్త్రం రూపుదిద్దుకోవడం ఒక ధ్యాన అనుభవాన్ని సృష్టిస్తుంది. మీరు అల్లికలు చేస్తున్నపుడు, మీరు పూర్తిగా దారం యొక్క స్పర్శ అనుభవంలో, చేతులు నృత్యం చేస్తుండగా పనిలోని పురోగతిలో మునిగిపోతారు. ఈ ప్రక్రియలో, మీరు అధిక ఆలోచనల భారాన్ని వదిలిపెడతారు. ఈ కళ యొక్క పునరావృత స్వభావంలో శాంతిని పొందారు.

పునరావృతిలో శాంతి పొందడం ప్రతి రోజు చేసే రొటీన్‌లలో కూడా విస్తరిస్తుంది, ఉదాహరణకు వంట చేయడం లేదా తోట పని. ఈ కార్యకలాపాలు పునరావృత కదలికలు, దశలవారీ శ్రేణిని కలిగి ఉంటాయి. కూరగాయలు కోయటం లేదా మొక్కలు సంరక్షించే సమయంలో మీరు స్పర్శన అనుభవాల్లో, అనుభూతుల్లో మునిగిపోతారు. మీరు ప్రక్రియలో ఉంచిన ఊహా జగత్తులో శాంతిని కనుగొంటారు, ఇక అక్కడ ఆందోళనకు స్థానం లేదు.

అధ్యాయం 23

ఇద్దరు ఒత్తిడితో వున్న మనుష్యులుంటే అక్కడ తక్కువ ఒత్తిడి ఉంటుంది

ఈ రకమైన పరిస్థితి మీరు ఎక్కడైనా విన్నారా? మీరు అత్యధిక ఒత్తిడి కలిగిన ఒక ప్రజెంటేషన్ ఇవ్వబోతున్నారు. మీ గుండె వేగంగా కొట్టుకుంటోంది, మీ చేతులు, కాళ్లు వణికిపోతున్నాయి, మీ మనసు ఆందోళనతో నిండిపోయింది. ప్రపంచ బరువు మీ భుజాలపై పడినట్లుగా అనిపిస్తుంది, ఒత్తిడి, ఆందోళన పట్టుకున్నాయి, కదా?

USC మార్షల్ స్కూల్ ఆఫ్ బిజినెస్‌లో ప్రొఫెసర్ సారా టౌన్స్‌ఎండ్ నాయకత్వం వహించిన ఒక అధ్యయనం ఈ అధిక ఒత్తిడి యొక్క క్షణాలు చాలా సాధారణమైనవిగా చూపిస్తుంది. ఈ క్షణంలో, మీరు మీ స్వంత శత్రువులతో పోరాడుతూ ఒంటరిగా ఉన్నట్లు అనిపించవచ్చు, కానీ నిజం ఏమిటంటే, ఆందోళన, ఒత్తిడి ప్రతి ఒక్కరికి అనుభవం అవుతాయి. కానీ, దీన్ని గుర్తించడం మీకు అందుకు తగిన విధంగా పోరాడడంలో సహాయపడగలదు.

ఒత్తిడితో కూడిన పరిస్థితుల సమయంలో మనుషులు తమ భావాలను ఎలా నిర్వహిస్తారో టౌన్స్‌ఎండ్ అధ్యయనం చేసింది. ఆమె 52 మంది మహిళా విద్యార్థులను ప్రసంగాలు ఇవ్వడానికి ముందు తమ భావాల గురించి మాట్లాడేందుకు కోరింది. ఆమె చేసిన పరిశోధనలోని ప్రధాన విషయాలు ఒత్తిడిని నిర్వహించడంలో, మానసిక స్థితిస్థాపకతను పెంపొందించడంలో కీలకమైన పాఠాలను అందిస్తున్నాయి.

ఇక్కడొక విషయం: మీ భావాల గురించి ఒకే విధంగా అనిపించే వ్యక్తితో మీరు మాట్లాడితే, అది మీ ఒత్తిడిని తగ్గించడంలో సహాయపడుతుంది. ఊహించండి, మీరు ఇద్దరూ ఒక పడవలోనే ఉన్నారు. మీరు ఇద్దరూ అలజడిగా వున్న నీటిపై ప్రయాణిస్తున్నారు. ఆ పరిస్థితి ఎంత భయంకరంగా ఉందో ఒకరితో ఒకరు మాట్లాడినప్పుడు, మీరు ఒంటరిగా ఉన్నట్లు అనిపించదు. మీరు ఇద్దరూ కలిసి పడవను పైకి తేల్చడంలో ఉన్నట్లుగా భావిస్తారు. ఈ "టీమ్ వర్క్" భావన ఒత్తిడిని గణనీయంగా తగ్గిస్తుంది. ఆందోళనలో ఉన్నప్పుడు ఒకరితో ఒకరు మమేకమవడం మీకు తగిన మానసిక శక్తిని అందిస్తుంది.

భావోద్వేగ మద్దతు పొందడం

పరిస్థితులు కఠినంగా ఉన్నప్పుడు, ఒత్తిడిని నిర్వహించడంలో అత్యంత సమర్థవంతమైన వ్యూహాలలో ఒకటి భావోద్వేగ మద్దతును పొందడం. ఇది ముఖ్యంగా మీరు ఎదుర్కొంటున్న క్లిష్టమైన పరిస్థితుల్లో, మీతో భావోద్వేగంగా అనుభూతులను పంచుకునే సహచరులు లేదా స్నేహితుల నుండి మద్దతును కోరడం ద్వారా సాధ్యమవుతుంది. ఈ మద్దతు ఒక శక్తివంతమైన ఒత్తిడి నుండి ఉపశమనం పొందే పద్ధతిగా పనిచేస్తుంది. ఇది స్నేహం మరియు అనుభవాన్ని పంచుకునే భావనను అందిస్తుంది. ఒంటరితనపు భావన తగ్గిపోయి, మీరు సమూహంలోనే ఉన్నామనే నమ్మకాన్ని కలిగిస్తుంది. తద్వారా మీరు మరింత ఆత్మవిశ్వాసంతో, మానసిక శక్తితో సవాళ్లను ఎదుర్కొనగలుగుతారు.

ఒక క్లిష్టమైన ప్రాజెక్ట్ లోపల మీరు భాగమైనట్లు ఊహించుకోండి. ఇది మీ ఉన్నతమైన క్లయింట్లకు కీలకమైన ప్రజెంటేషన్‌ను అందించడానికి బాధ్యత వహిస్తుంది. ప్రజెంటేషన్ తేదీ సమీపిస్తుండగా, మీ ఆందోళన స్థాయిలు పెరుగుతాయి. ఆ సమయంలో మీరు అనేక ఒత్తిడులు ఎదుర్కున్న ఒక సహచరుడికి చేరుకోవాలని నిర్ణయించుకుంటారు. అతనితో మీ ఆందోళనలను పంచుకుంటారు. ఆశ్చర్యకరమైన విషయం ఏమంటే, వారు మీ భావాలను అర్థం చేసుకుంటూ తమ అనుభవాలను జ్ఞప్తికి తెస్తారు – చల్లబడిన చేతులు, వేగంగా కొట్టుకునే గుండె గురించి తమకు తెలుసునని చెబుతారు. ఈ పంచుకునే క్షణం మీ ఒత్తిడిని తగ్గిస్తుంది. ఇది మీకే కాకుండా

వారికి కూడా ఒక సామాజిక బంధం, మద్దతు, ఎల్లప్పుడూ ఒంటరిగా ఉన్నామనే భావనను తగ్గిస్తుంది.

దీనివల్ల మనకు అర్థమయ్యేదేమిటంటే మనం అనుభవించిన ఒత్తిడి తరహాలోనే మరో వ్యక్తి కూడా అటువంటి ఒత్తిడిని ఎదుర్కొంటే (ఉదాహరణకు, విడాకులు లేదా హింస), వారు PTSD (పోస్ట్-ట్రామాటిక్ స్ట్రెస్ డిసార్డర్)కు గురయ్యే అవకాశాలు ఎక్కువగా ఉంటాయి. కానీ, ఒక సహజ ప్రమాదం (ఉదాహరణకు, వరద లేదా భూకంపం) వంటి సామూహిక అనుభవాన్ని ఎదుర్కొన్నవారు ఎక్కువ మెరుగ్గా సర్దుకుంటారు. సంఖ్యలో బలం అనే భావన ఇక్కడ ప్రకాశవంతంగా కనిపిస్తుంది. అంతేగాక పంచుకున్న అనుభవం మనకు మానసిక బలం కలిగిస్తుంది! అయితే, దీని అర్థం, మీరు మరొకరితో కలిసి భయాందోళనలను పంచుకోమని కాదు. ఇది ఖచ్చితంగా గుర్తుంచుకోవలసిన ముఖ్యమైన విభజన. మద్దతు కోసం చూడటం మరియు ప్రతికూల భావాలను పెంపొందించే వ్యక్తులతో సంబంధాలను కలుపుకోవడం మధ్య స్పష్టమైన తేడా ఉంది.

వ్యక్తులు చెప్పిన దానిని వినటం వల్ల కూడా భావోద్వేగ బంధాలను కలుపుకోవచ్చు

మరో ముఖ్యమైన విషయం ఏమిటంటే ఎదుటి వ్యక్తులు తమ భావోద్వేగాలను మీతో పంచుకున్నపుడు వాళ్లు చెప్పింది శ్రద్ధగా వినండి. అలా చేస్తున్నపుడు మీరు కేవలం వాళ్ల మాటలను మాత్రమే కాకుండా వాళ్లు అనుభవించిన భావోద్వేగాలను కూడా అర్థం చేసుకుంటారు. వాళ్లు చెప్పిన దానికి ఆటంకం కలిగించరు. వారి భావోద్వేగాలపై తీర్పులు చెప్పరు. అలా చేయటం వల్ల వారి భావోద్వేగాలకు విలువనివ్వటమే కాకుండా వారిని సరిగా అర్థం చేసుకుని వారిని ప్రోత్సహిస్తారు. వాళ్ల చర్యల పట్ల సామరస్యాన్ని, సహానుభూతిని అందిస్తారు. దానివల్ల మీతో మాట్లాడిన వ్యక్తికి, మీకూ మధ్య చక్కటి భావోద్వేగపు బంధం ఏర్పడుతుంది. ఇదంతా జరుగుతున్నపుడు మీరు ఆందోళన చెందటం, అతిగా వచ్చే ఆలోచనలు చేయటం వంటివి చేయరు.

మీ స్నేహితురాలు ఎమిలీ మీ మీద ఎంతో నమ్మకంతో తను కార్యాలయంలో అనుభవించిన తీవ్రమైన ఒత్తిడిని మీతో పంచుకుంది. పని విషయంలో ఎమిలీ ఎంతో ఒత్తిడి అనుభవించింది. ఎందుకంటే ఆ ప్రాజెక్ట్

చాలా ముఖ్యమైనది. ఆమె భావోద్వేగాలను మీరు అర్థం చేసుకున్నారు. ఆవిడలోని ఒత్తిడికి మీరు ఏదో ఒక పేరు పెట్టి ఆమెలో వున్న ఒత్తిడిని మరింత పెంచడం కంటే, మీరు ప్రత్యేకంగా చేసేది ఏమీ లేకపోయినా, ఆమె చెప్పింది శ్రద్ధగా వింటే ఆమెలోని ఒత్తిడిని మాయం చేయగలుగుతారు.

మీరు ఎమిలీతో కూర్చుని, ఆమె కళ్లలోకి చూస్తూ ఆమె చెబుతున్న దాని పట్ల మీ చురుకైన ఆసక్తిని చూపిస్తారు. మీ స్వంత కథలు లేదా పరిష్కారాలను చెప్పాలనే ఆకాంక్షను మీరు నిరోధిస్తారు. బదులుగా, మీరు "దీని గురించి మరింత వివరించండి" లేదా "ఈ పరిస్థితి గురించి మీకు ఎలా అనిపిస్తోంది?" వంటి అనేక ఉల్లాసభరితమైన ప్రశ్నలను ప్రశాంతంగా అడుగుతారు. మీ నిజమైన ఆసక్తి ఎమిలీని తన భావాలను లోతుగా పంచుకునేలా ప్రోత్సహిస్తుంది.

ఎమిలీ మాట్లాడడం కొనసాగిస్తున్నపుడు, మీరు ఆమె భావోద్వేగాలతో నిజంగా అనుసంధానమవుతున్నారు. మీరు ఆమెకు కలిగే ఒత్తిడి గురించి సానుభూతి చెందుతూ, ఆమె ఆందోళనలను సరైనవిగా అంగీకరిస్తారు. మీ సంభాషణ ముగిసే సమయానికి, ఎమిలీ చెప్పిన విషయాలను వినినందుకు ఆమె సంతోషపడుతుంది. పైగా ఆమె ఆందోళనలను పంచుకోవడం వల్ల ఆమె మానసిక ఒత్తిడి తగ్గింది. ఇంకా మంచి విషయం ఏమిటంటే, మీరు కూడా తక్కువ ఒత్తిడితో ఉన్నట్లు తెలుసుకుంటారు. అదీగాక, ప్రస్తుతం మీకు ఆందోళన కలిగిస్తున్న అనేక విషయాలపై మీరు మరింత సమతుల్యమైన దృష్టికోణంతో ఉంటారు.

ఇక్కడ ప్రధాన భావన ఏమిటంటే, మనం వేగంగా మారుతున్న యీ ప్రపంచంలో, సక్రియమైన వినికిడి కళ అనేది ఆందోళన మరియు ఆలోచనలపై ఒక శక్తివంతమైన చర్యగా మారుతుంది. ఇది మనకు గుర్తు చేస్తుంది, మన సంపూర్ణ హాజరును, సహానుభూతి దృష్టిని, అర్థం చేసుకునే చెవిని అందించడం ద్వారా, మనం ఇతరులకు శాంతిని మాత్రమే కాకుండా, మనలో ఒక లోతైన ఉనికిని మరియు దృష్టికోణాన్ని కూడా కనుగొనగలమని తెలుసుకుంటాం.

అధ్యాయం 24

"అంటే... అదేమిటంటే"

ఇప్పుడు మనం ఒక ఆసక్తికరమైన అధ్యయనాన్ని తెలుసుకుంటాం. ఇది లిసా విట్టోరియో, ఆమె సహచరులు చేసిన ప్రశ్న-సమాధానం పద్ధతిలో సీబీటీ (కాగ్నిటివ్ బిహేవియరల్ థెరపీ) లో ఆందోళనాత్మక ఆలోచనలు మరియు డిప్రెషన్ కు వ్యతిరేకంగా శక్తివంతమైన ఆయుధం. పరిశోధకులు 123 మందిని సమీకరించి, వివిధ రకాల ప్రశ్నలకు వారి ప్రతిస్పందనను పరీక్షించారు.

వాళ్లు తెలుసుకున్న విషయం ఏమిటంటే: ప్రశ్న-సమాధానం పద్ధతిలో సమాచారం సేకరించడం మనుష్యుల యొక్క గాఢంగా వున్న అంతర్గత ఆలోచనా రూపాలను మార్చడంలో అతి ప్రభావవంతంగా సహాయపడుతుంది. వాదన, సంభాషణ పద్ధతిలో విషయాన్ని ముందుకు నడిపించడానికి అజ్ఞానతను ప్రదర్శించడంలో ప్రసిద్ధిగాంచిన తత్త్వవేత్త సోక్రటీసు పేరు మీద పెట్టబడిన యీ పద్ధతి ప్రశ్నలు, అన్వేషణను ఉపయోగించి దాగి ఉన్న ధ్రువీకరణలను కనుగొనడంపై ఆధారపడి ఉంటాయి. ఏదైనా విషయంలో పరస్పర సమాధానం తీసుకోవడానికి బదులుగా, ఒక సోక్రటీసు ప్రశ్న అనేది మనం నిజముగా అనుకుంటున్నదేంటి అని ఎప్పుడూ సరైన రీతిలో పరిశీలించని విషయాలపై విచారణ చేస్తుంది. సోక్రటీసు/సీబీటీ-శైలి ప్రశ్నలలో చాలా సులభంగా అడగబడుతుంది: మీకు కలిగిన ఆ నమ్మకానికి సాక్ష్యాలు ఉన్నాయా?

అలాగే, సోక్రటీసు ప్రశ్నలు మన ధ్రువీకరణలుని సవాలుచేసి మన అనుభూతులతో ప్రముఖమైన నమ్మకాలను చేరుకోవడంలో సహాయపడతాయి.

ఉదాహరణకి, మనం "అంటే అదేమిటంటే?" అని అప్పుడు అడిగినప్పుడు, మనం కొన్ని ముఖ్యమైన విధానాలు, ఆలోచనల నమూనాలను ఒప్పుకోవడం మనపై మానసిక ప్రభావం చూపుతుంది, అవి మన జీవితాలను ప్రభావితం చేస్తాయి. ఉదాహరణకి:

> నేను నా కొత్త వ్యాపారాన్ని గజిబిజిగా చేస్తాను.

గజిబిజిగా చేస్తాను అంటే ఏమిటి?

> దాని అర్థం ఏమిటంటే నా పొదుపును పూర్తిగా ఖర్చు చేస్తాను. లాభం సాధించలేను.

మరి? అంటే ఏమిటి?

> అంటే నేను వైఫల్యం చెందుతాను.

అవునా, అందులో దారుణమైన విషయం ఏమిటి?

> అవును... ఆ తరువాత ప్రతి ఒక్కరు నా పరాజయం గురించి అనుకుంటారు.

అవును, వారు మీ పరాజయం గురించి అనుకుంటే... అంటే ఏమిటి?

> దాని అర్థం నేను ఒక చెడు వ్యక్తి.

ఇక్కడ, ఉంచబడిన కొన్ని సోక్రటీసు ప్రశ్నలతో, మనం గాఢమైన భయాన్ని, దానితో వచ్చే నమ్మకాన్ని కనుగొంటాము. అంటే, "నేను ఈ వ్యాపారంలో విఫలమైతే, అది నేను ఒక చెడు వ్యక్తిని అనే అర్థం యిస్తుంది"

మనం మరిన్ని సోక్రటీసు ప్రశ్నలను కొనసాగించవచ్చు – ఉదాహరణకి, మీకు కలిగిన ఆ నమ్మకానికి సాక్ష్యాలు ఉన్నాయా? అది నిజమేనా?

ప్రతికూల ఆలోచనల నమూనాలను సవాల్ చేయడం

ఈ పరిస్థితిని ఊహించండి: మీరు ఆఫీసులో రోజును కష్టంగా గడిపారు. ట్రాఫిక్‌లో యిరుక్కుపోయారు. మీరు నిరాశలో మునిగిపోతున్నారు. ప్రతికూల ఆలోచనలు తలలోకి ప్రవేశిస్తాయి, "నేను ఎప్పుడూ ట్రాఫిక్‌లో

ఇరుక్కుపోతున్నాను" లేదా "నా బాస్ నాకు శిక్ష విధించడానికి ప్రయత్నిస్తున్నాడు". ఇప్పుడు, ఆ ఆలోచనలు నియంత్రణను కోల్పోకుండా ఉండడానికి, మీరు ప్రశ్నించే పద్ధతిని ఉపయోగించవచ్చు.

ఈ ఆలోచనలను మీరు గమనించినప్పుడు, మానసికంగా పాజ్ బటన్‌ను నొక్కండి. అవి ఉల్లంఘన చేయనివ్వకండి. మీరు స్పష్టం చేసుకోండి, "ఈ ఆలోచనకు నాకు ఎలాంటి సాక్ష్యాలు ఉన్నాయి?" ట్రాఫిక్ పరిస్థితికి సంబంధించి మీరు ఎప్పుడూ ఇరుక్కుపోలేదు అన్న విషయం మీరు గ్రహించవచ్చు; అది కేవలం అప్పుడప్పుడు మాత్రమే యిలా జరుగుతుంది. మీ బాస్ గురించి, మీకు కలిగిన అనుమానానికి మద్దతు ఇవ్వడానికి కచ్చితమైన సాక్ష్యం ఉండకపోవచ్చు.

మరింత లోతుగా తగిన ప్రశ్నను అడగండి, "ఇక్కడ మరొక వివరణ ఉందా?" ఎలాగైతే, ట్రాఫిక్‌లో అడ్డంకులు ఒక ప్రమాదం లేదా రోడ్డు పనులు కారణంగా ఉండవచ్చు. మీ బాస్ గురించి, వారి ప్రవర్తన ఒత్తిడి లేదా వ్యక్తిగత సమస్యల ఫలితం కావచ్చు? ప్రత్యామ్నాయ వివరణలను అన్వేషించడం ప్రతికూలతను తగ్గించడానికి సహాయపడుతుంది.

ఇక్కడ మీరు మీ అంతరంగ షెర్లాక్ హోమ్స్ సహాయం తీసుకోవచ్చు. "ఈ పరిస్థితి గురించి మీకు దగ్గరగా ఉన్న ఒక స్నేహితుడు ఏమి చెప్పుతారు?" అని అడగండి. మీ స్నేహితుడు మీ స్థితిలో ఉంటే మీరు ఇచ్చే సలహా గురించి ఆలోచించండి. మీరు వారి కోసం ఎక్కువ కరుణతో తార్కికతను ప్రదర్శించగలిగే అవకాశం ఉంది. ఈ దృష్టికోణాన్ని అన్వయించడం మీ స్వంత ఆలోచనలను, భావోద్వేగాలను అర్థం చేసుకోవడంలో సహాయపడుతుంది.

ప్రశ్నించే శక్తిని అభ్యసిస్తూ, మీరు మీ స్వంత థెరపిస్ట్ అవుతున్నారు. మీరు ప్రతికూల ఆలోచనా నమూనాలను సవాలు చేసి, వాటిని తిరిగి రూపకల్పన చేస్తున్నారు. ఇది ఫన్ హౌస్ అద్దంలో కనిపించే మీ అవకతవకల ప్రతిబింబాన్ని సరైన దానిగా మార్చడం వంటిది. క్రమానుగతంగా, ఈ అభ్యాసం. ట్రాఫిక్ లో ఇరుక్కుపోవడం లేదా ఒత్తిడిని ఎదుర్కోవడంలో మరింత సానుకూల, సమతుల్యమైన మానసిక స్థితిని అందించగలదు.

అధ్యాయం 25

బంధ విముక్తులు కావటం అవసరం

మీరు ఎప్పుడైనా డిజిటల్ యుగంలో జీవితం క్రిక్కిరిసిన అల్మారా మాదిరిగా వుందని అనిపిస్తుందా? మనం నిరంతరం సమాచారాన్ని సేకరిస్తూ, నిల్వచేస్తూ, యింకా వెదుకుతూనే ఉంటాము. ఈ అంతులేని డిజిటల్ గందరగోళం మధ్య, మనం ఎంత ఎక్కువగా సేకరిస్తామో, అంత తక్కువగా ఉపయోగం పొందుతున్నట్టు అనిపిస్తుంది. ఇది గమ్యం తప్పిన ప్రయాణం చేయడంలా అనిపిస్తుంది, నిజంగా ముఖ్యమైన దానిపై దృష్టి పెట్టడం కష్టమవుతుంది. ఇది ఆధునిక ప్రపంచం యొక్క విపరీతం: మనం సమాచారం పొందడంలో ముందంజలో ఉంటాము, కానీ మనతో మనం మనుగడలో వెనుకబడిపోతాము.

జెఫ్రీ లాంబర్ట్, పీహెచ్.డి నేతృత్వంలో ఒక ఆసక్తికరమైన అధ్యయనం చేయబడింది. ఈ పరిశోధన బృందం ఫేస్‌బుక్, ట్విట్టర్, ఇన్‌స్టాగ్రామ్, టిక్‌టాక్ వంటి సామాజిక మీడియా ప్లాట్‌ఫారమ్‌ల నుండి ఒక వారం విరామం తీసుకోవడంపై ప్రజలపై ప్రభావాన్ని అన్వేషించడానికి ప్రయత్నించింది. ఈ అధ్యయనంలో మొత్తం 154 మంది పాల్గొన్నారు. (సగటు వయస్సు 29.6 సంవత్సరాలు) వీళ్లంతా ఒక యాదృచ్ఛిక నియంత్రిత పరీక్షలో పాల్గొన్నారు. వారి పరిశోధన ఫలితాలు ఆశ్చర్యంగా ఉన్నాయి. సోషల్ మీడియా నుండి వారం రోజుల పాటు దూరంగా ఉన్నవారు మంచి మానసిక ఆరోగ్యం, డిప్రెషన్ తగ్గడం, ఆందోళన తగ్గడంలో గణనీయమైన మెరుగుదలలను చూపించారు. ఈ పరిశోధన సామాజిక మీడియా స్వల్పకాలిక విరామాల యొక్క ప్రయోజనాలను తెలియజేస్తుంది. అలాగే దీర్ఘకాలిక మార్పులకు ఉన్న అవకాశాలను సూచిస్తుంది.

మానసిక స్థలాన్ని తిరిగి పొందడం: సోషల్ మీడియానుండి విముక్తి

మీరు డిజిటల్ గందరగోళానికి వ్యతిరేకంగా నిలబడాలని అనుకుంటే, ముందుగా చేయాల్సింది మీ జీవనశైలి, లక్ష్యాలకు సరిపోయే సమయాన్ని నిర్ణయించడం. ఈ నిర్ణయం చాలా ముఖ్యమైనది ఎందుకంటే ఇది మీ డిజిటల్ విరామానికి మార్గాన్ని సెట్ చేస్తుంది. ఒక వారం లేదా నెల వరకు ఒక విరామాన్ని ప్రణాళిక చేయవచ్చు. కీ పాయింట్ ఏంటంటే మీకు సాధ్యమయ్యే వాస్తవమైన సమయాన్ని ఎంచుకోవడం.

నేను అంగీకరించవలసిన విషయం ఒకటి ఉంది: నేను గతంలో సోషల్ మీడియాలో బాగా ఆసక్తిగా ఉండేవాడిని. అప్పట్లో, అది నాపై అధిక భారంగా మారినట్టు అనిపించింది. ఒకవైపు నిరంతర నోటిఫికేషన్లు, అప్‌డేట్లు, సందేశాలు నా దృష్టిని ఆకర్షించడానికి పోటీపడుతున్నట్లు అనిపించింది. నాకు బ్రేక్ అవసరమని తెలుసు, కానీ నా డిజిటల్ ప్రపంచాన్ని పూర్తిగా వదిలించుకోవాలనే ఆలోచనే నాకు భయంకరంగా అనిపించింది. అయినప్పటికీ, నేను ఒక వారం రోజులు సోషల్ మీడియాకు దూరంగా ఉండాలని నిర్ణయించుకున్నాను.

ఆ వారం రోజుల్లో, నేను డిస్‌కనెక్షన్ యొక్క నిజమైన శక్తిని కనుగొన్నాను. మొదట్లో, ఇది సవాలుగా అనిపించింది. నా ఫోన్ తీసుకుని ఆలోచనారహితంగా ఫీడ్స్ స్క్రోల్ చేయడం అలవాటు నాకు బాగా ఉంది. అయితే, రోజులు గడిచే కొద్దీ, నా మానసిక స్థితిలో గణనీయమైన మార్పు కనిపించింది. సోషల్ మీడియా శబ్దం నెమ్మదిగా తగ్గింది, దాని స్థానంలో నాకు స్పష్టత, ప్రశాంతత కలిగిన క్షణాలు కనిపించాయి.

సోషల్ మీడియాలో గడిపే సమయాన్ని నేను నిజంగా నా ముఖ్యమైన కార్యకలాపాలకు వినియోగించాను. నేను చదవాలనుకున్న పుస్తకాలను చదివాను. నా ప్రియమైన వారితో సమయాన్ని గడిపాను. ఒక కొత్త హాబీని కూడా ప్రారంభించాను. నోటిఫికేషన్లకు దూరంగా ఉండటంతో, ప్రతి క్షణాన్ని అనుభవించగలిగాను. ఆ వారం చివరికి, నేను నా మానసిక శ్రేయస్సుపై మాత్రమే కాకుండా, నా జీవిత లక్ష్యాలకు కూడా పునరంకితం చేయగలిగాను. నాకు తెలుసు, భవిష్యత్తులో, నేను అప్పుడప్పుడు సోషల్ మీడియాలో ఉంటాను. కానీ బహుశా జాగ్రత్తగా ఉండే సంబంధాన్ని టెక్నాలజీతో కొనసాగించాలని

నిర్ణయించుకున్నాను. ఇది నా దైనందిన జీవనంపై ఎలా ప్రభావం చూపుతుందో దానిపట్ల నేను అప్రమత్తంగా ఉండాలని అనుకున్నాను. ఆ వారం రోజుల్లో వచ్చిన మనస్తత్వ మార్పులు ఇప్పటికీ నాతో ఉన్నాయి.

సోషల్ మీడియాకు దూరంగా ఉండటం, దాని వ్యవధి ఎంత చిన్నదైనా, ఒక రూపాంతర అనుభవం కావచ్చు. ఇది నిరంతరం వస్తున్న సమాచారం వరద నుండి కాస్త అవసరమైన విరామాన్ని అందిస్తుంది. మీ మానసిక స్థితిని పునరుత్తేజం చేసుకునే అవకాశం కల్పిస్తుంది. అదేవిధంగా, ఇది మీపై మీరు నియంత్రణను తిరిగి పొందటానికి, మీ విలువలతో పునరంకితమవటానికి, లక్ష్యంలో ముందుకు వెళ్లడానికి మరింత ఆరోగ్యకరమైన మార్గాలను పరిశీలించుకునే అవకాశం ఇస్తుంది.

నిజమైన ప్రపంచపు అనుబంధాలను స్వీకరించడం

సోషల్ మీడియా మనకు అందరితో కలిసుండడానికి సహాయ పడుతుందనడంలో సందేహం లేదు. కానీ అది నిజమైన మానవ సంబంధాలను కోల్పోయేందుకు కారణం అవుతుంది. మీ సంపూర్ణ శ్రేయస్సును మెరుగుపరుచుకోవడానికి, సోషల్ మీడియాలో మీ మానసిక ఆరోగ్యంపై వచ్చే ప్రతికూల ప్రభావాన్ని తగ్గించడానికి, ముఖ్యంగా మరొక సలహా ఏమిటంటే, మీ దృష్టిని మళ్లీ మీ చుట్టూ ఉన్న స్పష్టమైన ప్రపంచంపై కేంద్రీకరించడం. అవును, నేను మీరు బయటకు వెళ్లాలని కోరుకుంటున్నాను!

ఒకరి సమక్షంలో మరొకరు మాట్లాడుకునే శక్తిని చూపే ఒక ఉదాహరణ నా స్నేహితురాలు కైలీ నుండి వచ్చింది. ఆమె ఎప్పుడూ సోషల్ మీడియా పట్ల ఉత్సాహంగా ఉండేది. తన ఖాతాలను నిరంతరం తనిఖీ చేస్తూ, ఒక పరిపూర్ణ ఆన్‌లైన్ చిత్రం మలచుకోవాల్సిన ఒత్తిడిని అనుభవించేది. అయితే, ఈ నిరంతర డిజిటల్ ఉనికి ఆమె మానసిక ఆరోగ్యంపై ప్రభావం చూపుతుందని ఆమె గమనించింది. దీంతో ఆమె మార్పును చేయాలని నిర్ణయించుకుంది. దాంతో, కైలీ నిజమైన ప్రపంచ అనుబంధాలను యాక్టివ్‌గా వెతుక్కోవడం ప్రారంభించింది. ఆమె స్నేహితులు, కుటుంబంతో ముఖాముఖి సమావేశాలకు ప్రాధాన్యత ఇవ్వడం మొదలుపెట్టింది. కాఫీ డేట్లు మరియు గేమ్ నైట్స్ వంటి కార్యకలాపాలను క్రమం తప్పకుండా షెడ్యూల్ చేసింది.

కాలక్రమంలో, కైలీ గమనించింది ఏమిటంటే ఈ ముఖాముఖి చర్యలు ఆమె ఆందోళనను మాత్రమే తగ్గించటం కాకుండా ఆమెలో అతి ఆలోచనలను కూడా నెమ్మది చేసాయి. సరదాగా మిత్రులతో కబుర్లు చెప్పుకోవడం లేదా తనకు ఇష్టమైన వారితో కులాసాగా నవ్వుకోవడం ద్వారా, ఆన్‌లైన్ వ్యక్తిత్వం గురించి ఆమెకు ఉన్న ఆందోళనలు దూరంగా అనవసరంగా అనిపించాయి. ఆమె నిజమైన ప్రపంచంలో పెంచుకున్న సంబంధాలు సోషల్ మీడియా అందించలేని సంతృప్తిని, సముదాయ భావనను ఇచ్చాయి.

ఆ తర్వాత, ఆమె తన హాబీల్లో, అభిరుచుల ప్రాజెక్టుల్లో మునిగిపోనివ్వడం ప్రారంభించింది. మనలో చాలామంది సోషల్ మీడియా ఫీడ్స్‌ను స్క్రోల్ చేయడంలో ఎంతో సమయాన్ని గడుపుతాము. కానీ ఆ శక్తిని మనకు నిజంగా ఇష్టమైన పనిలో పెడితే ఎలా ఉంటుంది? చిత్రకళ, సంగీత సాధన వాయిద్యం, తోటపని లేదా మరే హాబీ అయినా, ఈ కార్యకలాపాలు మనలను ఈ క్షణంలో మరింత చైతన్యంగా ఉండేలా చేస్తాయి. అవి మన ఆలోచనలను దృఢంగా చేయడమే కాకుండా, మానసిక ఆరోగ్యానికి బలమైన మద్దతు ఇవ్వగలవు.

అది మాత్రమే కాదు! ప్రకృతిలో సమయాన్ని గడపడం అనేది మన చుట్టూ ఉన్న డిజిటల్ గందరగోళానికి ఒక శక్తివంతమైన పరిష్కారం. ప్రకృతి మనల్ని నేలపై నిలిపి, ఆందోళనను తగ్గించగల అద్భుతమైన సామర్థ్యం కలిగి ఉంటుంది. పార్కులో నడక, పర్వతాలలో ట్రెక్కింగ్ చేయడం, లేదా ప్రశాంతమైన సరస్సు వద్ద కూర్చోవడం వంటి పనులు సోషల్ మీడియా నిరంతర డిమాండ్ల నుండి శ్వాస తీసుకోవడానికి ఒక అవకాశం కల్పిస్తాయి.

ముఖాముఖి పరస్పర చర్యలను పెంపొందించడం, హాబీల్లో పాల్గొనడం, ప్రకృతిలో సమయాన్ని గడపడం అనేవి మీ జీవితంలో మరింత సమర్థవంతంగా ఉండటానికి, సోషల్ మీడియా మీ మానసిక ఆరోగ్యంపై చూపించే ప్రతికూల ప్రభావాన్ని తగ్గించడానికి అవసరమైన దశలు. ఈ నిజజీవిత అనుభవాలు డిజిటల్ గందరగోళం మరియు ఆందోళన నుండి విముక్తి పొందేందుకు సహాయపడతాయి. తదుపరి, అవి నమ్మకమైన సంబంధాలను, వెలుగులాంటి అభిరుచిని మరియు గాఢమైన ప్రశాంతతను మీ జీవితానికి పరిచయం చేస్తాయి.

అధ్యాయం 26

వాస్తవాలకు కట్టుబడి ఉండండి

"అతిశయోక్తి చేయవద్దు. సత్యాన్ని దూరం చేయకుండా ఉండటానికి మరియు మీ తీర్పును తక్కువగా చూపించకుండా ఉండటానికి, ఇది చాలా ముఖ్యమైన విషయం."

— బాల్తసార్ గ్రాసియాన్

మన ప్రాచీన మానవులు తమకు ముప్పు ఉన్నప్పుడు బ్రతికేందుకు అవసరమైన శారీరక వ్యవస్థను అభివృద్ధి చేసుకున్నారు. ముందుగా వాళ్లు గుర్తించడం నేర్చుకున్నారు. వారు అడవిలో తిరుగుతున్న ప్రమాదకరమైన పులిని గుర్తించడం నేర్చుకున్నారు. అయితే, ఆధునిక మనిషి భాషను అభివృద్ధి చేసుకున్నాడు. అది మనలో శక్తివంతమైన శారీరక, భావోద్వేగ స్థితులను ప్రేరేపించగల ఆసక్తికరమైన లక్షణాన్ని కలిగి ఉంది. కనుకనే, భయంకరమైన, బెదిరింపు పరిస్థితిని వర్ణించే పదాలను చదివితే, మన పూర్వజులు అడవిలో నిజమైన పులిని ఎదుర్కొన్నప్పుడు వారు అనుభవించినది పోలిన విధంగా మన శరీరాలు కూడా అంతే "పోరు లేదా పరుగెత్తు" ప్రతిస్పందనను మళ్లీ ఉత్పత్తి చేయగలవు. అవాస్తవిక వాస్తవికతను సృష్టించగలదు. బెదిరించే పదాలు ముప్పును అనుభవించే భావాన్ని సృష్టించగలవు, దీంతో అది మనకు నిజంగా అనిపించేలా మారుతుంది.

మనము బెదిరింపు భావాలను ఆలోచించినప్పుడు అదే జరుగుతుంది. ఇది భాష అనే సాధనం యొక్క ఒక ప్రత్యేకత; ఊహాత్మకమైన, వాస్తవానికి అతీతమైన పరిస్థితులను సృష్టించగల సామర్థ్యం కలిగి ఉండటం వలన,

మనల్ని మనమే భయభ్రాంతులకు గురిచేసుకోగలగటం జరుగుతుంది! "ప్రతిదీ నాశనమవుతుంది" అని చెప్పినప్పుడు, మనం చాలా వాస్తవమైన భావంలో మనల్ని మనమే వింటున్నామని గుర్తుంచుకోవాలి.

మన ప్రశాంతతకు చేరువ కావాలనే ప్రయత్నంలో, బల్తసర్ గ్రాసియాన్ చెప్పిన ప్రకారం మనం మార్గదర్శనం చేయవచ్చు. అతిశయోక్తి యొక్క ప్రమాదాలను మించకుండా భాషను జాగ్రత్తగా మరియు పరిమితంగా ఉపయోగించమని ఆయన హెచ్చరించాడు. ప్రతిదీ నిజంగా నాశనమవుతుందా? లేదా మీ ప్రింటర్ మాత్రమే చెడిపోయిందా? మాటలకు ప్రాముఖ్యత ఉంది. ప్రత్యేకంగా మనం మాటలను నిర్లక్ష్యంగా ఉపయోగించి మనల్ని మనమే అనవసరంగా ఒత్తిడికి గురి చేస్తున్నప్పుడు. అందుకే, మాటలను జాగ్రత్తగా ఉపయోగించడం నేర్చుకుని, వాటిని మన ఆందోళనను నియంత్రించడానికి, నిర్వహించడానికి ఉపయోగిద్దాం, వాటిని మరింత ఎక్కువ చేసుకోకుండా చూసుకుందాం.

అతిశయాలను జాగ్రత్తగా ఉపయోగించండి

మన భాషలో అతిశయాలను ఉపయోగించే విధానం మన భావోద్వేగ విషయాలపై గాఢమైన ప్రభావాన్ని చూపగలదు. చాలాసార్లు, మనం అతిశయోక్తులను ప్రోత్సహిస్తూ, మన ఆందోళనలను, భయాలను పెంచుకుంటాం. ఆందోళనను సమర్థవంతంగా నిర్వహించడానికి మొదటి చిట్కాను చర్చిద్దాం: అతిశయోక్తులను జాగ్రత్తగా ఉపయోగించండి. అంటే, అవి అవసరమైన సందర్భాల్లో మాత్రమే ఉపయోగించాలని, తగిన సందర్భాలలోనే, అనుకూల పరిస్థితులకు మాత్రమే వర్తించేవిగా ఉండాలని భావించాలి.

ఈ పరిస్థితిని ఒకసారి పరిశీలించండి: మీరు పనిచేసే స్థలంలో ఒక కష్టమైన పరిస్థితిని మీరు ఎదుర్కొంటున్నారు. మీ తొలి ప్రతిస్పందన "ఇది ఇప్పటివరకు జరిగిన వాటిలో అతి చెత్త పరిస్థితి!" అని ప్రకటించడం. ఇది మీ నిరాశను వ్యక్తం చేయవచ్చు, కానీ దీని వల్ల మీ ఆందోళన మరింత పెరగవచ్చు. అంతేకాక, ఈ భావోద్వేగ మూల్యాంకనమే వాస్తవానికి ప్రతిబింబం అని మీరు నమ్మేలా చేయవచ్చు. ఈ పరిస్థితి అతి చెత్తగా అనిపించవచ్చు, కానీ అది నిజానికి అలా అని నిర్ధారించలేం. దానికి బదులుగా, "ఇది ఒక కష్టమైన

పరిస్థితి" అని చెప్పే సమతుల్యమైన వివరణను ప్రయత్నించండి. "ఇది అతి చెత్త" అనే వాక్యం బదులుగా "కష్టమైన" అని చెప్పడం ద్వారా వచ్చే తేడాను మీరు గమనించగలరా? "అతి చెత్త" ను "కష్టమైన" గా మార్చడం ద్వారా మీరు కష్టమైన విషయాన్ని అంగీకరిస్తారు కానీ దాన్ని అతిశయోక్తి చేయరు.

ఈ చిట్కా సారాంశం మీ తీర్పును వాస్తవానికి అనుగుణంగా ఉంచడంలో ఉంది. మన జీవితంలో ఎదురయ్యే చాలా సమస్యలకు లేదా పరిస్థితులకు, తొలిచూపులో క్లిష్టంగా కనిపించినా, వాస్తవిక పరిష్కారాలు ఉంటాయి. మీరు వాటిని సరైన రీతిలో వివరించినప్పుడు, అవి అధిగమించలేని ఆటంకాలుగా కాకుండా, నిర్వహణ చేయగల సవాలులుగా చూడగల మానసిక దృక్పథాన్ని మీరు ఏర్పరచుకుంటారు. ఈ దృక్పథంలో మార్పు మీ ఆందోళనను గణనీయంగా తగ్గించగలదు. సమర్థవంతమైన సమస్య పరిష్కారానికి స్పష్టమైన దారిని అందిస్తుంది.

ఈ సిద్ధాంతాన్ని మీ జీవితంలో ఉపయోగించడానికి, మొదట మీ భాషపై దృష్టి పెట్టండి. మీరు "అతి చెత్త," "అత్యుత్తమం," "ఎప్పుడూ," లేదా "ఎప్పటికీ కాదు" వంటి అతిశయోక్తులు ఉపయోగిస్తున్నప్పుడు వాటిని గమనించండి. ఒక్క క్షణం ఆలోచించి, ఈ అతిశయోక్తి పదాలు ఆ సందర్భంలో నిజంగా సముచితంగా ఉన్నాయా అని పరిశీలించండి. అవి మీకు సమస్యను ఎదుర్కొనటానికి, దాన్ని పరిష్కరించటానికి లేదా బాగా అనిపించుకోవడానికి ఏమైనా సహాయపడుతున్నాయా? అవసరం లేకపోతే, మీ ఆలోచనలను వ్యక్తపరచడానికి మరింత సమతుల్యమైన, వాస్తవమైన రీతిని అన్వయించండి.

ఉదాహరణకు, మీరు పనిచేస్తున్న ఒక ప్రాజెక్టుకు గడువు సమీపిస్తున్నప్పుడు, "ఈ గడువు నన్ను చంపేస్తుంది" అని చెప్పడం బదులుగా, ఆ ఒత్తిడిని అంగీకరించి, "ఇది ఒక క్లిష్టమైన గడువు, కానీ నేను దీనిని నిర్వహణ చేయగలిగే పనులుగా విభజించగలను" అని అనుకోండి. అతిశయోక్తులను నివారించడం, వాస్తవికమైన తీర్పులను కొనసాగించడం ద్వారా, మీరు మీ ఆందోళన స్థాయిలను నియంత్రించగలరు. కష్టసాధ్యమైన పరిస్థితులను మరింత శాంతితోనూ, ఆత్మవిశ్వాసంతోనూ ఎదుర్కోవచ్చు.

అతిశయోక్తులను అవసరం మేరకు, జాగ్రత్తగా ఉపయోగించడం అంటే, అవి అవసరమైన లేదా సరైన సందర్భాల్లో మాత్రమే ఉపయోగించి,

నిజంగా అసాధారణమైన పరిస్థితులకు మాత్రమే వాటిని నిలిపివుంచడం. ఈ వ్యూహాన్ని అన్వయించడం ద్వారా, మీరు ఆందోళనను తగ్గించవచ్చు, జీవిత సవాళ్లను మరింత వాస్తవిక, నిర్మాణాత్మక దృక్పథంతో ఎదుర్కోవచ్చు. గమనించండి, ఎక్కువ సమస్యలకు పరిష్కారాలు ఉంటాయి. భాషను జాగ్రత్తగా ఉపయోగించడం ద్వారా, మీరు వాటిని సమర్థవంతంగా ఎదుర్కొనగల సామర్థ్యాన్ని సంపాయించుకుంటారు.

భావోద్వేగాల సమతుల్యత సాధన

రెండవ చిట్కా ఒక సరళమైన, శక్తివంతమైన పద్ధతిని సూచిస్తుంది: మీరు ఒక తీవ్రమైన భావోద్వేగంలో గిలగిలలాడుతున్నప్పుడు, అది సానుకూలమైనదైనా, ప్రతికూలమైనదైనా, దాని తీవ్రతను ఒకటి నుంచి పది వరకు లెక్కపెడుతూ కొద్ది క్షణాలు తీసుకోండి. అప్పటికీ అది తీవ్రంగానే కనిపిస్తే, వెనక్కి తగ్గి, ఏదైనా ముఖ్యమైన నిర్ణయాలు లేదా తీర్పులు తీసుకోవడం మానుకోవడం సమయం నుంచి వెనక్కు తగ్గండి.

ఈ విధానం భావోద్వేగాల తీవ్రతను గుర్తిస్తుంది; అది ఆనందం కానీ నిరాశ అయినా, మన తీర్పును మబ్బులుగా మార్చి, ఆవేశభరితమైన చర్యలకు దారితీస్తుంది. వీటి గురించి మనకు తరువాత పశ్చాత్తాపం కలగవచ్చు. మీ భావోద్వేగాలు గరిష్ఠ స్థాయిలో ఉన్నప్పుడు వెనక్కి తగ్గి, ఆ భావోద్వేగాన్ని పర్యవేక్షించడానికి కాస్త సమయాన్ని తీసుకోవడం ద్వారా, అది సహజంగా తగ్గే వరకు గమనించవచ్చు. లక్ష్యం ఏమిటంటే, ఆ భావోద్వేగ తీవ్రత ఐదు వరకు తగ్గే వరకు వేచి ఉండడమే! ఈ సమయంలో, మీ భావోద్వేగాలు ఎక్కువగా నియంత్రణలో ఉంటాయి. మీ నిర్ణయాలు స్పష్టంగా ఉంటాయి. ప్రతిస్పందన తక్షణమే కాకుండా సంతోషకరమైన తీర్పుతో నడిపించబడతాయి.

ఈ సిద్ధాంతం భావోద్వేగ సమతుల్యతను కాపాడటం అనేది తక్కువ ఆందోళన కలిగిన జీవితాన్ని కల్పిస్తుందన్న భావంలో నిక్షిప్తమై ఉంటుంది. ఇది అతిశయోక్తి ఆలోచనలు, అధిక భావోద్వేగాల వలన కలిగే ఆవేశపూరిత చర్యలను నివారించడంలో సహాయపడుతుంది. మీరు విజయం తాలూకా ఉల్లాసాన్ని అనుభవిస్తున్నా, లేక నిరాశ లోతులలో ఉన్నా, మీ భావోద్వేగ

స్పందనలను గుర్తించడం, నియంత్రించడం నేర్చుకోవడం, జీవితానికి మరింత సమతుల్యమైన, జాగ్రత్తతో కూడిన దృష్టికోణాన్ని అందిస్తుంది.

ఇది మీ జీవితంలో పాటించాలంటే, ముందుగా మీ భావోద్వేగాలపై అవగాహన పెంపొందించుకోవడం ప్రారంభించండి. ఒక శక్తివంతమైన భావోద్వేగాన్ని ప్రేరేపించే పరిస్థితిని మీరు ఎదుర్కొన్నప్పుడు, క్షణంసేపు ఆగండి. మిమ్మల్ని మీరు ఈ ప్రశ్నను అడగండి: "ఇప్పుడు ఈ భావోద్వేగ తీవ్రత ఒకటి నుంచి పది వరకు ఎంతలో ఉంది?" అది పదిలో వుందని మీకు అనిపిస్తే, ఆ క్షణంలో వెనక్కి తగ్గాలని, ఏదైనా తొందరపాటుగా నిర్ణయాలు లేదా తీర్పులు తీసుకోవడాన్ని నివారించాలని మీరు గుర్తు చేసుకోండి.

మీ భావోద్వేగం సహజంగా కొనసాగుతుందని గమనిస్తున్నప్పుడు, జాగ్రదావస్థతో కూడిన ధ్యానం పాటించండి. వర్తమాన క్షణంలో మిమ్మల్ని స్థిరంగా ఉంచుకోవడానికి శ్వాసపైనా, శరీర అనుభూతులపైనా దృష్టి పెట్టండి. ఇది తక్షణ భావోద్వేగ కల్లోలంలో నుండి మిమ్మల్ని వేరుపరచి, సమర్థ దృష్టికోణాన్ని పొందటానికి అనుమతిస్తుంది. భావోద్వేగ తీవ్రత సహజంగా ఐదు లేదా దానికంటే తక్కువగా తగ్గిన తర్వాత, మీరు ఆ పరిస్థితిని మరింత స్పష్టమైన మనస్సుతో అతిశయ ఆలోచనలు లేదా తొందరపాటుగా ప్రతిస్పందించే అవకాశం తక్కువగా ఉన్న రీతిలో ఎదుర్కొనగలరు.

భావోద్వేగాల నియంత్రణ అభ్యాసం అనేది మరింత వర్తమానంలో అనుభవించడమే కాకుండా, ఉత్కంఠను తగ్గించడానికి లక్ష్యంగా ఉంటుంది. మీ భావోద్వేగాల తీవ్రతను కొలిచి, నిర్ణయాలు లేదా తీర్పులు ఇవ్వడానికి ముందు వాటిని తగ్గించే అవకాశం కల్పించడం, మానసిక ప్రశాంతత మరియు తార్కిక ఆలోచనలకు స్థలాన్ని సృష్టిస్తుంది.

అయినప్పటికీ, ఒక హెచ్చరిక: మీరు మీ భావోద్వేగాలపై అవగాహన కలిగి, వాటిని ఒక నిర్వచనాత్మక దృష్టికోణం నుండి చూస్తున్నప్పుడు, మీరు వాటిని అడ్డుకుంటున్నట్లు కాదు. మీరు భయపడితే, దాన్ని అంగీకరించండి. మీరు ఉత్సాహంతో ఆనందంగా ఉంటే, ఆ అనుభూతిని ఆనందించండి. పద్ధతి ఏమిటంటే, మీరు ఒక తాత్కాలిక భావోద్వేగ అనుభవం అనుభవిస్తున్నారని ఎప్పుడూ మర్చిపోకూడదు. అది ఏమైనప్పటికీ, అది పోతుంది, కానీ అది ఇక్కడ ఉన్నప్పుడు, అది మిమ్మల్ని నిర్వచించాల్సిన అవసరం లేదు.

అధ్యాయం 27

దృష్టిని కనుగొనే అత్యంత వేగవంతమైన మార్గం 'మెమెంటో మోరి,' రాజు మెల్లగా గొణిగాడు.

"మరణాన్ని గుర్తుంచుకో. అత్యంత శక్తివంతమైన వారికి సైతం జీవితం చిన్నదిగానే ఉంటుంది. మరణంపై విజయం సాధించడానికి ఒకే ఒక మార్గం ఉంది, అది మన జీవితాన్ని అద్భుతమైన కళా కృతులుగా మార్చడం ద్వారా మాత్రమే"

— డాన్ బ్రౌన్

మీ ఆలోచనల సుడిలో మీరు ఎంత తరచుగా చిక్కుకుంటున్నారు. జీవితం యొక్క అనేక ఎంపికలు, ఆందోళనలలో మీరు కలవరపడి ఉండటం ఎంతవరకు? ఇది ఆధునిక ప్రపంచంలో మనలో చాలామందిని వేధించే సమస్య. అందులో జీవితం యొక్క వేగం, సమాచార ప్రపంచం మన మేధస్సును శాశ్వత కల్లోలంలో ఉంచుతాయి. అలాంటి సమయంలో, మనం అందరూ కష్టాలను, సంక్లిష్టతను దాటే దిశగా ఒక దిక్సూచిని ఉపయోగించవచ్చు. ఈ దిక్సూచి మరొకటి కాదు, "మెమెంటో మోరి", ఇది శతాబ్దాలుగా ప్రతిధ్వనించే పదం. రాజుల దగ్గరనుంచీ పండితుల వరకూ సమానంగా ప్రతిధ్వనిస్తున్న మాట.

డాన్ బ్రౌన్ యొక్క కోట్ ప్రకారం, "మెమెంటో మోరి" మనం మరణాన్ని గుర్తుంచుకోవాలని, జీవితం యొక్క తాత్కాలికతను అంగీకరించాలని, మన

నిర్ణయాలలో దాన్ని ఒక మార్గదర్శక శక్తిగా స్వీకరించాలని ఆహ్వానిస్తుంది. ఇది ఇప్పటికీ ఒక శక్తివంతమైన సాధనమే, అనాదికాలం నుంచి ఉన్నప్పుడు కూడా.

"మెమెంటో మోరి"తో బుద్ధిపూర్వక నిర్ణయాలు తీసుకోవడం

మన జాబితాలో తొలి చిట్కా జీవితం ప్రమాదకరమైన నీటి ప్రవాహంలో ఉన్నపుడు మనం ఒక శైలితో, అవగాహనతో ప్రయాణం చేయడానికి ఒక దిక్సూచి అవసరం. మీరు నాలుగు దారుల కూడలిలో వున్నపుడు, అది మీ భవిష్యత్తును ఆకృతీకరించగల ముఖ్యమైన క్షణం అని ఊహించండి. అత్యుత్సాహం చూపించకుండా, మీరు కొన్ని క్షణాలు ఆగి మీ మరణాన్ని గుర్తించడానికి "మెమెంటో మోరి" అని అనుకుంటారు.

మీరు అక్కడ నిలబడతారు. స్థిరంగా, సిద్ధంగా ఉంటారు. మీరు మీతో ఇలా అడుగుతారు: "సమయం ఒక అరుదైన, విలువైన వనరుగా ఉంటే, నేను దానిని ఎలా వినియోగించాలనుకుంటున్నాను? ఈ అగ్నిలో నా ఆత్మను ప్రేరేపించేది ఏది? వాస్తవంలో నేను ఎవర్ని?, నా సమయం ఈ భూమి మీద ఎలా గడపాలి?" ఈ ప్రశ్నలు మీరు భయపడటానికి లేదా అత్యుత్సాహంతో ఉండేందుకు కాదు; వాటి ఉద్దేశం శబ్దం, అర్థవంతమైన ప్రపంచాన్ని మీ నుంచి వేరు చేసి, మిమ్మల్ని లోతైన స్థాయిలో ప్రతిబింబించే తెలివైన, అద్భుతమైన నిర్ణయాలు తీసుకునేందుకు ఒక రహస్య ఆయుధంగా ఉంటుంది.

మీకు ఈ భూమి మీద పరిమితమైన సమయం ఉంది; మీరు దీన్ని ఒక తక్కువ గుణాత్మకమైన వ్యక్తులతో వాదించేందుకు గడపాలనుకుంటున్నారా? ఏదో ఒక రోజు, మీరు మీ కళ్లను మూసివేయడం జరుగుతుంది. వాటిని మరల తెరవడం అనేది ఉండదు; ఈ క్షణంలో మీరు మొదటిసారి కూడా ఇష్టం లేకుండా చూసిన దృశ్యాలను మళ్లీ చూసి వాటిని పనికిరానివిగా చేయాలని అనుకుంటున్నారా?

త్వరలో ఏదో ఒక రోజు, మీరు వృద్ధులై మీ జీవితాన్ని వెనక్కి తిరిగి చూసుకుంటారు; మీరు మీ ఆత్మసాధనతో చేరుకున్న శిఖరం బరువు, బాధ్యతలను దూరం పెడుతుందని చెప్పాలనుకుంటున్నారా?

నేను పూర్తిస్థాయి రచయిత అయ్యే ముందు, నేను కార్పొరేట్ ర్యాట్ రేసులో చిక్కుకున్నాను, ప్రమోషన్లు, జీతాలను వేటాడుతూ పరుగులు తీసాను. అది ఒక హడావిడి జీవితం, నిరంతరంగా చేసే వెదుకులాట ప్రయత్నం, ఆ సమయంలో నేను నిజంగా ఏం కోరుకుంటున్నానో ఆలోచించే సమయం కూడా కేటాయించలేదు.

అప్పుడు, అంగీకరించాను "మెమెంటో మోరి" నేను దీన్ని పరీక్షకు పెట్టాలని నిర్ణయించుకున్నాను. నేను ఆలోచించాను, "నా రోజులు సమీపిస్తూ వుంటే గనుక, నేను ఏ పని చేయలేకపోయినందుకు పశ్చాత్తాపం చెందుతాను?" సమాధానాలు స్పష్టంగా కనిపించాయి: కుటుంబంతో గడపని సమయం, వ్యక్తిగత అభివృద్ధి, ఇతర ప్రజలతో బంధాలను ఏర్పరచలేకపోవడం.

అప్పుడు, నేను ఊహించని అద్భుతమైన పని చేశాను. నా జీవితంలో "రీసెట్ బటన్" నొక్కాను. కుటుంబ సమావేశాలు ఎక్కువ చేసాను; ఎక్కువ సమయం వ్రాయడానికి కేటాయించాను, ఆఫీసులో రాత్రులు గడపడం తగ్గించాను. నేను నా ఆత్మను పోషించిన కోర్సులలో చేరాను. నా ఆత్మను సమృద్ధిగా చేసిన సంబంధాలను పోషించాను. ఇంకా ఏమిటో ఊహించారా? నా కెరీర్ నాశనమై పోలేదు; అది కొత్త దారులు తొక్కింది ఎందుకంటే ఇప్పుడు నేను ఒక కేంద్రీకృత, అభ్యుదయపూర్వక రచయితనయ్యాను

"మెమెంటో మోరి" నా సహచరుడుగా నేను నిర్ణయాలు తీసుకోవడం భయం వేయలేదు; అది విముక్తి ఇచ్చింది. అది అవసరాన్ని తీసేసి, నాకు నిజంగా ప్రాధాన్యత గల దానికి స్పష్టమైన రోడ్ మ్యాప్ అందించింది. జీవితం చేసే శబ్దం కొన్ని సమయాల్లో సంక్లిష్టంగా కనిపించవచ్చు, కానీ మీరు చివరగా ప్రాముఖ్యం గల దాన్ని గుర్తు చేసుకుంటే, అది సులభతరం అవుతుంది. కాబట్టి, మీరు జీవితంలో నాలుగు రోడ్ల కూడలిలో ఉన్నప్పుడు, ఎంపికల గురించి ఎక్కువగా ఆందోళన చెందకండి. "మెమెంటో మోరి"ని మీ మార్గదర్శక నక్షత్రంగా స్వీకరించండి. దానిని మరింత ప్రాముఖ్యమైన జీవితానికి మార్గనిర్దేశం చేయనివ్వండి.

"మెమెంటో మోరి"ని ఆందోళనకరమైన ఆలోచనలకు వర్తింపజేయండి

"మెమెంటో మోరి" అనేది మానవ జీవితం యొక్క పరిమిత స్వభావాన్ని ఆలోచించడమే కాదు; అది మన మేధస్సులను తరచుగా బాధించే ఆందోళనకరమైన ఆలోచనలకు కూడా దాని జ్ఞానాన్ని విస్తరిస్తుంది. దీన్ని ఊహించండి: మీరు రాత్రి పగలు మెలకువగా పడుకొని, మీ ఆలోచనలు ఆందోళనలు, భయాలు సుడిగుండంలో చిక్కుకున్నారనుకోండి. ఇక్కడ మరొక చిట్కా ఉంది. మీరు ఆందోళనకరమైన ఆలోచనలను అరికట్టేందుకు "మెమెంటో మోరి" యొక్క సూత్రాన్ని ఉపయోగించవచ్చు.

మీరు ఎప్పుడైనా అతి ఆలోచనలతో చుట్టుముట్టినప్పుడు, ఒక్కసారిగా ఆలోచించండి. మీరు గుర్తుంచుకోండి, మీ అత్యంత ప్రతికూలమైన ఆలోచనలకు కూడా ఒక గడువు ఉంటుంది. జీవితం లోని ప్రతి విషయం తాత్కాలికం ఎలాగో, అలాగే మీ ఆందోళనలు, భయాలు కూడా తాత్కాలికమే. అవి ప్రస్తుతానికి అత్యుత్సాహం చూపించవచ్చు. కానీ ఆకాశంలో మబ్బులు వెళ్లిపోయినట్లే అవి కూడా తప్పని సరిగా వెళ్లిపోతాయి.

ఆందోళన చెందడంవల్ల మనం దాదాపు ఏమీ సాధించలేమని తెలుసుకోండి. దాదాపు కాదు – ఆందోళన ఎప్పుడూ ఏమీ సాధించదు. మీకు ఉన్న సమయాన్ని మార్పులను చేయడానికి, మార్చలేని వాటిని అంగీకరించడానికి మీరు ఇష్టపడరా? ఇది ఒక గొప్ప నాటకశాలలో నాటకం చూడటానికి వెళ్ళి, ఏ సీట్లో కూర్చోవాలో ఆలోచిస్తూ మొత్తం సమయాన్ని గడపడం వంటిది. మీరు దానిని ఆలోచించడానికి గడిపే ప్రతి క్షణం, నిజంగా ప్రదర్శనను ఆస్వాదించడానికి గడపని క్షణమే.

నేను నిరంతరం అతిగా ఆలోచనలను చేసేవాణ్ణి. నా మనసు విపత్తు, నాశనానికి సంబంధించిన అత్యంత సంక్లిష్టమైన ఆలోచనలను పుట్టించడంలో దిట్టగా ఉండేది, ప్రతిదీ నిజమని నమ్మడంలో నేను చాలా ముందు ఉండే వాడిని. ఇది ఒక మానసిక ట్రెడ్ మిల్ లాంటిది అనుకుంటే, దానిని ఆపడంలో నేను విఫలమయ్యాను.

అప్పుడే నేను ఆందోళనకరమైన ఆలోచనలకు "మెమెంటో మోరి" అనే శక్తిని ఉపయోగించాలని నిర్ణయించుకున్నాను. నేను ఆందోళన

వలయంలోకి వెళ్తున్నాను అని గుర్తించినప్పుడు, నేను క్షణంపాటు ఆగి ఆ ఆలోచనలు కూడా తాత్కాలికమే అని నాకు నేను గుర్తుచేసుకున్నాను. నేను వాటిని వచ్చి పోయే మేఘాలుగా, శాశ్వత ప్రభావాన్ని వదిలిపెట్టకుండా ఊహించుకున్నాను.

ఈ సాధారణ సాధన ఆందోళనతో నా సంబంధాన్ని మెరుగుపరుస్తూ ప్రారంభమైంది. ఇది నేను కాసేపు వెనక్కి తగ్గి, నా భయాలు ఎక్కువగా సంభవించే అవకాశం లేనివని అర్థం చేసుకోవడంలో సహాయపడింది. అనిశ్చిత భవిష్యత్తులో కూరుకుపోవడం కంటే వర్తమానాన్ని మనసులో ఉంచుకుని జీవితం వైపు దృష్టి పెట్టడం మొదలుపెట్టాను.

కొంత కాలం గడిచాక, నా ఆందోళన భావాల తీవ్రత తగ్గిపోయింది. మితిమీరిన ఆలోచనల యొక్క సంకెళ్ళ నుండి బయటపడి, వర్తమాన క్షణంలో జీవించడం అనే అందాన్ని నేను ఆస్వాదించాను. “మెమెంటో మోరి” నా నిర్ణయాలను మార్గనిర్దేశం చేయడమే కాకుండా, జీవితంలోని గందరగోళం మధ్య నాలో శాంతి, స్పష్టతను నెలకొల్పడానికి సహాయపడింది.

కాబట్టి, గుర్తుంచుకోండి, జీవితం తాత్కాలికమైనదే కాబట్టి మీ ఆందోళనలూ అంతే తాత్కాలికమైనవి. మీ ఆందోళనకర ఆలోచనలు కూడా పోతాయని అంగీకరించండి. ఈ విధంగా మీరు వర్తమానానికి అధిక ప్రాముఖ్యత ఇచ్చి, తక్కువ ఆందోళనతో జీవనాన్ని సులభతరం చేసుకోవచ్చు. అతిగా వచ్చే ఆలోచనలను అధిగమించే కొత్త సామర్థ్యాన్ని పొందవచ్చు.

అధ్యాయం 28

మీ సహజమైన స్థితి ఏమిటి?

"ఇక్కడ ఒక సలహా ఉంది: సంతృప్తిని పరిపూర్ణంగా ఎలా పొందాలో తెలుసుకోండి. ఆ తర్వాత, మీరు ముందుకు నడుస్తున్నప్పుడు, మిగతావన్నీ మీ ముందుకు ప్రవహిస్తాయి, మరియు "వృథా సమయం" అన్న భావనే ఉండదు. మళ్ళీ సూర్యుడు వెలుగునిస్తే, మీ పురాతన మిత్రుడి కోసం చేతిని ఊపుతారు, అది కూడా తిరిగి చేయి ఊపి అభినందిస్తుంది"

— లెస్ మాథెసన్

జీవితం ఎప్పటికీ వేగంగా ముందుకు పరిగెత్తే పోటీలా అనిపిస్తుంది. మనం నిస్సందేహంగా సాధనలను, విజయాల మైళ్ల రాళ్లను, స్పష్టమైన ఫలితాలను గట్టిగా అనుసరిస్తూ ఉంటాం. మనం పూర్తి చేసిన పనుల సంఖ్య, పొందిన ప్రమోషన్లు లేదా సామాజిక మాధ్యమాల్లో పొందిన లైకులు మరియు మనకు ఏర్పడిన కొత్త మిత్రులు వగైరా వంటి ద్వారా మన విలువను కొలుచుకుంటాం. ఆనందం, స్వీయ విలువను బాహ్య విజయాలతో అనుసంధానం చేయాలనే ఈ నిరంతర ప్రయత్నం మనలను ఒక్కోసారి అసంతృప్తి, అస్థిరత సముద్రంలో తేలియాడుతున్నట్లుగా భావింపచేయగలదు.

ఆశ్చర్యకరంగా, లెస్ మాథెసన్ ఇచ్చిన సలహాను నేను గమనించినపుడు అది నాలో బలంగా నాటుకుపోయింది. ఆయన మనకు చక్కని జ్ఞానాన్ని అందించారు. ఇది మన దృష్టికోణాన్ని మార్చడానికి ప్రోత్సహిస్తూ, "శూన్యం"ను ఒక సహజ స్థితిగా స్వీకరించడం, ఫలితాల

ప్రభావాన్ని పట్టించుకోకుండా ఉండటం సాధన చేయాలని సూచిస్తారు. ఆలోచనాత్మకమైన మాటలతో ప్రేరితమైన ఈ రెండు చిట్కాల్ని పరిశీలిద్దాం:

సంతృప్తి సహజ స్థితిలో శూన్యాన్ని స్వీకరించండి

ముందుగా నేను మన సంతృప్తి సహజ స్థితిని శూన్యపు భావోద్వేగంగా భావించడం గురించి చెబుతాను. అది చాలా సులభమైనది. “శూన్యం”ను సహజ స్థితిగా స్వీకరించడం అనేది అది అందించే విముక్తిలో నిమగ్నమై ఉంది. బాహ్య విజయాలపై ఆధారపడడం మానేసినప్పుడు, మీరు ఆమోదం కోసం నిరంతరంగా తపనపడటాన్ని ఆపుకుంటారు. మీరు ప్రస్తుతం ఉన్న స్థానం సరిపోతుంది.

ఇది మన దృక్పథంలో శక్తివంతమైన మార్పు. ఇది మన గాఢమైన కోరికలను, లేదా ఆశయాలను వదులుకోవడానికి అవకాశం కల్పించదు. దానికంటే, ఇది మన వ్యక్తిగత విలువ, బాహ్య ప్రశంసలు లేదా విజయాల సేకరణపై మాత్రమే ఆధారపడదని గుర్తించమనే జ్ఞానాన్ని కలుగజేస్తుంది. ఇతరంగా చెప్పాలంటే, మనకు మనుష్యులుగా ఉన్న విలువ కేవలం సమాజం సృష్టించిన కొలమానాల పరిధికంటే ఎక్కువ.

మనలో వున్న ఆందోళన బాధపడేవారికి, వర్తమాన క్షణం తరచుగా ఒక లోపం లేదా నష్టంగా మాత్రమే కనిపిస్తుంది. మనం శక్తి లేదా ముప్పు ద్వారా చర్య తీసుకోవాల్సిన అవసరం ఉందని భావిస్తాము - ఇప్పుడు చేయాలి లేదంటే కాదు! మన మానసిక పరిస్థితి ఎప్పుడూ “ఋణం” గా ఉందని అనుకుంటే, మన చర్యలు ప్రతిస్పందనాత్మకంగానూ, భయంతోనూ నిండివుంటాయి. కానీ, వర్తమాన క్షణంలోని “శూన్యం”ని పూర్తిగానూ, పరిపూర్ణమైనదిగానూ మరియు అర్థమైనదానిగానూ చూస్తే, మీరు ఆసక్తి, సృజనాత్మకత లేదా అభివృద్ధి పట్ల అభిరుచి వంటి చైతన్యంతో నడుచుకునే సామర్థ్యాన్ని మీకు మీరుగా ఇచ్చుకుంటారు.

ఈ దృక్పథాన్ని స్వీకరించడం ద్వారా, నిరంతర విజయ సాధనతో వచ్చే ఆందోళన మరియు అస్థిరత నుంచి మనం స్వేచ్ఛ పొందవచ్చు. నిరంతరం పనులను పూర్తిచేయాలని, బయటి ప్రపంచపు ప్రశంసలు పొందాలని ఉండే ఒత్తిడి మనలో ఒక అసంతృప్త ఆవేశాన్ని పెంచుతుంది. దీనివల్ల శాంతి కనిపించదు, ఇంకా ఇంకా కావాలని ప్రయత్నిస్తూనే ఉంటాం.

ఈ భావనను మీ జీవితంలో అన్వయించుకోవడానికి, మీ విజయాలను తెలుసుకోవడం ప్రారంభించండి. కానీ అవి మీ స్వీయ విలువను నిర్వచించడానికి అనుమతించకండి. మీ విజయాలకు ఆనందించండి, కానీ అవి మీ జీవితానికి సంబంధించిన ఒక భాగమే తప్ప, మొత్తం జీవిత చిత్రమే కాదని గుర్తుంచుకోండి. గొప్ప గొప్ప విజయాల శోధనలో తరచుగా తెలియకుండా పోయే చిన్న చిన్న ఆనందాలను, సంతోషపు క్షణాలను అంగీకరించడానికి భావోద్వేగ మనసుతోనూ, కృతజ్ఞతతోనూ సాధన చేయండి. "శూన్యం"ను ఒక సహజ స్థితిగా స్వీకరించడం అనేది ప్రయాణంలో సంతృప్తిని కనుగొనడంలో ఉంటుంది. అది గమ్యం మాత్రం కాదు.

సామాజిక మాధ్యమాలలో మీ పోస్ట్‌కు వచ్చిన లైకులు సంఖ్యతో లేదా మీ విజిటింగ్ కార్డ్‌పై ఉన్న అక్షరాలతో మీ విలువను నిర్ణయించడం అవసరం లేదని మీరు అర్థం చేసుకుంటే మీకు ఎంతో ఊరట కలుగుతుంది. ఇది నిజాన్ని గుర్తించడం. ఇది అంచనాల భారాన్ని తగ్గించి, మీ లక్ష్యాలను, ఆశయాలను మరింత ప్రామాణికతతోనూ, ప్రశాంతతతోనూ చేరుకోవడానికి మీకు వీలు కల్పిస్తుంది.

మీరు జీవించి ఉన్నారనే వాస్తవాన్ని, ఇప్పుడు, ఈ క్షణంలో, కేవలం ఆస్వాదించగలరా?

బాహ్య విజయాలు మీ స్వీయ విలువను ధృవీకరించాల్సిన అవసరం లేనప్పుడు, మీరు ప్రయాణపు సంతోషం కోసమే మీ లక్ష్యాలను అనుసరించేందుకు స్వేచ్ఛ పొందుతారు. ప్రతీ దశలో తీసుకురాబడే అభ్యాసం, అభివృద్ధి, అనుభవాన్ని అభినందించగలుగుతారు, ఫలితంపై ఆందోళనతో ముడివేయకుండా. ఈ కొత్తగా దొరికిన అంతర్గత శాంతి జీవితాన్ని మరింత సమతుల్యతతో మరియు సంతృప్తితో నిండినదిగా మారుస్తుంది. అప్పుడు మీ ఆనందం ఎప్పటికీ బాహ్య విజయాలకు కట్టుబడి ఉండదు.

ఫలితాలను బోనస్‌లుగా పరిగణించండి

ఇప్పుడు ఫలితాల నుండి వేరుపడటానికి సంబంధించిన రెండవ చిట్కాను పరిశీలిద్దాం. ఫలితాలపై మరీ ఎక్కువ దృష్టి పెట్టినప్పుడు, మన ఆనందం అనేది విజయాలు లేదా వైఫల్యాలపై ఆధారపడుతుంది. ఈ నిరంతర ఒత్తిడి

ఆందోళన మితిమీరిన ఆలోచనలకు దారి తీస్తుంది. లెస్ మాథెసన్ ఒక కొత్త దృక్పథాన్ని సూచిస్తున్నారు: ప్రక్రియపై దృష్టిని కేంద్రీకరించండి. సానుకూల ఫలితాలను ఆనందానికి అవసరంగా కాకుండా, బహుమతులుగా (బోనస్) పరిగణించండి. అప్పుడు అవి ఆనందదాయకమైన ఆశ్చర్యాలుగా ఉంటాయి. ఈ దృక్పథంలోని మార్పు మనలను అంచనాల భారం నుండి విముక్తం చేస్తుంది. పనులు, లక్ష్యాలను మరింత శాంతియుతంగా, ఆహ్లాదకరమైన దృక్పథంతో నిర్వహించడానికి అనుమతిస్తుంది.

ఫలితాల నుండి వేరుపడడం అనేది విజయానికి, ఆనందానికి సంబంధించిన మన సంబంధాన్ని మళ్లీ నిర్వచించడమే. నిర్దిష్ట విజయాలకు మన సంతోషాన్ని కట్టిపెట్టడం బదులుగా, సానుకూల ఫలితాలను ఆనందదాయకమైన ఆశ్చర్యాలుగా చూడటానికి మీరు ఎంచుకుంటారు. ఈ దృక్పథ మార్పు అనేక ప్రయోజనాలను అందిస్తుంది. మీరు నిరంతరం లక్ష్యాలను చేరుకుంటామా అని ఆందోళన చెందడం వల్ల కలిగే ఒత్తిడి, ఆందోళన తగ్గిపోతుంది. అందుకు బదులుగా, మీరు వర్తమాన క్షణంలో నిమగ్నంగా ఉండి, ప్రక్రియలో పూర్తిగా తేలియాడుతూ, ఎదురయ్యే ఏకకాల పరిస్థితులకు అనువుగా ఉండగలుగుతారు. విచిత్రమేమిటంటే, ఈ స్థితి అనుకూల ఫలితాలను మరింత సాధ్యంగా చేస్తుంది!

చివరగా, మీరు పూర్తిగా తెలుసుకుంటారు, సంతృప్తికి మార్గం గమ్యానికి సమానంగా, లేదా అంతకంటే ముఖ్యంగా ఉంటుందని. ఈ ప్రయాణం ఒక పరోక్షమైన అనుభవంగా మారుతుంది, వ్యక్తిగత వృద్ధికి నిరంతర వనరుగా ఉంటుంది. అంతేకాకుండా, మీ సహనానికి సంకేతంగా నిలుస్తుంది. ఇది పర్వత శిఖరాన్ని చేరుకోవడం మాత్రమే కాదు; అది ఏ విధంగా చేరాలో చూపే ప్రయాణం, వివిధ ఎత్తుల నుంచి కనిపించే దృశ్యాలు, మార్గంలో నేర్చుకున్న పాఠాలను ఆనందించడంపై ఆధారపడి ఉంటుంది.

అధ్యాయం 29

చిన్న విషయాలకు చెమట చిందించకండి

"మీరు ప్రతి పరిస్థితిని జీవన్మరణ సమస్యగా పరిగణిస్తే,
మీరు చాలాసార్లు మృతిచెందుతారు."
– డీన్ స్మిత్

మనం అంతా అక్కడే ఉన్నాం: ప్రతి క్షణం ఒక అత్యవసరమైన పందెపు ఆటగా అనిపించే జీవన లక్ష్యాన్ని అందుకోవడానికి ప్రయత్నిస్తూ ఉంటాం. భవిష్యత్తులో సంభవించవచ్చని మనం ఊహించే విపత్తుల నుండి స్వేచ్ఛతో జీవించడం అనేది చాలా దూరంగా ఉండే లక్ష్యం లాగా ఉంటుంది. డీన్ స్మిత్ మనకు ఒక మెరుగైన కిటుకు ఇలా చెబుతాడు: "మీరు ప్రతి విషయాన్నీ జీవన్మరణ సమస్యలా చూస్తారా? మీ స్క్రిప్ట్ మార్పు చేయాల్సిన సమయం వచ్చిందేమో"

సంతోషం, ఆనందం, విజయానికి మార్గం వెతికేటప్పుడు, మనం ప్రతిరోజు మన జీవితాల్లో ఒత్తిడిని పెంచుకుంటాము. కానీ, ఈ ఒత్తిడిని మనకు మనమే సృష్టించుకుంటున్నామనే విషయం గుర్తిస్తే? సరికొత్త స్క్రిప్ట్‌తో ముందుకు సాగి, సంక్షోభాలను పరిష్కరించడానికి మరింత సమతుల్యత కలిగిన విధానం ఏర్పరచుకుంటే ఎలా ఉంటుంది?

భయం నుంచి మానసిక దూరం సృష్టించడం

జీవన్మరణ సవాళ్లను విషయ జ్ఞానం కలిగిన అవకాశాలుగా పునర్నిర్వచించడం ఒక విలువైన దృక్పథం. ఇది వ్యక్తి దృక్కోణాన్ని గణనీయంగా మార్చగలదు.

అనవసర ఆందోళనలకు లొంగకుండా, సంక్లిష్ట పరిస్థితులను స్థిరంగా సమీక్షించడం ద్వారా, వాటిని నేర్చుకోవడానికి అవకాశాలుగా మార్చు కోవచ్చు. భయం నుంచి మానసిక దూరం సృష్టించడం అనేది నేరుగా ప్రతిస్పందించకుండా, పరిస్థితులను సాంకేతికంగా చూడడానికి శక్తిని మళ్లించగల మార్గం. ఈ విధానం, ప్రతికూల అనుభవాలను వ్యక్తిగత అభివృద్ధి కోసం విలువైన పాఠాలుగా మార్చే అవకాశం ఇస్తుంది. ఈ మార్పు జీవిత సవాళ్లను గణనీయంగా మారుస్తుంది. మనసు స్థిరంగా ఉంచుకోవటం ద్వారా సమస్యలు పరిష్కరించగలిగే స్పష్టత పెరుగుతుంది. సవాళ్లను జీవితంలో భాగంగా చూడడం అనేది మన దృష్టిని సమతుల్యంగా, తేలికగా, గణనీయమైన అభివృద్ధి వైపు నడిపిస్తుంది.

నా చిన్నతనంలో నేను యీ సూత్రాన్ని అమలుపరచే వాణ్ణి. నాకు ఎనిమిదేళ్ల వయస్సులో, నా కుటుంబం దట్టమైన అడవుల్లోకి క్యాంపింగ్ ట్రిప్‌కు వెళ్లాలని నిర్ణయించుకుంది. అది నాకు మొదటి సారి క్యాంపింగ్, నాకు ఉత్సాహంతో పాటు భయం కూడా కలిగింది. నా చిన్న మనసుకు ప్రతి చిన్న విషయం జీవన్మరణ స్థితిలా అనిపించింది. క్యాంప్‌ఫైర్ వెలిగించడం నుంచి టెంట్ ఏర్పాటు చేయడం వరకు అలాగే అనిపించింది. నాకు అలాంటి సమయంలో ఏం జరుగుతుందో తెలియదు కనుకు ప్రతీ చిన్న విషయానికి భయపడిపోయాను.

మా ప్రయాణం మధ్యలో అకస్మాత్తుగా భారీ వర్షం వచ్చింది. మా క్యాంప్‌సైట్ పూర్తిగా చిత్తడిగా మారింది. మేం ఎంతో జాగ్రత్తగా సిద్ధం చేసుకున్న ఆహారం మొత్తం తడిసిపోయింది. మొదట, భయం నన్ను కుదిపేసింది, నేను నిస్పృహతో క్రుంగిపోయాను. కానీ నా తండ్రి, అన్ని సందర్భాల్లో చిత్తశుద్ధి కలిగిన మనిషిగా ఉండే వారు. ఆయన నాకు ధైర్యం చెప్పి, ఈ పరిస్థితిని కొత్త కోణంలో చూడమని సలహా ఇచ్చారు.

ఈ అనుకోని ఘటనను మనకు కలిగిన అవకాశంగా చూడమని ప్రోత్సహించాడు. ఈ ఇబ్బందుల గురించి మనం తికమకపడిపోకుండా మనకు ఎదురైన యీ సవాలును ఎదుర్కోవటానికి కావలసిన పరిస్థితులను ఏర్పాటు చేసుకోమని ఆయన సలహా యిచ్చాడు. ఆయన చెప్పిన ప్రకారం, మేము మా క్యాంప్‌సైట్‌లోని డ్రైనేజీని మెరుగుపరచడం, తడిసిన ఆహారాన్ని క్రియాశీలకంగా సరిగ్గా వాడుకోవడం, వాతావరణానికి అనుగుణంగా మా ప్రణాళికలను సవరించడం వంటి మార్గాలను కనిపెట్టాం.

బాల్యంలో కలిగిన యీ అనుభవం నా జీవితానికి ముడిపడిన గొప్ప పాఠంగా మారింది. ఇది మన అనూహ్య పరిస్థితులను విలువైన అవకాశాలుగా చూడడం ఎలాగో నేర్పించింది. భయానికి లొంగిపోకుండా, ప్రతికూలతల నుండి సాధించగల నేర్పులను, జ్ఞానాన్ని గుర్తించడంపై దృష్టి పెట్టడం నేర్చుకున్నాను. ఈ క్యాంపింగ్ ట్రిప్ నేను నాపై నమ్మకంగా ఉండేందుకు, నా సృజనాత్మకతతోనే కాకుండా, అస్తవ్యస్త పరిస్థితుల్లో కూడా నవ్వగలిగే శక్తి నాలో ఉందనే నమ్మకం కలిగించింది. ఆ అవమానాన్ని స్వీకరించడం ద్వారా నేర్చుకున్న పాఠాలు, సమర్థవంతమైన పరిష్కారాలను కనుగొనడంవంటి నైపుణ్యాలు, మన కోసం అన్నీ అనుకూలంగా ఉండడం కంటే మరింత విలువైనవిగా అనిపిస్తాయి.

విభిన్న అభిప్రాయాలను కలిగి ఉండటం

అత్యవసర పరిస్థితుల్లో, పరిస్థితులను సమతుల్య దృష్టితో చూడగలగడం ఎంతో విలువైన సలహా. ఇది విభిన్న అభిప్రాయాలను, దృక్పథాలను ఆకర్షించడానికి కృషి చేయడం ద్వారా పరిస్థితులను విస్తృతంగా అర్థం చేసుకునే అవకాశాన్ని ఇస్తుంది. దీనివల్ల మీరు మెరుగైన నిర్ణయాలను తీసుకోవచ్చు.

నా బాల్యం ఆసక్తికరంగా ఉన్నప్పటికీ, నా కౌమారంలో జరిగిన ఒక ఘటన నాకు సమతుల్య దృక్పథాలను అన్వేషించడం ఎంత ముఖ్యమో నేర్పించింది. ఒక రాత్రి, నేను పాఠశాలకు సంబంధించిన ఒక ముఖ్యమైన ఇంగ్లీష్ అసైన్మెంట్ మీద పనిచేస్తున్నాను. అది మోబీ డిక్ పై తయారు చేసుకున్న వ్యాసం. నేను దాన్ని కంప్యూటర్‌లో టైప్ చేస్తున్నాను. నేను దాదాపు పూర్తి చేశాననుకుంటున్న సమయంలో, కంప్యూటర్ ఒక్కసారిగా స్టక్ అయింది. నేను చేసిన టైప్ ఫైల్ సేవ్ చేసుకోలేదు. దీంతో నాకు భయం పట్టుకుంది. పాఠశాలలో యిచ్చేందుకు సమయం దగ్గరగా ఉంది. ఈ సంఘటనకు ముందుగా నేను విసుగుతో నిండిపోయాను. నేను చేసిన నా పని ఎలా రీకవర్ చేసుకోవాలో అర్థం కాలేదు.

నేను యిలాంటి ఆందోళన సమయంలో నేను నా అక్కను సంప్రదించాను. మా కుటుంబంలో అందరూ ఆమెను ప్రశాంతంగా ఉంటుందనీ, ఎలాంటి సమస్యకైనా పరిష్కారం అందిస్తుందనీ

అంటుండేవారు. నా సమస్య వివరంగా చెప్పిన తర్వాత, ఆమె మా పొరుగులో నివసిస్తున్న శ్రీ జాన్సన్‌ను సంప్రదించమని సూచించింది. అతను కంప్యూటర్ల గురించి మంచి అవగాహన కలిగిన వ్యక్తి. ఆ సమయంలో నేను కాస్త చిరాకుతో ఉన్నప్పటికీ, ఆమె సూచనకు నేను అంగీకరించక తప్పలేదు.

నేను జరిగింది మొత్తం జాన్సన్‌కు వివరించినప్పుడు, ఆయన నాలాగా భయపడిపోలేదు. ఆయన ప్రశాంతంగా నా కంప్యూటర్‌ను పరిశీలించారు. నా డాక్యుమెంట్‌ను రికవర్ చేసి, రెగ్యులర్ బ్యాకప్‌లు అవసరం ఎంత ముఖ్యమో వివరించారు. నాలోపలవున్న భావోద్వేగపు అసహనానికి యిది భిన్నంగా అనిపించింది. ఈ అనుభవం ద్వారా నేను విభిన్న దృక్పథాలను అన్వేషించడం ఎంత కీలకమో తెలుసుకున్నాను. ఇవి సమతుల్యతను పునరుద్ధరించడంలో ఎంత సహాయపడతాయో గ్రహించాను.

నేను గ్రహించిన యీ పాఠం ఉపకరణాలు లేదా టెక్నాలజీ సమస్యలకు మాత్రమే పరిమితం కాదు. ఇది సంక్షోభాల సమయంలో వర్తమానంలో ఉండటం, మానసిక ప్రశాంతతను పొందడం ఎంత ముఖ్యమో; విభిన్న దృక్పథాలు ఎలా ఆందోళనను తగ్గిస్తాయో; మెరుగైన నిర్ణయాలకు ఎలా దారితీస్తాయో తెలియజేస్తుంది. మనకు నమ్మకమైన స్నేహితులు, మార్గదర్శకులు, నిపుణుల సలహాలు తీసుకోవడం ద్వారా, మనం పరిస్థితులను తటస్థంగా అర్థం చేసుకుని, మెరుగైన నిర్ణయాలు తీసుకునే సామర్థ్యాన్ని పెంచుకోగలుగుతాము.

మన స్మృతిని, దృక్పథాన్ని మార్చుకోవడం అనేది చాలా గొప్ప విషయం. అది సాధించడంలో మన పరిసరాలు కూడా ఎంతో సహాయపడతాయి. మనం వర్తమానంలో ఎదుర్కొనే సంక్షోభాలను ఇతరులతో పంచుకోవడం ద్వారా కూడా ఈ మార్పు సాధించవచ్చు. ఇతరులతో మాట్లాడడం అనేది మన సమస్యపై కొత్త దృక్పథాన్ని తీసుకురావచ్చు. సంక్షోభాలను ఒంటరిగా ఎదుర్కొనాల్సిన అవసరం లేదని యిది మనకు గుర్తు చేస్తూ ఉంటుంది. మనకు సహాయం చేయడానికి అనేక మంది వ్యక్తులు, అనేకమైన వనరులు అందుబాటులో ఉంటాయి. ఇవి మనం వాటిని ఉపయోగించి స్పష్టతతోనూ, ప్రశాంతతతోనూ సమస్యలను అధిగమించగలిగే అవకాశాన్ని కల్పిస్తాయి.

అధ్యాయం 30

అసౌకర్యంగా ఉండే ప్రదేశాలలో సౌకర్యంగా ఉండటం

"నిరాశావాదం లేదా ఆశావాదం అనే పరిమితులలో ఆలోచించడం సత్యాన్ని చాలా సరళీకృతం చేస్తుంది. సమస్య ఏమిటంటే, వాస్తవాన్ని ఉన్నది ఉన్నట్లుగా చూడడం."

— థిచ్ నాట్ హాం

జీవితం అనే గొప్ప సంగీత స్రవంతిలో, మనం తరచుగా నిరాశావాదం లేదా ఆశావాదం మధ్యలో ఊగుతూ ఉంటాము. గడియారంలో పైకి, క్రిందికి ఊగే పెండ్యూలమ్ మాదిరిగా, దిశను నిర్ధారించుకోలేక, మనం వాస్తవికత యొక్క సంక్లిష్టతలతో యుద్ధం చేస్తూ, అంతుచిక్కని పరిష్కారం కోసం అన్వేషిస్తూ ఉంటాము. ఇది మనం రెండు తలుపులున్న గదిలో మధ్యన నిలబడినట్టు అనిపిస్తుంది - ఒకటి "నిరాశావాదం" అనేది మరొకటి "ఆశావాదం" అనేది. మనం ఎటు వెళ్లాలో తెలియక సతమతమైపోతూ ఉంటాం. కానీ, బహుశా ఒక మూడవ తలుపు ఉంటుంది. అది మనకు కనిపించకుండా చీకట్లో దాగి ఉంటుంది. అది "వాస్తవం ఉన్నది ఉన్నట్లుగా" అనేది!

థిచ్ నాట్ హాం మనకు గుర్తు చేసేది ఏమిటంటే, మనం నివసించే ప్రపంచం ద్వితీయం నుండి చాలా దూరంగా ఉంది. ఇది శాశ్వత సూర్యరశ్మి లేదా శాశ్వత తుఫాన్లకు స్థలం కాదు. వాస్తవానికి అది అనేక రంగుల సమూహం. దీన్ని స్పష్టత, స్థిరత్వంతో ప్రయాణం చేయడానికి, మనం

సుముఖమైన దృష్టిని పెంపొందించుకోవాలి. ఇది వాస్తవాన్ని బహుముఖి రత్నం మాదిరిగా గుర్తించడం. ప్రతి ముఖంలోనూ ఒక ప్రత్యేకమైన సత్యాన్ని కలిగి ఉన్నట్లుగా అది కూడా ఉంటుందని మనం అంగీకరించడం.

నిరాశావాదానికి, ఆశావాదానికి అవతలి వైపు

సమతుల్య దృష్టిని పాటించడం అనేది జీవితంలోని సవాళ్లు, అవకాశాలను సమర్థవంతంగా ఎదుర్కోవడానికి ప్రాథమిక అంశం. నిరాశావాదంగానీ, లేదా గుడ్డిగా అనుసరించే ఆశావాదంగానీ సమతుల్య దృష్టిని అనుసరించినప్పుడు మాత్రమే వ్యక్తులను సరైన నిర్ణయాలు తీసుకోవడానికి, స్థిరత్వాన్ని పెంపొందించుకోవడానికి అనుమతిస్తుంది. ఈ దృష్టికోణంలో వాస్తవం చాలాసార్లు నలుపు తెలుపు కాకుండా, సంక్లిష్టంగా జిత్తులమారిగా కనిపిస్తుంది. ఈ మనస్తత్వాన్ని ఆమోదించడం ద్వారా, వ్యక్తులు వివిధ పరిస్థితులు, సంఘటనల సంక్లిష్టతలను అర్థం చేసుకుని మెరుగ్గా ప్రయాణం చేయగలుగుతారు.

సమతుల్య దృష్టిని పెంపొందించడంలో ఒక కీలకమైన అంశం మనలో వున్న పక్షపాతాలను, స్వపక్ష తీర్పులను గుర్తించడం. మనుషులు సహజంగా పక్షపాతాలు కలిగి ఉంటారు. ఇవి మన నిర్ణయాలను మబ్బులుగా చుట్టుముట్టి త్వరితమైన నిర్ణయాలను తీసుకోవడానికి దారితీస్తాయి. కాబట్టి, మనం ఆత్మవిమర్శ, స్వయం అవగాహనలో నిమగ్నమై, మనం ముందుగా ఏర్పరచుకున్న భావనలు, స్వపక్షంగా తీసుకున్న తీర్పులను సవాలు చేయడం అవసరం. ఇది మనం తెరచి వుంచిన మనసుతో పరిస్థితులను సమీక్షించడానికి, వివిధ దృష్టికోణాలు, అంశాలను పరిగణించడానికి ఉత్తమంగా సిద్ధంగా ఉంటామని చెబుతుంది.

సమతుల్య దృష్టిని పొందడానికి సమగ్రమైన సమాచారం సేకరించడం, విభిన్న దృష్టికోణాలను వెతుక్కోవడంలో ప్రతిబద్ధతను చేర్చడం అవసరం. ఈ రోజు అనుసంధానమైన ప్రపంచంలో, సమాచారాన్ని సులభంగా పొందవచ్చు, కానీ దాని నాణ్యత విస్తృతంగా మారవచ్చు. సమాచారం యొక్క నియంత్రిత వినియోగదారులు కావడం, మూలాలను విమర్శాత్మకంగా సమీక్షించడం, నిర్ణయాలు తీసుకునే ముందు సాక్ష్యాలను పరిగణించడం

చాలా ముఖ్యం. ఈ దృష్టికోణం మనం సరైన సమాచారంతో నిర్ణయాలు తీసుకోవడమే కాకుండా, మేథో వృద్ధిని, అనుభూతిని ప్రోత్సహిస్తుంది.

ఇప్పుడు, నేను మీకు హిల్లరీ గురించి చెప్తాను. ఆమెను నేను రచయితల సమావేశంలో కలిసాను. ఆమె మంచి రచయిత్రి. సమతుల్య దృష్టికోణం యొక్క విలువలను ప్రతిబింబించేది. ఒక రచయిత్రిగా, ఆమె తన కథలలో పాత్రలు, పరిస్థితుల గాఢతను, సంక్లిష్టతను అన్వేషించడానికి ప్రాముఖ్యతతో ఉండేది. ఆమె నమ్మకంతో వాస్తవ జీవితపు పరిస్థితులు, రచన వేరు కాదు అని విశ్వసించేది. సమావేశంలో హాజరైన రచయితలతో ఆమె చేసే సంభాషణల్లో హిల్లరీకి విశాలమైన మానసిక దృక్పథం ఉండటం విభిన్న దృష్టికోణాలను వినడంలో సిద్ధంగా ఉండటం వల్ల ఆమెకు పేరు వచ్చింది.

ఒక సాయంత్రం, వివిధ రచనాశైలుల గుణాత్మకతపై తీవ్రమైన చర్చ జరిగే సమయంలో, హిల్లరీ ఉత్సాహభరితంగా పాలు పంచుకుంది. కొంతమంది రచయితలు సాంప్రదాయానికి మద్దతు ఇచ్చారు. మరికొంతమంది ప్రయోగాత్మక రచనలకు మద్ధతు ప్రకటించారు. హిల్లరీ ప్రత్యేకంగా ఎటువైపు లేకుండా, రెండు గ్రూపులతోనూ చురుకుగా పాల్గొంది. అవగాహన కలిగించే ప్రశ్నలు అడిగింది. వారి దృష్టికోణాలను అర్థం చేసుకోవడానికి ప్రయత్నించింది. సంప్రదాయ పద్ధతులలోనూ, ప్రయోగాత్మక పద్ధతులలోనూ గుణాలున్నాయని గ్రహించి రెండు పద్ధతులలోనూ రచనలు చేయటం శ్రేయస్కరమని తెలుసుకుంది.

హిల్లరీ సమతుల్య దృష్టిని నిలుపుకొనే సామర్థ్యం రచయితలలో విస్తరించింది. ఆమె వ్యక్తిగత జీవితంలో కూడా సమస్యలను పరిష్కరించడంలో ప్రశాంతత, ఆలోచనాత్మక దృష్టికోణానికి ప్రసిద్ధి చెందింది. వివిధ కోణాలను పరిగణించడం, పక్షపాతాలను సవాలు చేయడం, సమాచారాన్ని సేకరించడంలో ఆమె ఉత్సాహం ఆమెను రెండు "వైపుల" వున్న సహచరుల మధ్య గౌరవనీయమైన, అభిమానం పొందిన వ్యక్తిగా నిలబెట్టింది!

అనితరసాధారణతను స్వీకరించడం

అనితరసాధారణత (Impermanence) మరియు మార్పును స్వీకరించడం మన జీవితాన్ని అనుభవించడానికి, పరిగణించడానికి గాఢమైన మార్పును తెస్తుంది. ఇది నిజం అవుతున్న ప్రతి క్షణం మార్పులో ఉంటుందని

తెలియజేస్తుంది. మన పరిసరాలు, భావోద్వేగాలు, సంబంధాలు అన్ని అనితరసాధారణమైనవే. దీనిని అంగీకరించడం ద్వారా మనం జీవితాన్ని సులభతరం చేయగలుగుతాం, మరింత సమతులనతో దృఢత్వాన్ని పొందగలుగుతాం.

జీవితంలో ఏదీ స్థిరంగా ఉండదని గుర్తించడం మొదటి మెట్టు. మనం ప్రతిక్షణం మార్పును ఎదుర్కొనటానికి సిద్ధంగా ఉండకపోతే, మన ఆశలు అవాస్తవికంగా మారుతాయి. ఉద్యోగాలు, సంబంధాలు, ఆరోగ్యం, ఆర్థిక పరిస్థితులు - ఇలా ప్రతిదీ ఒడిదుడుకులను ఎదుర్కొంటుంది. అనితరసాధారణతను అంగీకరించడం అంటే నిర్దిష్ట ఫలితాలకు లేదా పరిస్థితులకు పట్టుబడకుండా ఉండటం. ఈ బంధనం (attachment) మార్పు అనివార్యంగా ఎదురైనప్పుడు మనకు బాధనిస్తుంది.

మన భావోద్వేగాలు, మానసిక స్థితులు కూడా ఎప్పటికప్పుడు మారుతాయి. సంతోషం, విచారం, కోపం, శాంతి - అన్నీ భావోద్వేగపు అనుభూతులు - కేవలం అనితరసాధారణమైన అనుభవాలు. మన భావోద్వేగాలతో ఎక్కువగా పరోక్షం అనుబంధం లేకుండా ఉంటే, మనం వాటిని సులభంగా నిర్వహించగలుగుతాము.

పీటర్, నా బాల్యమిత్రుడు, అనితరసాధారణత జ్ఞానాన్ని అందంగా ప్రదర్శించిన వ్యక్తి. జీవితం పట్ల ప్రత్యేకమైన అభిప్రాయం కలిగిన వాడు. జీవిత మనుగడలో ఎదురయ్యే భావోద్వేగాల పట్ల స్థిరమైన అభిప్రాయంతో చిన్నతనం నుండి ఉండేవాడు. మేము చిన్నతనంలో ఒకే కాలనీలో పెరిగాము, ఒక చిన్న పార్క్‌లో ఆడుకునే వాళ్లం.

ఒక వేసవిలో, మా కుటుంబాలు, అనేక కారణాలవల్ల, వేర్వేరు నగరాలకు వెళ్ళడానికి నిర్ణయించుకున్నారు. మేము ఒకరికొకరం వీడ్కోలు యిచ్చుకోవాల్సిన సమయం నాకు బాగా గుర్తుంది. నేను గడచిన రోజుల గురించి బాధతో ఉంటే, పీటర్ ప్రశాంతంగా ఉన్నాడు. “మార్పు అనివార్యం, మనం భౌతికంగా ఎక్కడెక్కడో విడివిడిగా వున్నప్పటికీ మన స్నేహం మన హృదయాల్లో ఉండిపోతుంది” అని చెప్పాడు.

కాలం గడిచిపోయింది. తరచూ మారుతున్న పరిస్థితులకు అతను ఆమోదం తెలపడం, కొత్త పరిస్థితులలో పట్టు సాధించడం పీటర్ జీవితంలో ప్రత్యేకతగా నిలిచింది. అతను తన జీవితంలో కలిగిన మార్పులను

నేర్చుకోవడానికి, అభివృద్ధి చెందేందుకు, మానసికంగా పెరిగేందుకు అవకాశాలుగా భావించాడు. అతను ప్రపంచవ్యాప్తంగా స్నేహితులను కలిగి ఉన్నాడు. వాళ్ల మధ్య భౌతికదూరం కొలిచేంత దూరంలో లేకపోయినా, వాళ్ల మధ్యగల స్నేహ మాధుర్యాలను, స్నేహపు గౌరవాన్ని కాపాడుకునేవాడు.

పీటర్ కాలపరిమితి గురించి అవగాహనతో విలువైన క్షణాలను ఆస్వాదించేవాడు. అతని జీవితం మనకు ఒక స్ఫూర్తిగా నిలుస్తుంది: ప్రతి క్షణం వర్తమానంలో, విలువైనదిగా చూడటం, మధురమైన జ్ఞాపకాలను సృష్టించడం, జీవిత మార్పుల్లో ఆనందాన్ని వెతకడం అతనికి వెన్నతో పెట్టిన విద్య. కష్టసమయాలలో కూడా అతను ప్రదర్శించే అనితరసాధారణత జీవితంలోని ఆటుపోట్లను ఆనందంగా ఎదుర్కోవడంలో అతను పరిణత సాధించాడు.

మీ జీవితంలో ఏ విషయాన్నయినా సానుకూలమైనదిగా లేదా ప్రతికూలమైనదిగా అర్థం చేసుకోవాలనే అవసరాన్ని వదిలివేయగలరా? సానుకూల మార్పులు వేగంగా జరగాలని అనుకుంటూ, ప్రతికూల మార్పులకు భయపడి నిరాకరించే అలవాటు నుంచి మీరు బయటపడగలరా? మీరు కేవలం ఆసక్తిగా ఉండి, ఆ పరిస్థితులు వాస్తవానికి ఎలా ఉన్నాయో గమనించి, ఊహలకూ భావోద్వేగాలకూ బందీగా కాకుండా ఎలా ఉండగలరు?

అధ్యాయం 31

మీరు హీరో కావాల్సిన అవసరం లేదు

"విజయం ద్వేషాన్ని పుట్టిస్తుంది; ఎందుకంటే పరాజితుడు సంతోషం లేకుండా ఉంటాడు. విజయాన్నీ పరాజయాన్నీ ఉపేక్షించేవాడు శాంతిమయుడు"

— ధమ్మపదం

మీరు ఎప్పుడైనా విజయం కోసం అనంతమైన శ్రమ మన కోపాన్నీ ఆశాంతియుక్తమైన మార్గానికీ తీసుకెళుతోందా అని ఆలోచించారా? మన జీవితం ఒక ముగింపు లేని గెలుపు పయనంలా అనిపిస్తుంది. మన విజయాలు గర్వంతో ఉంటాయి, అలాగే పరాజయాలు మనల్ని విచారంలో ముంచివేస్తాయి. ఈ భావోద్వేగపు రంగులరాట్నంలో ఉల్లాస స్థితి, నైరాశ్య స్థితుల మధ్య ఊగిసలాడుతూ బ్రతుకుతాం. గెలుపు ఓటముల మధ్య ఒక సత్యం మనకు తప్పిపోతుంది: గెలుపు కోసం ప్రయత్నం మనలో తీవ్ర అసంతృప్తికి బీజం వేయవచ్చు. అప్పుడు మీలో మీరు తర్కించి చూసుకున్నపుడు మీరు ఒక దోషిగా అనిపిస్తారు. చివరగా మీరు వాస్తవమైన బంధనంలో చిక్కుకు పోతారు.

ఇప్పుడు మీరు ఆలోచించవచ్చు, "ఎందుకు యీ భూమి మీద గెలుపు ద్వేషానికిదారితీస్తుంది?" ధమ్మపదంలోని ప్రాచీన జ్ఞానం ఈ సందిగ్ధతపై మంచి స్ఫూర్తిని ఇస్తుంది. బుద్ధుడి మాటలు మనం గమనించాల్సిన ఒక శాశ్వత సత్యాన్ని గుర్తు చేస్తాయి. ఫలితాలపై మన అతిశయమైన ఆసక్తి.

ఇందులో "గెలుపు" మీద మన ప్రగాఢమైన ఆకాంక్ష తిరిగి మన దుఃఖానికి మూలంగా మారవచ్చు.

బంధనాలను త్యజించటంలో మార్గదర్శకులుగా మారండి

మన లక్ష్యాలు, కోరికలను సాధించే ప్రయాణంలో, మనం తరచుగా 'ఆసక్తి' అనే బంధంలో చిక్కుకుంటాం. విజయాన్ని, గెలుపును, గుర్తింపును మనం ఇష్టపడతాము. ఈ ఫలితాలకు మన స్వీయ విలువలను అనుసంధానిస్తాము. ప్రపంచంమీద, ఇతరులమీద, మనం ఆధిపత్యం చేయాలని కోరుకుంటాము. మనం స్వీయ నియంత్రణలోనే ఉండాలని, ఎవరికీ లొంగివుండని విజేతలుగా ఉండాలని, శాశ్వత ఛాంపియన్స్‌గా ఉండాలని ఆశతో ఉంటాం. కానీ, ఇక్కడ ఒక విషయం మనం గుర్తించాలి: ఈ ఫలితాలకు ఆకర్షితమవడం అనేది దుఃఖానికి, అసంతృప్తికి ప్రధాన మూలం కావచ్చు. దానికి బదులుగా బంధనాలను త్యజించటంవైపు ప్రయాణం చేయాలి.

ఒక ప్రాముఖ్యమైన కార్యసాధన కోసం మీరు ఉత్సాహంగా ఉన్నారని ఊహించుకోండి. ఇది మీ పని. జీవితంలో ప్రమోషన్ గెలుచుకోవడం, లేదా వ్యక్తిగత విజయానికి ప్రామాణికంగా మారథాన్ నడవడం కావచ్చు. మీరు ఆతృతగా, శ్రద్ధగా ప్రయత్నిస్తున్నారు. మీ శక్తికొలదీ ప్రయత్నాన్ని చేస్తున్నారు. మన సంస్కృతి కూడా మీరు చేస్తున్న ఈ ప్రయత్నాన్ని ప్రశంసిస్తుంది, ఇది తెలివైనది, ప్రశంసించదగినది అని చెబుతుంది. అవునా? కానీ, మీరు లక్ష్యానికి చేరడానికి ఎంత సమీపంలో ఉన్నారో అప్పుడు ఆందోళనగా అనిపిస్తుంది. మీరు ఈ ఫలితంపై గట్టి నమ్మకంతో ఉన్నారు. అది మీ వ్యక్తిత్వానికి సంబంధించినదని నమ్ముతారు. విజయం సాధించారా మీరు మహా నాయకుడిగా కీర్తి పొందుతారు. కానీ ఓటమి అయితే మీరు ఏమీ కాదు అని భావిస్తారు. ఈ పరిస్థితిలో మీరు ఒక లక్ష్యాన్ని ఆకాంక్షించడం లేదా సవాలును స్వీకరించడం సమస్య కాదు. అసలు సమస్య మీ అవగాహనకు లోపల ఉంది. మీ భావోద్వేగ భద్రత ఈ ఫలితాల మీద ఆధారపడటం మీద ఉంది. ఇది మీరు వాస్తవానికి ఎవరు అన్నది అని గుర్తించడం విఫలమవడంలో ఉంది. ఈ ప్రక్రియను సమీక్షించుకోవడం ద్వారా మీరు మీ లక్ష్యాలను చేరుకోలేకపోయినా సమస్య కాదు, కానీ ఆ అనుచితమైన బంధం నుండి విముక్తిని పొందుతారు.

బంధనాల నుండి విముక్తిని పొందడం అంటే మీ ఆస్తులన్నిటిని వదిలిపెట్టడం, మీ వస్తువులను eBayలో విక్రయించడం, ముక్కు మూసుకుని తపస్విగా బ్రిడ్జి క్రింద జీవనం గడపడం అని భావిస్తున్నారా? అసలు కాదు. అలా ఉండాలని మీలో కోరిక ఉంటే తప్ప! బంధనాల నుండి విముక్తిని అభ్యసించడం ముందుగా ఒక సాధారణమైన, శక్తివంతమైన ఆలోచనతో ప్రారంభమవుతుంది: మీకు ఫలితాలపై ఆసక్తి ఉందని గుర్తించడం. ఇది మీ వ్యక్తిత్వాన్ని తప్పుబట్టడం కాదు; ఇది మన అందరి సాధారణ మానవ స్వభావానికి ప్రతిబింబం. గమనించాల్సిన విషయం ఏమిటంటే, బంధనాలు అనేవి కేవలం భౌతిక విజయాలు సాధించిన వారికి మాత్రమే కాదు, వైఫల్యం పొందిన వారికి కూడా ఉండొచ్చు. వినయంగా తమకు అన్నీ కావాలనే కోరిక ఉన్నవాళ్లకు కూడా ఉండొచ్చు. కానీ వారు బయటపడరు. త్యాగమయులుగా కనిపించాలనే కోరిక ఉన్నవాళ్లని మీరు ఎప్పుడైనా కలుసుకున్నారా? వారు 'విజయం' అనే భావనకు బందీగా ఉంటారు. తమ త్యాగాల కోసం గుర్తింపు పొందాలనే తపనతో ఉంటారు. బాగా పరిశీలిస్తే, మీరు వారిలోని అసక్తిని గుర్తిస్తారు.

మీరు అందరిలోనూ ఉండే మానవ స్వభావాన్ని గుర్తించిన తరువాత, మీ కోరికలు, ఆసక్తులను తీర్పులు యివ్వకుండా వాటిని గమనించడం సాధన చేయండి. మీరు ఒక ప్రత్యేక ఫలితంపై మక్కువగా ఉన్నట్లు పట్టించుకుంటే, మిమ్మల్ని మీరు తిట్టుకోకండి. లక్ష్యం ఏమిటంటే, మీపైన దూకి, "అయ్యో! నేను మిమ్మల్ని పట్టుకున్నాను! చూడండి, ఎంత అవివేకంగా ఉన్నారో!" అని చెప్పడం కాదు. దీని బదులు, మృదువుగా మీ అవగాహనను దీనిపైకి తిప్పండి. దానితో ఉండండి; దానిని అలాగే ఉండనివ్వండి. మీకు మీరే యిలా చెప్పుకోండి, "ఈ పరిస్థితి యొక్క ఫలితంపై నేను బాగా ఆసక్తి చూపుతున్నాను అని నేను గమనిస్తున్నాను." మీరు ఈ ఆసక్తులను గమనించే వ్యాయామానికి కూడా మక్కువ చూపుతున్నట్లు కనిపిస్తే, దానిని కూడా విడిచిపెట్టండి.

చైతన్య అవగాహన ఏ మార్పుకైనా కీలకమైనది. మీ బంధనాలను గుర్తించడం ద్వారా, మీరు అవి మరింత పారదర్శకంగా కనిపించేటట్లు ఒక మానసిక స్థలం సృష్టిస్తారు. మీ కోరికలు కేవలం కోరికలేనని, అవి మీ విలువను నిర్వచించవని మీరు అర్థం చేసుకోవడం ప్రారంభిస్తారు. అవి మీ జీవితపు విస్తారమైన ఆకాశంలో సాగిపోతున్న మేఘాల వంటివి మాత్రమే.

ఇప్పుడు సవాలుతో కూడినదే అయినా విముక్తి కలిగించే భాగం చూద్దాం: చైతన్యంలో బంధాలను విడిచిపెట్టడం. ఇక్కడే మీ ఉన్నతమైన, మేధావి స్వభావం ముందుకు వచ్చి మీకు సరైన దారిని చూపించాల్సి ఉంటుంది. బంధం లేకుండా ఉండటాన్ని ఎంపిక చేసుకోవడం అంటే మీ లక్ష్యాలు లేదా కలలను విడిచిపెట్టడం కాదు; వాటి ఫలితాలపై మీకు కలిగిన వాంఛను విడిచిపెట్టడమే. ఈ భ్రమనే మీరు విడిచిపెట్టాల్సి వుంటుంది. ఇది అర్థం చేసుకోవడం ముఖ్యం — మీరు బంధాన్ని విడిచిపెట్టడం అంటే అది మీకు విరక్తిగా అనిపించడం వల్ల కాదు. అది అసాధ్యమని తెలుసుకున్నప్పుడు విడిచిపెట్టడం జరుగుతుంది. అదే విధంగా, మీ శ్వాసను నిలిపి పెట్టుకోవాలని లేదా మీ ప్రవహించే నీటిని గుప్పెటతో పట్టుకోవాలని ప్రయత్నించడం వంటింది. అటువంటి పనులలో అసలు అర్థం వుండదు. కేవలం నిస్పృహ మిగులుతుంది. బంధరహితంగా జీవించే సాధనలో, మీరు విజయం, అపజయాల భావోద్వేగ రంగుల రాట్నం నుంచి మిమ్మల్ని మీరు విముక్తి చేసుకుంటారు. ఇది విరుద్ధంగా కనిపించినా, మీరు మరింత ధృఢంగా, అనుకూలంగా, జీవితంలో ఎదురయ్యే ఎలాంటి విషయంతోనైనా సరళంగా ఉంటారు. గెలుపు కోసం తపన సహజమైనదే, కానీ దానితో కలిగే బాధ మనకు అవసరం లేదు. విజయం తాత్కాలికం; అలాగే అపజయం, అవమానమూ తాత్కాలికమే. మీరు ఈరోజు గెలుచుకున్నది రేపు కోల్పోతారు విచిత్రంగా మళ్ళీ గెలుచుకుంటారు. ఈ మార్పులన్నింటి మధ్య, ప్రశాంతంగా, జాగ్రత్తగా ఉండండి. మీ బంధాలను సున్నితమైన అవగాహనతో పరిశీలించి, వాటిపై మీ వాంఛాయుతమైన పట్టును తగ్గించడం ద్వారా మీరు బంధరహితమైన మార్గంలో నడవవచ్చు. దానిద్వార అధిక సంతృప్తి, శాంతిని పొందవచ్చు.

సమబుద్ధిని పెంపొందించడం

రెండవ కిటుకులోకి ప్రవేశించండి: సమబుద్ధిని పెంచుకోండి. ఇది సమతుల్య దృష్టి, భావోద్వేగ సమతుల్యతను పెంపొందించే విషయానికి సంబంధించినది. ఇది విజయంలో కానీ అపజయంలో కానీ శాంతి, మనోనియంత్రణను నిలుపుకొనే దృక్పథాన్ని మీకు అందిస్తుంది. ఇక్కడ ముఖ్యమైన విషయం ఏమిటంటే, ఈ స్థితుల తాత్కాలికతను అర్థం చేసుకోవడం, ఆ తాత్కాలికతపై దృష్టి కేంద్రీకరించడం. మీరు ఈ దృక్పథాన్ని అవలంబించినప్పుడు,

అనేక విషయాలు అనూహ్యంగా తక్కువ ప్రాధాన్యతగలవిగా అనిపిస్తాయి.

మీరు ఒక ముఖ్యమైన విషయంలో గొప్ప విజయాన్ని సాధించిన సందర్భాన్ని ఊహించండి. అది మీ గుండెలు ఉప్పొంగే విధంగా గర్వం, ఆనందంతో నింపింది. మీరు మేఘాలపై విహరిస్తున్నట్టుగా అనిపించింది. హృదయం ఆనందంతో ఉక్కిరిబిక్కిరైంది. కానీ, తరువాత ఏమైంది? కాలం గడిచిపోయింది. ఆ ఆనందం క్రమంగా తగ్గింది. ఆ విజయం తన వెలుగు కోల్పోయింది. అందువల్ల మీరు తదుపరి విజయం కోసం తపించసాగారు. ఈ విషయం జీవితంలోని అత్యంత ఆనందకరమైన క్షణాలైనప్పటికీ, అవి తాత్కాలికంగానే ఉంటాయని స్పష్టంగా చెబుతుంది.

అదేవిధంగా, మీరు ఒక విపరీతమైన అపజయం, మీ ప్రయాణంలో కలిగిన అడ్డంకి లేదా ఓటమి, ఇలాంటి దాని గురించి ఆలోచించండి. ఇది మిమ్మల్ని తుదముట్టించినట్లు, అపజయం మిమ్మల్ని తన పాదాలకింద నలిపినట్టుగా అనిపించింది. మీ కాళ్ల క్రింద ప్రపంచం కూలిపోయినట్టుగా అనిపించింది. అయితే, కాలం గడుస్తున్న కొద్దీ, మీరు మళ్లీ మానసికంగా కోలుకుని, పునర్నిర్మాణం చేసి, ముందుకు సాగడం మొదలుపెట్టారు. అప్పుడు, ఆ అపజయం కూడా తాత్కాలికమేనని నిరూపితమైంది.

ఒక రాజు, తను ఎల్లవేళలా జ్ఞానవంతంగా ఉండగలిగే విధంగా చేయమని ఒక మునిని కోరాడు; జీవితం యిచ్చిన అదృష్టాలను పరిగణించకూడదని కూడా చెప్పాడు. జీవితంలో అప్పుడప్పుడూ ఎదురయ్యే కష్టకాలాలలో నిస్పృహ చెందకుండా ఉండటానికి సహాయపడగలిగే వస్తువై ఉండాలని కోరాడు. ఆ ముని ఆ రాజుకు ఒక ఉంగరాన్ని బహుమతిగా అందించాడు. దానిపై చెక్కిన మాటలు ఇలా ఉన్నాయి: “ఇది కూడా మార్పు చెందుతుంది” ఈ ఉంగరాన్ని మనం సమతుల్య ఉంగరం అని పిలవవచ్చు. దాని శక్తి అన్ని విషయాల తాత్కాలికతను అంగీకరించే విధానం నుంచి పుట్టుకొస్తుంది.

ఈ సమతుల్యతను అభివృద్ధి చేసుకోవాలంటే, మంచి, చెడు అనుభవాల తాత్కాలికతపై మీ దృష్టిని కేంద్రీకరించండి. ఈ తాత్కాలికతను పూర్తిగా అర్థం చేసుకున్నప్పుడు, ఇది ఒక పర్వతశిఖరంపై నిలబడి, ఆకాశంలో వెళ్ళిపోయే మేఘాలను చూడటంలా ఉంటుంది. అప్పుడు మీరు

తెలుసుకుంటారు.ఎండకాంతి మరియు వర్షం రెండూ తాత్కాలికమే, అవి మీ తుది శ్రేయస్సును నిర్వచించవు.

సమతుల్యత యొక్క అద్భుతం మనం పొందిన విజయాలు, అపజయాలకు సంబంధించిన భావోద్వేగ కలకలాన్ని తగ్గించడంలో దాగి ఉంటుంది. సమతుల్య దృక్పథంతో జీవితాన్ని చూస్తే, ఫలితాలపై ఆందోళన తక్కువగా ఉంటుంది. మీరు ఎక్కువగా ఆలోచించడం మర్చిపోతారు. బయటి పరిస్థితులు ఎలా ఉన్నా, మీరు వర్తమానంలో స్థిరంగా ఉంటారు. విజయం, దాని వెంట అపజయం, భావోద్వేగ రంగుల రాట్నంలా కాకుండా, మీ అంతర్గతంగా వున్న ప్రశాంతమైన సరస్సుపై చిన్న చిన్న అలలుగా మారిపోతాయి.

అన్ని విషయాల తాత్కాలికతను అంగీకరించడం, జీవితంలోని ఉత్కంఠభరితమైన ఎగుడు దిగుడు గమనాలలో సమతుల్యతను పెంపొందించడం ఎంత స్వేచ్ఛగా ఉండేదో ఊహించండి. ఈ సమతుల్యతను పెంచుకోవడం ద్వారా, మీరు వర్తమానంలో జీవిస్తారు, తాత్కాలిక విజయాలు, అపజయాల భావోద్వేగాలకు తక్కువగా బంధింపబడతారు, మీ అంతర్గత శాంతి సముద్రంలో మరింత లోతుగా, దృఢంగా స్థిరపడతారు.

అధ్యాయం 32

మీ నియంత్రణ పరిధిని అర్థం చేసుకోవడం

"మీ జీవితంలో మీరు నియంత్రించగల మూడు విషయాలు మాత్రమే ఉన్నాయి: మీరు ఆలోచించే ఆలోచనలు, మీరు ఊహించుకునే చిత్రాలు, మరియు మీరు తీసుకునే చర్యలు."

—జాక్ కాన్‌ఫీల్డ్

జీవితాన్ని ఒక విస్తారమైన, ఊహకు అందని నదిగా ఊహించుకోండి. ఇందులో మీరు చిన్న పడవలో కూర్చొని ప్రవాహంపై పడవ నడిపే ప్రయత్నం చేస్తున్నారు. వ్యక్తిగత వికాసం, శ్రేయస్సును సాధించడంలో మనం తరచుగా నదిలోని ప్రవాహాల్లో చిక్కుకుపోతాము. బయటి పరిస్థితుల గడబిడల గురించి, ఇతరుల అభిప్రాయాల గురించి, ప్రపంచంలో జరిగే అనేక సంఘటనల తాలూకూ ఉధృతమైన అలల గురించి ఆందోళన చెందుతాము. ఇవి అన్నీ మన నియంత్రణకు బయట ఉంటాయి. వీటినన్నిటినీ గమనిస్తూ, ప్రవాహాన్ని మన దారిలో ప్రవహించేలా చేయాలని ఆశించడం సహజమైన మానవ స్వభావం.

అయితే, జాక్ కాన్‌ఫీల్డ్ చెప్పినట్లుగా, మన దృష్టి నదిపై కాకుండా, మనం నియంత్రించగల మూడు ముఖ్యమైన అంశాలపై ఉండాలి: మనం ఆలోచించే ఆలోచనలు, మనం ఊహించుకునే చిత్రాలు, మనం తీసుకునే చర్యలు. అంతే! మన జీవిత ప్రవాహాన్ని నడిపించగలిగే తెడ్లు. మీకు ఈ మూడు విషయాలు తక్కువగా కనిపించవచ్చు. అయితే, వీటిని సరిగ్గా

ఉపయోగించడం తెలిసినపుడు, ఇవి జీవిత ప్రవాహంలో మీ పడవను సుస్థిరంగా నడిపించడానికి పూర్తి మానవశక్తిని ఇస్తాయి.

దృష్టిని మార్చడం ద్వారా ముందస్తు చర్యలు తీసుకోవడం

ఇప్పుడు మన నియంత్రణ పరిమితులను గుర్తించడం గురించి మాట్లాడుకుందాం. విశ్వంలోని ప్రతి విషయం మన నియంత్రణలో ఉండదని తెలివైన వారెవరైనా అర్థం చేసుకుంటారు. అయితే, విషయాలు మనం కోరుకున్న రీతిలో జరగకపోతే మనం అసహనానికి గురవుతాం. అది మనం మనకు తెలియకుండానే అన్ని విషయాలను మనకనుకూలంగా ఉండేలా ఆశిస్తున్నామనే సంకేతాన్ని ఇవ్వటం లేదా?

మీ తోట యొక్క పరిమితులను అర్థం చేసుకోవడం దీనికి ఒక అవగాహన. మీరు మీ తోటలోని మొక్కలను పోషించవచ్చు. కానీ బయట ఉండే వాతావరణాన్ని మీరు నియంత్రించలేరు. ఇలాంటి దృక్పథం జీవితంలో కూడా వర్తించవచ్చు. మనం తరచుగా పరిస్థితుల ప్రభావంతోనూ, ఇతరుల అభిప్రాయాలతోనూ, లేదా ప్రపంచ సంఘటనలపై స్పందిస్తూ ఉంటాము. అర్థవంతమైన మార్పు కోసం మీ దృష్టిని మరల్చుకుని గమనించినప్పుడు మీ నియంత్రణ పరిధి మరింత స్పష్టంగా ఉంటుంది. మీ నియంత్రణ పరిధి, అంటే మీరు ప్రభావితం చేయగల అంశాలను గుర్తించడం చాలా ముఖ్యం. ఇవి మీ తోటలోని మొక్కల వంటివి, మీరు మీ దృష్టిని అందుకు అవసరమైన అంశాలపై కేంద్రీకరించండి.

మీ నియంత్రణ పరిధిని ఈ విధంగా గుర్తించిన తర్వాత, మీ శక్తిని ఉద్దేశపూర్వకంగా దారిలో పెట్టే అవసరం ఉంది. మీరు నియంత్రించగల వాటిపై దృష్టిని మళ్లించడంతో, మీరు మీ వనరులు, ప్రస్తుత పరిస్థితిని ఉత్తమంగా ఉపయోగిస్తున్నారనే విషయం మాత్రమే కాకుండా, మీరు వాటిని వృథా చేయకుండా, ప్రయోజనాన్ని ప్రేరేపించేలా ఉపయోగిస్తున్నారనే విషయాన్ని కూడా నిర్ధారించుకుంటారు. ఈ సూత్రం, అనిశ్చిత వాతావరణం గురించి నిరంతరం దుఃఖించకుండా మీ తోటలోని మొక్కలను చూసుకోవడమే! మీరు ఒక గంటపాటు బైట కూర్చుని, గాలి ఎంత తీవ్రంగా యిబ్బంది పెడుతుందోనని దానిపై ఫిర్యాదు చేస్తే, మీకు నిజంగా రెండు నష్టాలు జరుగుతాయి. ఆ గంట చివరికి, ఎలాంటి మార్పు జరగదు సరికదా గడచిపోయిన ఆ గంట

సమయం మళ్లీ తిరిగి రాదు. ఇంతకంటే మరో విషయం, మీరు వాస్తవానికి గాలిని నియంత్రించేందుకు ఎలాంటి చర్యలు తీసుకోలేదు. ఉదాహరణకు, మీ టమాటా మొక్కలను దడులు కట్టడం లేదా పూలను రక్షించేందుకు రక్షణ కంచెలు పెట్టడం వంటి చర్యలు తీసుకోకపోవడం లాంటివి!

ఈ ఆలోచన తోట విషయంలో తేలికగానే వుంటుంది, కానీ మన జీవితాల్లో దాన్ని అంగీకరించడం అంత సులభం కాదు. మీరు ఎంత సమయం ఆందోళన చెందడంలో, ఫిర్యాదు చేయడంలో లేదా ఒక పరిస్థితిని కోపగించుకోవడంలో వృథా చేసారు? ఆ సమయం ఎంతవరకు ఉపయోగకరమైన మార్పులను చేయడానికి లేదా వాస్తవాన్ని అంగీకరించి ముందుకు సాగడానికి ఉపయోగపడగలిగింది?

ఒక వ్యక్తి తన వృత్తిలో అభివృద్ధి చెందాలని ఆశ పడుతుంటే, అతను కార్యాలయ రాజకీయాలు, సహచరుల అభిప్రాయాలు, సంస్థ ఆర్థిక స్థిరత్వం వంటి తమ నియంత్రణలో లేని అంశాలపై దృష్టిని ఉంచవచ్చు. అయితే అతను ఆ దృష్టిని మార్చుకోవడం ద్వారా, తన నియంత్రణలో ఉన్న అంశాలను గుర్తించడం ప్రారంభించాలి. ఉదాహరణకు, తన నైపుణ్యాల అభివృద్ధి, నెట్వర్కింగ్ ప్రయత్నాలు, పనిలో నైతికత వంటివి. అతను తన శక్తిని నైపుణ్యాల మెరుగుదల కోసం సంబంధిత శిక్షణా కార్యక్రమాల్లో పాల్గొనడం, బలమైన ప్రొఫెషనల్ నెట్వర్క్‌ను నిర్మించడంలో పెట్టడానికి నిర్ణయించాలి. దీని ఫలితంగా, అతను సంస్థకు మరింత విలువైన ఆస్తిగా మారుతాడు. వృత్తి అభివృద్ధికి అవకాశాలను తెరవగలుగుతాడు.

కార్యాలయ రాజకీయాలు, ఇబ్బందిపెట్టే సహోద్యోగులు వీళ్లలో ఎవరైనా కంపెనీ ఆర్థిక వ్యవస్థను మార్చగలిగారా? ఏ మాత్రం మార్చలేరు. అది ఎప్పుడూ అలాగే ఉంటుంది. వారు ఈ విషయాల గురించి ఆందోళన చెందినా, లేకపోయినా! వాటిపై వారి నియంత్రణ ఏ మాత్రం ఉండదు. మారింది ఏమిటంటే, ఇప్పుడు వాళ్లు మార్పు చేయలేని వాటిని ఎదుర్కొనేందుకు సమయాన్ని వృథా చేయడం లేదు. లేదా మీ అభిప్రాయాలను పట్టించుకోని విషయంపై అభిప్రాయాలు వ్యక్తపరచడం లేదు.

మిమ్మల్ని యీ క్షణంలో ఇబ్బంది పెడుతున్న దేని గురించైనా ఒకసారి ఆలోచించండి. అది మీ నియంత్రణలో ఉందా? దాని గురించి ఆలోచించడానికి మీరు సమయం తీసుకోండి. అది నిజంగా మీ నియంత్రణలో లేకపోతే, (ఇది కొంత

కష్టంగా అనిపించవచ్చు) మీ దృష్టిని దానిపై నుంచి తప్పించి, మీ నియంత్రణలో వున్న వాటిపై దృష్టి పెట్టండి. వాస్తవ ప్రపంచంలో, ఒక సమస్య కొంతమేర మీ నియంత్రణలో ఉండవచ్చు, కొంతమేర ఉండకపోవచ్చు. అందువల్ల, మార్పు చేయగల భాగాలను, మార్పు చేయలేని భాగాలను గుర్తించండి. ఆ తర్వాత, మీ తదుపరి చర్యలను వాటి ప్రకారం ప్రణాళిక చేసుకోండి.

మానసిక సాధన

ఇప్పుడు, తక్కువగా అంచనా వేసే ఒక సాధనం గురించి తెలుసుకుందాం: మానసిక సాధన. ఇది మీ మనస్సుకు రోజువారీ వ్యాయామం లాంటిది. ఇది మీకు సానుకూలమైన, ఫలప్రదమైన పరిస్థితులను ఊహించుకునేలా చేస్తుంది. ప్రతి రోజు కొంత సమయం కేటాయించి, మీరు సంతోషంగా ఉండటం, పనులను పూర్తిచేయడం, సవాళ్లను ఎదుర్కొనడం, మీ లక్ష్యాలను సాధించడం వంటివి ఊహించుకోవడం ద్వారా, మీరు అనవసర ఆలోచనలను తగ్గించుకోవడం, ఆందోళనను తగ్గించుకోవడం, వర్తమానం మీద దృష్టి పెట్టడం వంటి విషయాల్లో మీ మనస్సును శిక్షణ ఇవ్వగలుగుతారు.

మనస్సు ఒక థియేటర్ లాంటిది, ఇందులో మీ ఆలోచనలు, భావోద్వేగాలు ప్రదర్శింపబడతాయి. మానసిక సాధన ద్వారా మీరు ఈ థియేటర్‌లో దర్శకుడి స్థానాన్ని దక్కించుకుని, దృశ్యాలు మరియు సెట్టింగ్‌లపై నియంత్రణ పొందుతారు. మీరు సానుకూల ఫలితాలను స్పష్టంగా ఊహిస్తూ దృఢంగా ఊహించుకోవడం ద్వారా, మీరు మీ జీవిత స్క్రిప్ట్‌పై అధికారం కలిగించుకుంటారు. నిరాశామయమైన ఒక వీక్షకుడిగా ఉండటం కంటే, మీరు ఉత్సాహంగా, ఆశావాదిగా పాల్గొనేవారిగా మారి, కథనాన్ని మీ ఆశయాలు, మీ పరిమితుల ప్రకారం రూపొందిస్తారు.

ఒక వ్యక్తిని ఊహించండి, ఆ వ్యక్తికి డేటింగ్ విషయమై ఆందోళన, అధిక ఆలోచనలు కలుగుతాయి. కొత్తగా ఎవరినో కలవడం, వాళ్లకు మంచి అభిప్రాయాన్ని కలగజేయడం, ఒక కొత్త సంబంధాన్ని అనిశ్చితతో నిర్వహించడం వంటి ఆలోచనలు ఈ వ్యక్తిని భయాందోళనకు గురిచేస్తాయి. దాని కారణంగా యీ వ్యక్తి తరచుగా ఆత్మవిశ్వాసం కోల్పోవడం, తటస్థతపై అధిక ఆందోళన, ఆ డేటింగ్ సమయంలో వర్తమానంలో ఉండలేకపోవడం వంటి సమస్యలకు దారి తీస్తుంది.

అయితే, ఈ వ్యక్తి మానసిక సాధనను ప్రారంభించినప్పుడు, అతను తన రోజువారీ ఆచరణలో కొంత సమయాన్ని కేటాయించి ఒక విజయవంతమైన డేటింగ్ దృశ్యాన్ని ఊహించుకుంటాడు. అతను ఆత్మవిశ్వాసం నింపుకుని, రంజింపచేసే సంభాషణలో పాల్గొంటాడు. డేటింగ్ లో నిజమైన నవ్వులు పంచుకుంటున్నట్లు ఊహిస్తాడు. ఈ సానుకూల అనుభవాలను తరచుగా అనుభవించేందుకు అతను తరచుగా ఈ దృశ్యాలను ఊహిస్తూ ఉంటే, డేటింగ్ లో భయాన్ని మనస్సులోనుంచి మెల్లమెల్లగా తగ్గించుకుంటాడు.

అతను క్రమం తప్పకుండా మానసిక సాధన పాల్గొనడం కొనసాగిస్తే, అతని మనస్సు సానుకూల డేటింగ్ దృశ్యాలకు మరింత అనుకూలంగా మారుతుంది. ఇది అతనిలోని ఆందోళన, అధిక ఆలోచనలను తగ్గించడంలో సహాయపడుతుంది. తద్వారా అతను డేటింగ్ సమయంలో వర్తమానంలో ఉంటూ, నిజాయితీగా ఉండగలుగుతాడు. గతంలో జరిగిన డేటింగ్ తప్పులపై ఆలోచించడం లేదా భవిష్యత్తులో జరగబోయే తప్పుల గురించి ఆందోళన చెందడం కంటే, అతను వర్తమానంలో మరింత సూటిగా అనుసంధానించగలుగుతాడు.

ఇక్కడ యింకొంచెం చెప్పుకోవాలి: డేటింగ్ ప్రణాళిక ప్రకారం జరగకపోతే, ఏం చేయాలో కూడా అతను మానసిక సాధన చేయవచ్చు. తన ఊహల్లో, జాగ్రత్తగా అత్యంత ముప్పు స్థితిని ఊహించుకుని, ఆ పరిస్థితిని ఎలా ఎదుర్కొంటాడు అని వ్యూహాత్మకంగా ఊహిస్తాడు. ఇది మీ శక్తిని తిరిగి పొందడాన్ని, ఆందోళన యొక్క వేదనను తొలగించడం కోసం ఒక శక్తివంతమైన మార్గం. డేటింగ్ లో యిద్దరి అభిప్రాయాలు కలవకపోయినా, భాషాపరమైన అడ్డంకి ఉంటే, మీతో డేటింగ్ చేసిన వ్యక్తి మూర్ఖంగా ప్రవర్తిస్తే, లేదా మీరు ఏదైనా వాదనలో ఇరుక్కుపోతేలాంటి అనూహ్యమైన సంఘటనలు ఊహించుకుని ఆ సంఘటన నుంచి మీకు మీరుగా ఎలా బయటపడతారో సాధన చేస్తే, మీకు కావాల్సిన దానిని మీరు శాంతంగా పొందడం, సమస్యలను ప్రశాంతంగా ఎదుర్కోవడం సాధన చేయండి. ఇలాంటి సాధన చేసినప్పుడు, ఎప్పుడైనా అలాంటి పరిస్థితి ఎదురైనప్పుడు మీరు దాన్ని సరిగ్గా ఎదుర్కొనగలుగుతారు. మీరు ప్రతి డేట్‌ను మరింత సులభంగా, సరదాగా చూడగలుగుతారు, ఎందుకంటే మీ ఆత్మవిశ్వాసం డేట్ ఫలితంపై ఆధారపడి లేదు.

అధ్యాయం 33

ఎంత బాధను అనుభవించాలో అంతే పొందండి. మితిమీరకండి!

"అసౌకర్యకరమైన పరిస్థితికి ఎదురు తిరగడమే బాధ యొక్క మూలం."

—రామ్ దాస్

బాధకు, వేదనకుగల భేదం ఏమిటి? మంగళవారం రోజు మీరు ఒక తప్పు చేసినప్పుడు, ఆ తప్పు జరిగిన తర్వాత బుధవారం దాన్ని గంటలకొద్దీ ఆలోచిస్తూ కూర్చోవడంలో ఉన్న పర్యవసానం ఏమిటి?

మనం జీవించి ఉన్నట్లయితే, ఎప్పుడో ఒక సమయంలో మనం బాధను అనుభవిస్తాము. కానీ, మనం ఆ అనుభవాన్ని పట్టుకుని వేలాడుతూ, దానికి ప్రతిస్పందన ఇవ్వడమో, దానిని అనుసరించడమో, లేదా దానితో పోరాడటమో చేస్తుంటే మనం కేవలం బాధను మాత్రమే అనుభవించట్లేదు. మనం ఇప్పుడు ఆ పరిస్థితి గురించి ఆలోచనల వల్ల వస్తున్న బాధను అనుభవిస్తున్నాము — ఈ రెండవ స్పందనను మనం "వేదన" అని పిలుస్తాం. బాధ అనేది తప్పనిసరిగా వస్తుంది, కానీ వేదన అనుభవించడం అనేది ఐచ్ఛికం.

కష్టమైన పరిస్థితులను అంగీకరించడం

మొదట, అంగీకరించడం మరియు సమ్మతించడం అనేవి నిష్క్రియమైన త్యాగానికి సమానం కావు. ఇవి ప్రత్యామ్నాయంగా, ప్రతికూలతను

పరిగణనలోకి తీసుకొని, దానిపట్ల మన దృష్టికోణం, మనోభావాన్ని మార్చడానికి సంబంధించినవి. ఈ దృష్టికోణంలో, జీవితం యొక్క నిరంతర మార్పు అనే మౌలిక సత్యాన్ని గుర్తించడం ఉంది. జీవితంలో ప్రతి విషయం, సంతోషకరమైనది కావచ్చు, బాధ కలిగించేది కావచ్చు, ఏదైనప్పటికీ అది నిరంతర మార్పు స్థితిలో ఉంటుంది. అంగీకారం మరియు సమర్పణను పెంచుకుంటూ, మనం అనుభవించే బాధకు మూలమైన ప్రతిస్పందనను తగ్గించుకుంటాం. ఈ మార్పు మనస్సులో ఒక స్పష్టత, మానసిక శాంతితో సవాళ్లను స్పందించేలా మనలను మద్దతుగా ఉంచుతుంది.

నేను నా జీవితంలో ఒకప్పుడు జరిగిన ఒక పెద్ద కెరీర్ సమస్యను స్పష్టంగా గుర్తుంచుకున్నాను. ఆ సమయంలో నా మొదటి స్పందన ప్రతికూలతతో నిండి ఉంది. పరిస్థితులను మార్చడానికి విపరీతమైన ఉత్సాహం, అభిలాష, జరిగిన అన్యాయంపై రగులుతున్న కోపం, దానివల్ల కలిగిన ఒత్తిడి, అన్నిటికీ మించి తీవ్రమైన నిరాశ! నేను కనిపించని శత్రువుతో పోరాడుతున్నట్లు అనిపించింది. అది నన్ను మానసికంగా, భావోద్వేగంగా చిక్కుల్లోకి నెట్టింది.

కానీ, నేను చివరకు గ్రహించింది ఏమిటంటే, పరిస్థితులకు ఎదురుతిరగడం అనేది నా వేదనను మరింత పెంచుతుంది. ఇది ఒక లాగింగ్ పోటీలో ఉన్నట్లుగా, నేను ప్రతికూలత నుంచి ఎంత ఎక్కువగా వదులుకుంటూ పోతే, అది నన్ను మరింత గట్టిగా పట్టుకుంటుంది.

ఈ కొత్త దృష్టికోణంతో, నేను క్షణికం యొక్క భావనను అంగీకరించడం ప్రారంభించాను. సవాళ్లు, జీవితంలోని అన్ని విషయాలూ తాత్కాలికమైనవి అని నేను అంగీకరించాను. అవి వస్తుంటాయి, పోతుంటాయి. నేను ఒక తాత్కాలిక అనుభవాన్ని పట్టుకోవాలని ప్రయత్నిస్తే, అది నా బాధను మరింత పెంచుతుంది. ఆకర్షణ, ప్రతికూలతను విడిచిపెట్టడం, మొదటి బాధను త్వరగా తగ్గించదు. కానీ అది మనం అవసరంలేని వేదనలో పడిపోకుండా చేస్తుంది. మనం పడుతున్న వేదనకు మనమే బాధ్యత వహించాలి!

నా దృష్టికోణంలో సున్నితమైన యీ మార్పు గొప్ప ఫలితాన్ని యిచ్చింది. నేను నా ప్రతికూలతతో నిరంతరం పోరాడే బదులుగా, దానిని నియంత్రించడం ప్రారంభించాను. అంగీకారం అంటే ప్రశాంతత కాదు అని నేను గ్రహించాను; అది పరిస్థితి యొక్క వాస్తవాన్ని అభ్యర్థన లేకుండా

అంగీకరించడం. అది అంటే సవాళ్లకు నా స్పందనను ఎంపిక చేసుకునే శక్తి ఉన్నట్లు అంగీకరించడం.

నేను అంగీకరించడం, సమ్మతించడం అనుసరిస్తున్నపుడు నా వేదనను పెంచిన ప్రతిస్పందన తగ్గడం ప్రారంభించింది. నేను ఆ ప్రతికూలతకు మరింత స్పష్టత, భావోద్వేగ దృఢత్వంతో స్పందించుకుంటూ వున్నపుడు నా అంతర్గత పరిస్థితి మారిపోయింది. బాహ్య పరిస్థితి మారలేదు, కానీ నా అంతర్గత ప్రపంచం పూర్తిగా మారిపోయింది. నేను ప్రతికూలతను దాటలేని అడ్డంకిగా చూడలేదు, కానీ దాన్ని జీవితంలో సదా మారుతున్న భాగంగా చూశాను. నేను "వాస్తవికతతో పోరాడి" నపుడు అలసిపోకూడదని నిశ్చయించుకున్నాను. నేను చేయగలిగినది చేసాను, ఆ తర్వాత జరగవలసింది అదే జరుగుతుంది.

మీ జీవితంలో ప్రస్తుతం మీరు నిరసిస్తూ మరింత పెంచుతున్న ఏదైనా బాధ ఉందా? మీరు అంగీకరించకపోవడం వల్ల ఏదైనా పెరుగుతున్న అసౌకర్యం ఉందా? మీరు ఏదైనా పరిస్థితిని అన్ని విధాలుగా పోరాడే ప్రయత్నం చేస్తున్నప్పుడు మీరు దానిని మరింత పెంచుతున్నారా?

వ్యక్తిగత అభివృద్ధి కోసం సవాళ్లను అంగీకరించడం

మనం గడుపుతున్న అతి పెద్ద జీవితంలో, సవాళ్లు తరచుగా మన మార్గంలో, మన రక్షణ మరియు స్థితిగతులను పరీక్షిస్తూ, అనేక అడ్డంకులు కనిపిస్తాయి. ఈ సవాళ్లకు మన తక్షణ స్పందన అప్పుడప్పుడు ఆందోళన, అధిక ఆలోచనలతో బదిలీ అవుతుంది. అయితే, మనం ఈ సవాళ్లను అంగీకరించడానికి, నేర్చుకోవడం, అనుకూలించడం, కొత్త అర్థాలను వెలికి తీయడానికి అవకాశాలుగా మారుస్తున్నాం.

అభివృద్ధి చెందాలి అనే దృక్పథం మన కఠిన శ్రమ, పట్టుదల ద్వారా మన సామర్థ్యాలను, తెలివితేటలను అభివృద్ధి చేయగలిగే మనఃస్థితి. ఇది మనకు సవాళ్లను అడ్డంకులుగా కాకుండా, మన ప్రయాణంలో విజయంవైపు పైకి వెళ్లే మెట్లుగా చూడడానికి ఒక అంకితమైన దృష్టిని అందిస్తుంది. ఆందోళనతో వణకిపోతూ లేదా అధిక ఆలోచనలో చిక్కుపడిపోవడం కంటే, అభివృద్ధి దృక్పథం మనకు ఈ అడ్డంకులను విలువైన అనుభవాలుగా మార్చుకునేందుకు ప్రోత్సహిస్తుంది. ఇవి మన వ్యక్తిగత అభివృద్ధికి, సంతోషానికి దోహదం చేయగలవు.

అభివృద్ధి దృక్పథాన్ని స్వీకరించడం అనేది కష్టమైన పరిస్థితులలోను, అవి తక్షణంగా స్పష్టంగా కనిపించకపోయినప్పటికీ, మంచి విషయాలను అన్వేషించడం. సవాళ్ల వల్ల వచ్చే అసౌకర్యం, ఆందోళనపై మనం నిలబడటానికి బదులు, మన అనుభవాల నుండి మనం ఏమి పొందవచ్చో అ విధంగ మన దృష్టిని పెడతాము. ఈ దృక్కోణం మనకు విలువైన అవగాహనలను తీసుకోవడానికి, స్థితిగతిని పెంచడానికి, దాచిపెట్టిన బలాలను కనుగొనడానికి సహాయపడుతుంది.

నా జీవితంలోని అత్యంత ప్రముఖమైన క్షణాలలో ఒకటి నా మొదటి విడాకుల అనుభవం. అది అనిశ్చితి, విషాదం యింకా అనేక భావోద్వేగాలతో నిండి, గుండె ముక్కలైన కాలం. ఆ సంబంధం ముగిసిపోయినప్పుడు నేను ఆందోళనలో మునిగిపోయాను. ప్రతి విషయంపైనా అధిక ఆలోచనలు చేస్తూ, నేనేం తప్పు చేసాను, నేను మరోలా చేసి ఉండాల్సిన విషయాలేమైనా ఉన్నాయాని ఆలోచనలో ఉండిపోయాను.

ప్రారంభ దశలో, విడాకులు తీసుకోవడం వల్ల వచ్చిన బాధను ప్రతిఘటించడం, దాన్ని తప్పించుకోవడం నా సహజ స్పందనగా అనిపించింది. ఒక మార్పు చేయలేని దానిని కోల్పోయినట్లు అనిపించింది, ముందుకు సాగాలనే ఆలోచన భయానకంగా అనిపించింది. ఎవరు “దోషి” అనే విషయంలో పరిపరి విధాలుగా ఆలోచించడం, కొన్ని వాదనలను నా మనసులో తిరిగి ప్లే చేయడం కొనసాగించాను. ఆ సమయంలో నాకు తెలియదు, కానీ నేను ఇలా చేస్తుండటమే విడిపోవడం వల్ల వచ్చిన అసలైన బాధ కంటే నాకు మరింత నష్టం చేస్తోంది.

అయితే, ఆ సమయంలోనే నేను ‘గ్రోత్ మైండ్‌సెట్’ అనే భావనను తెలుసుకున్నాను. నా మొదటి విడిపోయిన అనుభవాన్ని ఒక విధంగా నాశనం కాకుండా, దానినుండి నేర్చుకుని ఎదిగే అవకాశంగా చూడటం ప్రారంభించాను. ఏం తప్పు జరిగిందో ఆలోచించడాన్ని వదిలి, ఆ అనుభవం నుంచి నేను పొందగలిగే గొప్ప విషయాలపై దృష్టి పెట్టాను. నిజానికి, ఆ విభజనను ప్రతిఘటించడం ఆపి, దానిని అంగీకరించడం ప్రారంభించినప్పుడు, నాకు ఆశ్చర్యకరమైన ఆలోచన వచ్చింది: నేను బాధతో ఉన్నప్పటికీ, నా సంబంధం ముగిసిపోయినందుకు ఒక చిన్న ఉపశమనం కూడా ఉందని నేను గుర్తించాను.

నేను కొద్దిగా అడుగు వెనక్కి వేసి చూసుకున్నపుడు, విడాకుల విషయంపై నాలో కూడా ఎక్కడో అంతగా బాధ పడని భావాలు ఉన్నాయని గ్రహించాను. పలుమార్గాల్లో, ఆ కొత్త ఆరంభం నా జీవితంలో కృతజ్ఞతగా స్వీకరించదగినదిగా కనిపించింది. కొత్తగా వచ్చిన స్వాతంత్ర్యం, నా లక్ష్యాలను, ప్రాధాన్యతలను మళ్లీ సమీక్షించుకునే అవకాశం వంటి వెండి అంచులాంటిదని నేను గుర్తించాను. నేను విడిపోవడంలో “నాకు ఇది నచ్చదు. నేను దీనిని కోరుకోవడం లేదు. ఇది అన్యాయం!” అని ప్రతిఘటించడం ఆపినప్పుడే ఆ మార్పును అనుభవించగలిగాను.

అధ్యాయం 34

కలతకు ఎలాంటి ఉపయోగం లేదు

"మీకు ఏదైనా బాధ లేదా వేదన కలుగుతుందనే భయముంటే, దానిపై మీరు ఏదైనా చేయగలిగే పరిస్థితి ఉందా అని పరిశీలించాలి. మీరు ఏదైనా చేయగలిగితే, చింతించాల్సిన అవసరం లేదు; మీరు ఏమీ చేయలేకపోతే, అలాంటప్పుడు కూడా చింతించాల్సిన అవసరం లేదు"

— దలైలామా

మన భావోద్వేగాలు మన జీవితపు అనుభవాలతో నాజూకుగా పెనవేసుకుపోయిన తీగల వంటివి. అవి మనకు కలిగిన అనుభవాలతో సంకీర్ణమైన నమూనాలను సృష్టిస్తాయి. ఈ సంక్లిష్ట రూపకల్పనలో కూడా ఒకే ఒక తీగ స్పష్టమైన ఉనికిని కలిగి ఉంటుంది – అదే భయం! మనకు జరగబోయే ప్రమాదకరమైనదాన్ని నివారించమని హెచ్చరించినప్పుడు భయం అనేది మనకు ఉపయోగకరమైన భావోద్వేగం. కానీ, మనం మనలో కలిగే భావోద్వేగాలకే భయపడినప్పుడు ఏం జరుగుతుంది? మనం భయపడే విషయం అసలు జరుగుతుందా? లేక, అది ఎప్పటికీ జరగకపోయే అవకాశం కూడా ఉంది కదా?

ఈ భావోద్వేగాల తాళపత్రాలలో, దలైలామా చెప్పిన యీ జ్ఞాన సందేశం భయంతో మనకు ఉన్న సంబంధాన్ని పరిశీలించమని ఆహ్వానిస్తుంది. ఇందులో మనలో కలిగే ప్రతికూల భావోద్వేగాల భయం కూడా ఉంది. ప్రాచీన ఋషుల మాదిరిగా, దలైలామా కూడా మనం కొన్ని విషయాలను నియంత్రించగలమని, మరికొన్నింటిని నియంత్రించలేమని

గుర్తిస్తారు. కానీ ఆయన మరో విషయాన్ని దృఢంగా చెబుతారు: మనం వాటిని నియంత్రించగలమా లేదా అనే విషయానికి సంబంధించి, వాటి గురించి చింతించాల్సిన అవసరం ఎప్పుడూ ఉండదు. మనం చేయగలిగితే చర్య తీసుకోండి, చేయలేకపోతే అంగీకరించండి. చింతించటం వల్ల అదనంగా ప్రయోజనం ఏమీ ఉండదు.

సమస్యలకు పరిష్కారం కనుగొనేవారిగా మారండి

ఒక గుడ్డని ముడి వేసినట్టుగా భయాన్ని ఊహించండి – దాన్ని విప్పడం అసాధ్యమైనదిగా అనిపించవచ్చు. అలాంటి సమయంలో, కాస్త వెనుకడుగు వేసి లేదా కాస్త భయానికి లొంగి, మానసిక స్పష్టతతో, ఖచ్చితత్వంతో ఈ భావోద్వేగ మర్మాన్ని అర్థం చేసుకోవాలి. నిరాశతో మొత్తం గుడ్డను పారవేయకుండా, ఆందోళన చెంది రెండువైపులా లాగడం ద్వారా ముడిని మరింత గట్టిగా చేసేయకుండా ముందుకు సాగాలి.

ఈ విధానంలోని ప్రధానమైన దృఢత్వం మనలో వున్న భయానికి ఎదురు నిలబడటంలో ఉంటుంది. అది మనల్ని స్థబ్ధంగా మార్చనివ్వకూడదు. అనుభవం కలిగిన చదరంగం ఆటగాడు ప్రత్యర్థి వేసే కదలికల నుంచి వెనుకడుగు వేయకుండా, చదరంగపు బోర్డును విశ్లేషించినట్లుగా, మనం కూడా భయానికి మూలమైన అంశాన్ని గుర్తించి, దాన్ని ఎదుర్కొనే లేదా తగ్గించే ప్రత్యేకమైన చర్యలను నిర్ణయించాలి. ఇదే సమస్యలను పరిష్కరించే మనస్తత్వానికి మూలం – జీవితంలోని అనిశ్చిత పరిస్థితులకు అంచనా వేసుకున్న విధంగా స్పందించడం.

అత్యంత ముఖ్యంగా, కలత చెందడానికి ఇక్కడ ఏ మాత్రం స్థానం లేదు. అది పూర్తిగా వ్యర్థమే – కాబట్టి, దాన్ని ధైర్యంగా పక్కన పెట్టేయండి.

ఒక పజిల్‌ను పరిష్కరించాలంటే, మీ వద్ద ఒక వ్యూహం ఉండాలి – ఉదాహరణకు, ముందుగా ఒక ప్రక్క నుండి పూర్తి చేసుకుంటూ దశలవారీగా ముందుకు సాగాలి. ఎంతదూరం వచ్చామో చూడటానికి కాసేపు విరామం తీసుకొని, అవసరమైన మార్పులను చేయాలి. సహనంతో వ్యవహరించాలి. జీవిత సమస్యలను పరిష్కరించడం కూడా ఇదే విధంగా ఉంటుంది: మీకు ఒక వ్యూహం, సహనం, దశలవారీగా తీసుకునే చర్యలు అవసరం. ఒకసారి భయం, ఆందోళన తొలగిపోయాక, మీరు మీ ముందున్న సంక్లిష్టమైన

సమస్యను సైతం స్పష్టంగా అర్థం చేసుకుని, స్పష్టమైన కార్యాచరణ ప్రణాళికను రూపొందించగలుగుతారు.

కార్యాచరణ ప్రణాళికను రూపొందించడం అనేది భయం అనే దట్టమైన అడవిలో ఒక రోడ్‌మ్యాప్‌ను గీయటం లాంటిది. ప్రతి దశలోనూ ఉద్దేశపూర్వకమైన కదలిక, మీ ప్రత్యేక పరిస్థితులకు అనుగుణమైన లెక్కలతో ప్రతిస్పందనగా ఉంటుంది. మీలో భయం అనేది మీ పనిలో సమీపిస్తున్న గడువు వల్ల కలిగితే, మీ ప్రణాళికలో సాధ్యమైన రోజువారీ లక్ష్యాలను నిర్ణయించడం, సహచరుల సహాయం కోరడం, లేదా సమయ నిర్వహణ సాంకేతికతలను ఉపయోగించడం చేసుకోవచ్చు. ఒకసారి ప్రణాళికను అమలులోకి తీసుకువచ్చిన తర్వాత, మీరు భయాన్ని ఒక సవాలుగా మార్చుకుంటారు - అది మీరు విధానపూర్వకంగా, ఒక పద్ధతి ప్రకారం అధిగమించగల సవాలు.

మీరు ఉద్యోగం కోల్పోయారు అనుకుంటే, మీరు కొంత సమయం ఆగి, తిరిగి పనిలో పడిపోతారు. అంటే, తిరిగి ఉద్యోగం పొందటానికి అవసరమైన పనులు చేసుకుని, మీ **resume** సిద్ధం చేసుకుని, ఒక రిక్రూటర్‌తో సమావేశం ఖరారు చేసుకుంటారు. మీరు ఇంటర్వ్యూకు వెళ్తారు, కానీ అది సరిగ్గా జరగదు. కానీ ఫర్వాలేదు. మీరు కొంత సమయం ఆగుతారు, మళ్లీ విశ్లేషిస్తారు. అది అలా ఎందుకు జరిగిందో అర్థం చేసుకుంటారు. తర్వాత కొత్తగా మెరుగైన లక్ష్యాలను రూపొందించడానికి తిరిగి ఆలోచనాపట్టిక **(drawing board)** వద్దకు వెళ్తారు. ఈ ప్రక్రియలో, మీ కంప్యూటర్ పనిచేయదు, మీరు ఇంటర్నెట్‌కి కనెక్ట్ కావడం అసాధ్యం అవుతుంది. మీరు ఒక్కసారి గాఢమైన శ్వాస తీసుకుని, దగ్గర్లోని ఇంటర్నెట్ కేఫ్ లోకి వెళ్లి, మీ కంప్యూటర్‌ను మరమ్మతు చేయడానికి అవసరమైన భాగాన్ని కొనుగోలు చేయడానికి ఒక ప్రత్యామ్నాయ ప్రణాళిక రూపొందిస్తారు. ఆ సాయంత్రం, మీరు తీవ్రమైన ఒత్తిడిలో ఉన్నారని గుర్తిస్తారు. కాబట్టి మళ్ళీ ప్రశాంతతను పొందేందుకు, మీకు ఇష్టమైన పనిని చేసేందుకు చర్యలు తీసుకుంటారు. మరుసటి ఉదయం, మీరు కంప్యూటర్ షాపుకి వెళ్లడానికి సిద్ధమవుతారు. కానీ అప్పుడే వర్షం ప్రారంభమవుతుంది. మరేం ఫర్వాలేదు. మీరు రెయిన్‌కోట్ వేసుకుంటారు...

మీరు జీవితాన్ని ఈ విధంగా ముందుకు నడిపిస్తున్నప్పుడు, దేని గురించీ చింతించాల్సిన అవసరం లేదు. ఇది మనకు కొంత అసహనం కలగజేస్తుందా? ఖచ్చితంగా! అయినప్పటికీ సమస్యలు పరిష్కరించదగినవే – పెద్దవైనా, చిన్నవైనా, సంక్లిష్టమైనవైనా! మనకు పరిష్కరించడంలో ఆసక్తి లేని సమస్యలైనా, అసలు సమస్యలుగా ఉండకపోతే బాగుండు అనుకునే సమస్యలైనా! చాలామంది తమ రోజువారీ సమస్యలు ఒత్తిడిని కలిగిస్తాయని అంటారు. కానీ, నిజానికి సమస్యలు పరిష్కరించే నైపుణ్యాల లోపమే ఒత్తిడికి ప్రధాన కారణం. సమస్యలు కలగాలని ఎవరికీ ఉండదు. కానీ వాస్తవం ఏమిటంటే, జీవితం చిన్న చిన్న చిక్కులు, సమస్యలు, రోజువారీ చికాకులతో నిండిపోయి ఉంటుంది. మన జీవిత సమస్యలను అసహనంతో, ఆందోళనతో గందరగోళంలో పడిపోవచ్చు లేదా వాటిని తటస్థంగా, ప్రశాంతంగా స్వీకరించి నివారించవచ్చు. మీరు మీ సమస్యలను చింతించకుండా, సమర్థవంతంగా పరిష్కరించగలిగితే, ఎందుకు ఆందోళన చెందటం?

ధైర్యమైన దుర్బలత్వం

దుర్బలత్వాన్ని (vulnerability) విస్తృతమైన, దట్టమైన అరణ్యంలో ఉన్న ఒక రహస్య తోటకు ప్రవేశ ద్వారంగా ఊహించండి. ఆ తోటను చేరుకోవాలంటే, ఎవరైనా అనిశ్చితి, అసౌకర్యంతో నిండిన దట్టమైన పొదల ద్వారా ప్రయాణించాలి. అదేవిధంగా, దుర్బలత్వాన్ని స్వీకరించడం అంటే మన అసలు స్వరూపాన్ని ప్రదర్శించే అసౌకర్యంలోకి అడుగుపెట్టడం, మనల్ని ప్రపంచం నుంచి రక్షించే నటనా పొరలను తొలగించడం. ఎలా అంటే, అన్వేషకులు అనియంత్రిత అరణ్యాన్ని ధైర్యంగా ఎదుర్కొనినట్లుగా, మనం కూడా మన అంతర్గత స్వరూపాన్ని అన్వేషించే ఈ అజ్ఞాత ప్రదేశాన్ని ఓర్పుతో ఎదుర్కోవాలి.

ఈ ప్రయాణంలో, మనం యీ దుర్బలత్వాన్ని ఒక బలహీనతగా కాకుండా, మనలో కలిగే వృద్ధి, స్థిరత్వం యొక్క మూలధనంగా గుర్తిస్తాం. ఇది మన మనసులో తరచుగా మబ్బులు సృష్టించే ఆందోళన, మితిమీరిన ఆలోచనల పొరలను తొలగించడానికి సహాయపడుతుంది. మన యీ ఆలోచనలను వాటి మూలాలతో అంగీకరించి, మనల్ని మనం కనుగొనగలిగితే, మనం నిజమైన సంబంధాలను ఏర్పరచేందుకు ఇతరులకు కూడా అదే పని చేయడానికి అవకాశం కల్పిస్తాము.

దుర్బలత్వం అనేది వ్యక్తిగత మార్పుకు ప్రేరణగా పనిచేస్తుంది. మనం మన భయాలను, రక్షణలేని విషయాలను తలపోసుకుంటే, వాటి ప్రభావాన్ని మన జీవితం మీద నుండి తీసివేయడం మొదలు పెట్టగలుగుతాం. ఉదాహరణగా, మనం యిందాక చెప్పుకున్నట్టుగా మీరు నిరుద్యోగిగా ఉంటే మీరు ఒత్తిడితో ఉంటారు, భవిష్యత్తు గురించి ఆందోళన చెందుతారు. ఈ పరిస్థితిని నిర్వహించగలిగే మీ సామర్థ్యంపై మీరు అనిశ్చితితో ఉన్నారు. ఎందుకంటే, ప్రాథమికంగా, మీరు భయపడుతున్నారు.

చాలా సంస్కృతుల్లో, ఈ రకమైన భయాన్ని అంగీకరించడం కష్టంగా ఉండవచ్చు. ఈ వ్యక్తి, ఇతరులకు బలహీనంగా లేదా మూర్ఖంగా కనిపించకుండా ఉండాలని అనుకుంటూ, ధైర్యంగా ఉండాలని నిర్ణయించుకొని, నిజంగా అనుభవిస్తున్న భావనల కన్నా చాలా నమ్మకంగా ప్రవర్తించవచ్చు. అలాంటి వారు, తమ నిజమైన భావనలను ఇతరులతో పంచుకోవడానికి నిరాకరిస్తూ, బదులుగా అంతా క్షేమంగా ఉన్నట్లుగా భ్రమింప చేయవచ్చు. మీరు అయోమయంగా, కంగారుగా, బాధగా, భయంతో ఉన్నప్పుడు మీరు అంతా సరిగా ఉందని అంగీకరించడం నిజంగా అసౌకర్యంగా, కొంత అవమానకరంగా అనిపించదా?

అదే వ్యక్తి దుర్వలత్వాన్ని అంగీకరించడానికి ధైర్యాన్ని కనబరచాలని ఊహించండి. వారు తమ గౌరవాన్ని, అహంకారాన్ని పక్కనపెట్టి కావలసిన సహాయం కోరుతారు. “మీరు ఎలా ఉన్నారు?” అనే ప్రశ్నకు శ్రద్ధగా, నిజంగా సమాధానమిస్తారు. కొన్ని ఆసక్తికరమైన విషయాలు జరుగవచ్చు: వారు ఒంటరిగా లేరని అర్థం చేసుకుంటారు. చాలామంది యిలాంటి అనుభవాన్ని గడిపారు లేదా గడుపుతున్నారు; వారు సహాయం చేయడానికి సిద్ధంగానూ, చాలా సన్నిహితంగానూ ఉన్నారు. అయితే, సహాయం కోరాల్సి ఉంటుంది; వారు వాస్తవంగా దుర్బలత్వంతో ఉన్నప్పుడు, వారి సంబంధాలు మరింత గాఢంగా మారుతాయి. అలాగే విశ్వసనీయత కూడా పెరుగుతుంది. కాబట్టి, దుర్బలత్వం అనేది మనం భయపడవలసినది, దాచిపెట్టవలసినది కాదు, ఇది మనం వ్యక్తపరచాల్సినది.

అధ్యాయం 35

మీ ఒత్తిడిని పెంపుడు జంతువుగా చేసుకోండి

ఒక బొచ్చు కుక్కపిల్లనో లేదంటే ఉల్లాసంగా 'మ్యావ్' అని అరుచుకుంటూ తిరిగే పిల్లినో పెంపుడు జంతువుగా చేసుకోవడం గురించి ఆలోచన చేయకుండా ఉండరు. పెంపుడు జంతువులతో స్వచ్ఛమైన సన్నిహిత సంబంధంలో ఒక నిరాకరించలేని ఆనందం ఉంది. అది కేవలం కొన్ని క్షణాలకే అయినా మన ఆందోళనలు, కష్టాలను మాయం చేసినట్టుగా అనిపిస్తుంది. ఈ సరళమైన జంతు సంబంధంలో ఒక రహస్యం ఉంది. అది కేవలం అంటీ ముట్టని అనుభూతుల గురించి కాదు.

వాషింగ్టన్ రాష్ట్ర విశ్వవిద్యాలయంనుంచి తాజాగా వచ్చిన ఒక పరిశోధన ఏమిటంటే "మీ ఒత్తిడిని పెంపుడు జంతువుగా చేసుకోండి" అద్భుత ప్రయోజనాలను బయటపెట్టింది. ఈ కార్యక్రమంలో కాలేజీ విద్యార్థులు పిల్లులు, కుక్కలతో సంబంధాలను పరిశీలించే పనికి పూనుకున్నారు. వారిలో వున్న భావోద్వేగాలు మెరుగుపడటమే కాకుండా, వారి శరీరాల్లో కూడా ఒక అద్భుతమైన మార్పు జరిగింది – ఈ మార్పు వారి జీవనశైలిలో మరింత విశ్రాంతి మరియు సమతుల్యత తీసుకువచ్చింది.

మనసును పులకరింపజేసే మిత్రులతో బంధం ఏర్పరుచుకోండి

ఈ పెంపుడు జంతువులు మనసుకు హాయిని కలిగించడమే కాకుండా, మనలోవున్న ఒత్తిడిని తగ్గించడానికి ఎంతగానో ఉపయోగపడతాయి:

ముందుగా, మీరు నివసిస్తున్న కమ్యూనిటీలో పెట్ థెరపీ లేదా జంతు పరస్పర సంబంధాల కోసం అవకాశాలను వెతకండి. మీకు తెలిసిన స్థానిక జంతు షెల్టర్లలో స్వచ్ఛంద సేవ చేయటం గురించి కూడా కాస్త ఆలోచించండి? ఈ షెల్టర్లలో తరచుగా జంతువుల పట్ల ప్రేమ, మిత్రత్వం చూపేందుకు సహాయం చేసే చేతులు అవసరమవుతాయి. స్వచ్ఛంద సేవ చేయడం అనేది కేవలం జంతువులకు లాభం చేకూర్చే పని మాత్రమే కాదు, అది మీకు కూడా మానసిక స్థితిని మెరుగుపరచడంలో సహాయపడే ఔషధిక మిత్రత్వాన్ని (therapeutic dose of companionship) అందిస్తుంది.

మరో విధంగా, పెంపుడు జంతువులు ఉన్న మీ స్నేహితులతో సంబంధం పెట్టుకుని, వారు బయటకు వెళ్లినప్పుడు 'పెట్ సిటింగ్' చేయడానికి మీ ఇష్టత తెలియజేయండి. వారి పెంపుడు జంతువులతో మీరు సమయం గడపడం ఆనందంగా, విశ్రాంతిగా అనుభూతి చెందే అనుభవంగా ఉంటుంది. అదే సమయంలో మీ మిత్రులు వారి ప్రయాణాన్ని ప్రశాంతంగా చేయగలుగుతారు.

మీరు మరింత సరదా అయిన సమానమైన ఫలితాన్ని అందించే అనుభవాన్ని వెతుకుతున్నట్లయితే, జంతువులతో పరస్పర సంబంధానికి అనుమతించే పెట్ కేఫ్ లు లేదా సంక్షేమ కేంద్రాలను అన్వేషించండి. ఈ సంస్థలు మీరు అనేక జంతువులతో సంబంధాలు పెంచుకుని విశ్రాంతి గడిపే ఒక ప్రత్యేక అవకాశాన్ని అందిస్తాయి. మీరు కాఫీ తాగుతూ ప్రశాంతమైన వాతావరణంలో ఉన్నప్పుడు అప్పుడే పుట్టిన పిల్లుల నుండి ప్రశాంతమైన గుర్రాల ప్రేమను అనుభవించగలుగుతారు.

జంతువులతో యీ పరస్పర సంబంధాలు అద్భుతమైన ఔషధ శక్తిని ఎందుకు కలిగి ఉంటాయి? దాని సమాధానం మనలను వర్తమాన క్షణంలోకి తీసుకురావడంలో ఉంది. మనం జంతువులతో అనుసంధానమై ఉన్నప్పుడు, మనం వేరైన ఒక ప్రపంచంలో జారిపోతాం. అది మన ఆలోచనల నుండి, ఆందోళనల నుండి, భయాల ప్రవాహం నుండి తప్పించుకోవడానికి మనకు సాయపడుతుంది. జంతువులు గతంలో ఉండటానికి లేదా భవిష్యత్తు గురించి ఆందోళన చెందడంలో గడపవు; అవి వర్తమాన క్షణంలో జీవిస్తాయి. వాటితో అనుసంధానం కావడం ద్వారా, మనం కూడా ప్రస్తుత క్షణంలోని ఆనందాన్ని పొందుతాము. అది అందించే అద్భుతమైన శాంతిని అనుభవిస్తాము.

ఇంకా ముఖ్యంగా, జంతువులు మనకు దయ, ఆనందం, సంరక్షణ భావనలను కలుగ చేయడంలో సహాయపడుతాయి. అవి ఒక్క మాట కూడా చెప్పకుండా – ఆ సహాయం చేస్తాయి. మనుష్యులకు ఇదంతా కొన్నిసార్లు కష్టంగా ఉండవచ్చు. జంతువులకు తమదైన నిశ్శబ్ద బుద్ధి ఉంటుంది. ఇది అలిసిపోయిన, మితిమీరి ఆలోచించే మానవ మనస్సుకు ఒక ఔషధంగా మారవచ్చు! అందువల్ల, జంతు సంబంధాల కోసం సమయం కేటాయించడం ప్రారంభించండి. ప్రతీ రోజు కొన్ని నిమిషాలు లేదా ప్రతీ వారం కొన్ని గంటలు అయినా సరే! కేటాయించిన క్షణాలను పూర్తిగా పాల్గొనడానికి మీకు అనుమతించండి. అది ఒక ఉత్సాహభరిత కుక్కపిల్లతో ఆడుతూ ఉండటం కావచ్చు, ఒక చేప పిల్ల యొక్క మనోహరమైన కదలికలను శాంతంగా గమనించడం కావచ్చు, లేదా ఒక అందమైన, అద్భుతమైన పక్షితో శాంతియుత సమయం పంచుకోవడం కావచ్చు.

వర్తమానంలో ఉండండి, వర్తమానాన్ని ఆస్వాదించండి

దీనికి సంబంధించిన మరో సూచన ఏమిటంటే, మీరు మీ రోజు మొత్తం ప్రతి క్షణం, పూర్తిగా వర్తమాన క్షణంలో ఉండటానికి అవకాశాలను అన్వేషించడం. గతం, భవిష్యత్తు గురించి ఆలోచనల ప్రవాహాన్ని విడిచిపెట్టండి. ఈ సాధన అనేక ఆందోళనలకు, మితిమీరిన ఆలోచనలకు శక్తివంతమైన పరిష్కారంగా మారుతుంది.

మన చుట్టూ ఉన్న ప్రపంచం అనేకమైన వైజ్ఞానిక అనుభవాలతో నిండిపోయి ఉంది. వాటిని ఆస్వాదించడానికి ఎదురు చూస్తుంది. మీ పరిసరాల్లో రంగులు, పదార్థాలు, పూల వాసనలు గమనించడానికి ఒక క్షణం కేటాయించండి. అది ఒక పుష్పం యొక్క మెరిసే రంగులు, టీ కప్పులో నుంచి వస్తున్న వేడి కాఫీ వాసన, లేదా ఒక పెంపుడు జంతువు యొక్క మృదుత్వం కావచ్చు. నిశితమైన అన్వేషణ మీరు వర్తమాన క్షణంలోని సాంప్రదాయంతో జతచేస్తుంది. ప్రతి రోజూ, మీ ఐదు ఇంద్రియాలను పూర్తిగా ఆకర్షించే ఒక అలవాటు చేయడం ప్రారంభించండి.

ప్రకృతి శాంతితో నిండి నిర్మలంగా ఉంటుంది. ప్రతి రోజు బయట సమయం గడపడానికి సమయం కేటాయించండి, అది పార్క్‌లో ప్రశాంతంగా నడిచే నడక అయినా లేదా మీ బాక్యార్డులో నిశ్శబ్దంగా ఆలోచిస్తూ గడిపే

ఒక క్షణం అయినా సరే! ప్రకృతి యొక్క దృశ్యాలు, శబ్దాలు, వాసనలు శాంతిదాయకమైన, నిర్మలత్వం కూడిన ప్రభావాన్ని కలిగి ఉంటాయి. మీకు వర్తమాన క్షణంలో ఉన్న అందాన్ని, అద్భుతాన్ని గుర్తు చేస్తాయి.

మీ శ్వాస అనేది వర్తమాన క్షణానికి ఒక నమ్మదగిన ఆధారంగా ఉంటుంది. మీ రోజు మొత్తంలో ఎప్పుడైనా మీ శ్వాసపై కొన్ని క్షణాలు దృష్టి పెట్టండి. మీ ఛాతీ పైకీ కిందికి ఊగిసలాడటం గమనించండి. మీ శ్వాసల యొక్క రీతిని అనుభవించండి. మీ మనసు మితిమీరిన ఆలోచనలతో చెలరేగితే, దాన్ని మృదువుగా మీ శ్వాస యొక్క సరళత వైపు తిరిగి తీసుకురండి. ఈ సాధన మీకు శ్వాసపై కేంద్రీకరణను మాత్రమే కాకుండా మానసిక ప్రశాంతతను కూడా పెంచుతుంది.

కృతజ్ఞత ఒక శక్తివంతమైన శక్తిగా ఉంటుంది. ఇది మీ దృష్టిని మీకు కావలసిన విషయాలపై అడ్డంకిగా ఉన్న వాటి నుంచి మీ జీవితంలో అవసరమైన, అందంగా ఉన్న వాటివైపుకు మార్చగలుగుతుంది. మీ రోజు ప్రారంభం లేదా ముగింపు మూడు కృతజ్ఞతాపూర్వక విషయాలు వ్రాయడం ద్వారా చేయండి. ఇవి చిన్న క్షణాలు కావచ్చు, ఉదాహరణకు వెచ్చని కౌగలింత, లేదా మీ జీవితం యొక్క పెద్ద అంశాలు, మీ ఆరోగ్యం గురించి, మిత్రులతో సంబంధాలు, యిలా ఏవైనా కావచ్చు. కృతజ్ఞతను పెంపొందించడం అనే అలవాటు మీ అనుభూతిని, వర్తమాన క్షణంలో ఉండటాన్ని ప్రోత్సహిస్తుంది.

భౌతిక చలనాన్ని మానసిక జాగరూకతతో కలిపే యోగా, తైచి, లేదా కిగాంగ్ వంటి సాధనల్లో పాల్గొనండి. ఈ వ్యాయామాలు మీ శరీరాన్ని, శ్వాసను మరియు మీరు చలనం చేసే సమయంలో అనుభవించే అనుభూతులను గమనించడానికి ప్రేరేపిస్తాయి. మీరు ఈ చలనాలలో ప్రవహిస్తూ, మీ మనసు వర్తమాన క్షణానికి అనుకూలంగా మారుతుంది. ఆందోళనకు, మితిమీరిన ఆలోచనలకు స్థలం లేకుండా పోతుంది.

అధ్యాయం 36

తల్లకిందులుగా ఆలోచించండి

ప్రేరణ అనేది సాధారణంగా ఒక గతిమార్గానికి అనుగుణంగా ఉంటుంది – అది ప్రారంభంలోనూ, ముగింపులోనూ బలంగా ఉంటుంది, కానీ సాధారణంగా మధ్య దశలలో బలహీనమైపోతుంది. ఈ నమూనా పరిశోధకులకు ఆకర్షణను కలిగించింది. ఇది పెకింగ్ యూనివర్సిటీ, HSBC బిజినెస్ స్కూల్, కొరియా యూనివర్సిటీ బిజినెస్ స్కూల్ మరియు ఐవా యూనివర్సిటీ నుండి నిపుణులు నిర్వహించిన ఒక తాజా అధ్యయనానికి దారితీసింది. వారి అధ్యయనం ఒక వ్యూహాత్మక సాంకేతికతతో చెప్పుకునే "బ్యాక్‌వర్డ్ ప్లానింగ్" అనే పేరుతో పిలవబడింది.

ఒక సుసంపన్నమైన ఐదు అధ్యయనాల ద్వారా, ఈ పరిశోధకులు బ్యాక్‌వర్డ్ ప్లానింగ్ యొక్క ప్రభావితాన్ని లోతుగా పరిశీలించారు. ఇది చివరి లక్ష్యాన్ని ముందుగా మొదలు పెట్టి సమయాన్ని తిరగబెట్టి వెనుక నుంచి ముందుకు వెళ్లే విధానం. వారు చెప్పినట్టుగా, ఇది ఆసక్తికరమైన పరిణామాలను ఆవిష్కరించింది.

సాధారణ లక్ష్యాల కోసం చూసినపుడు, ముందస్తు ప్లానింగ్ మరియు బ్యాక్‌వర్డ్ ప్లానింగ్ మధ్య ఎంపిక చేయవలసి వచ్చినప్పుడు, పెద్దగా ప్రాధాన్యం లేకపోయినా, సంక్లిష్టమైన పనులను, ఉదాహరణకు సమగ్ర పరీక్ష కోసం తయారీ చేయడం లేదా క్లిష్టమైన ప్రాజెక్టులను నిర్వహించడం వంటి వాటిని చూస్తుంటే బ్యాక్‌వర్డ్ ప్లానింగ్ యొక్క నిజమైన శక్తి కనబడింది. ఇటువంటి సందర్భాలలో, బ్యాక్‌వర్డ్ ప్లానింగ్ ప్రత్యేకమైన లాభాలను అందించడం స్పష్టంగా కనబడింది. ఇప్పుడు, ఈ అధ్యయనాన్ని ప్రేరణగా తీసుకొని, ఈ పద్ధతుల గురించి లోతుగా తెలుసుకుందాం.

మీరు ముగించాలని అనుకున్న చోట ప్రారంభించండి

మొదటి సూచనగా, మనం వెనుకవైపు ప్రణాళిక (Backward Planning) అనే ప్రాక్టీస్‌లో లోతుగా అన్వేషిద్దాం. ఇది ఒక శక్తివంతమైన సాంకేతికత. ఇది మీ లక్ష్యాలను సాధించడానికి ఎంతో సహాయపడుతుంది. ఈ విధానం చివరి దశ నుండి మొదలుపెట్టి విజయాన్ని ఊహించడం. అలాగే అవసరమైన దశలను రివర్స్‌లో రూపొందించడం ద్వారా లక్ష్యాన్ని చేరుకోవడాన్ని నిర్దేశిస్తుంది. ఈ విధానం మీ ప్రేరణను గణనీయంగా పెంచగలదు. అదే సమయంలో మీ ఉత్పాదకతను కూడా మీ లక్ష్యాలను చేరుకునే దిశలో పెంచుతుంది. మీ విజయాన్ని అనేక దశలుగా దృశ్యీకరణ చేసుకోవడం వల్ల మీ విజయంపట్ల గాఢమైన భావోద్వేగాన్ని కలిగి వుంటారు.

ఉదాహరణకు, మీరు మీ పని విషయంలో ఒక క్లిష్టమైన ప్రాజెక్టును పూర్తి చేయాలనుకుంటున్నారని అనుకుందాం. ముందుండే అనేక పనులు, సంభవించగల ఆటంకాలపై దృష్టి కేంద్రీకరించటం బదులుగా, మీరు మొదటగా పూర్తయిన ప్రాజెక్టును మీ సహచరులకు సమర్పిస్తున్నట్లు లేదా మీ పైఅధికారుల నుండి ప్రశంసలు అందుకుంటున్నట్లు ఊహించాలి. ఈ విధంగా సానుకూల మానసిక చిత్రం మీ ప్రేరణను పెంచడమే కాకుండా, మార్గంలో ఎదురయ్యే అనివార్యమైన క్లిష్ట పరిస్థితుల సమయంలో కూడా మీకు ప్రేరణగా మారుతుంది.

కానీ ఇప్పుడు, వెనక్కి వెళ్లి, ముగింపు స్థాయికి చేరుకునే ముందు మీరు తీసుకున్న చివరి దశ గురించి ఆలోచించండి. అది ఏమిటి? ఆ దశకు ముందున్న దశ గురించి ఏమాలోచించారు?

మీ ముగింపు స్థానం నుండి వెనుకకు పని చేస్తూ వుండటం వల్ల, మీ లక్ష్యాన్ని చేరుకోవడానికి అవసరమైన ముఖ్యమైన మైలురాళ్లు, దశలను రూపకల్పన చేయవచ్చు. ఈ విధానం మీ లక్ష్యాన్ని నిర్వహించదగిన, కార్యాచరణ చేయగలిగిన పనులుగా విభజించడంలో సహాయపడుతుంది. మనం ముందుగా చెప్పుకున్న ప్రాజెక్ట్ ఉదాహరణకు తిరిగి వెళ్లితే, మీరు తుది సమర్పణను మీ ముగింపు స్థాయిగా గుర్తించవచ్చు. అక్కడికి చేరుకోవడానికి, మీరు ఆకర్షణీయమైన సమర్పణను సిద్ధం చేయాలి, సంబంధిత డేటాను సేకరించాలి, పరిశోధన చేయాలి, ఇంకా వివిధ ఇతర

పనులను పూర్తి చేయాలి. ఈ విధంగా, మీ ప్రణాళికను రివర్స్‌లో నిర్మించడం ద్వారా, మీరు అనుసరించదగిన స్పష్టమైన, వివరమైన మార్గసూచికను రూపొందించవచ్చు.

అదనంగా, మీరు మీ లక్ష్యాన్ని చేరుకునేందుకు నిజమైన రోడ్ మేప్ రూపొందిస్తున్నారని నిర్ధారించుకోవచ్చు - మనలో చాలామంది చాలా సమయాన్ని అనవసరమైన ప్రణాళికలపై వ్యయం చేస్తారు, కానీ అవి సరైన దిశలో లేవని ఆలస్యంగా గుర్తిస్తారు.

Backward Planning అనుసరించడం ద్వారా మీరు సాధ్యమైన ఆటంకాలను ముందుగానే ఊహించి, వాటిని పరిష్కరించగలుగుతారు. ఈ విధానం వల్ల మీరు ఈ సమస్యలు ఎదురైనపుడు ఆశ్చర్యపోరు, అవి మీరు ముందుగానే ఊహించినవి కావడంవల్ల అవి మీ పురోగతిని అడ్డుకోలేవు. మీరు విజయాన్ని ఊహించి Backward Planning లో పని చేస్తే, మీరు కష్టతరమైన దశలను ముందుగానే గుర్తించగలుగుతారు. ఈ ముందస్తు దృష్టి ఊహించని అవాంతరాలు ఎదురైనపుడు వాటిని ఎదుర్కొనేందుకు, సమస్యలను అనుసరించేందుకు అవకాశం కల్పిస్తుంది. తద్వారా మీరు ఎదురయ్యే అడ్డంకులను సమర్థవంతంగా అధిగమించడానికి సిద్ధంగా ఉండగలుగుతారు.

లక్ష్యాలను మైలురాళ్లుగా విభజించండి

రెండవది, పెద్ద లక్ష్యాలను చిన్న, నిర్వహించదగిన మైలురాళ్లుగా విభజించడం అనేది ఓ ప్రధాన వ్యూహం. ఇది అధిక ఆలోచనను తగ్గించడానికి, వర్తమాన క్షణంలో కేంద్రీకృతంగా ఉండటానికి, మరియు లక్ష్యాన్ని చేరుకునే ప్రయాణంలో కలిగే ఆందోళనను తగ్గించడానికి సహాయపడుతుంది. పెద్ద లక్ష్యాలను ఎదుర్కొంటున్నప్పుడు, ఆ పని తీవ్రత వల్ల ఒత్తిడికి గురికావడం సహజం. అయితే, ఈ లక్ష్యాలను చిన్నవిగా, క్రమక్రమంగా సాధించదగిన దశలుగా విభజించడం ద్వారా, మీ దృష్టిని అతిపెద్ద దృశ్యం (big picture) నుండి వర్తమాన దశలో మీరు చేయగల పురోగతిపై మారుస్తుంది.

మితిమీరిన ఆలోచన (Overthinking) ఎక్కువగా లక్ష్యాలను చేరుకోవటంపై వ్యక్తులు తమ దృష్టిని కేంద్రీకరించినప్పుడు సంభవిస్తుంది.

ఇది ఒక విధమైన పక్షపాతానికి లేదా ఆందోళనకు దారితీస్తుంది. ఈ లక్ష్యాలను చిన్న చిన్న దశలుగా విభజించడం ద్వారా ఈ ధోరణిని సమర్థవంతంగా ఎదుర్కొనవచ్చు. ఎందుకంటే ఇది స్పష్టమైన, చేసేందుకు సాధ్యమైన మార్గాన్ని రూపొందిస్తుంది. ప్రతి మైలురాయి (milestone) స్పష్టమైన, వాస్తవమైన లక్ష్యంగా మారిపోతుంది, తద్వారా లక్ష్యంపై దృష్టి, ప్రేరణను కొనసాగించటం సులభమవుతుంది.

ఉదాహరణగా, మీ ప్రధాన లక్ష్యం ఒక నవల రాయడం అని అనుకుందాం. అటువంటి పని విస్తృతత గురించి నిరంతరం ఆలోచిస్తూ ఉండటానికి బదులుగా, దానిని చిన్న చిన్న లక్ష్యాలుగా విభజించవచ్చు: కథాంశాన్ని రూపొందించడం, ప్రతిరోజూ కొన్ని పదాలను రాయడం, నిర్దిష్ట అధ్యాయాలను పూర్తి చేయడం, మొదలైనవి. చిన్నవైన, సాధ్యమైన యిలాంటి దశలపై దృష్టి సారించడం ద్వారా, మీరు మొత్తం నవల రాయాలనే ఒత్తిడిని అనుభవించకుండా, రచనా ప్రక్రియలో పూర్తిగా నిమగ్నమవ్వచ్చు.

అంతేకాక, మీరు ఈ మైలురాళ్లను చేరుకోవడానికి దృష్టిని కేంద్రీకరించినప్పుడు, మీరు మీ చర్యల్లో మరింత చురుకుగా ఉంటారు. మీరు దూర భవిష్యత్తును గురించి ఆందోళన చెందకుండా, వర్తమానంలో మీరు చేస్తున్న పనిలో పూర్తిగా నిమగ్నమవుతారు. వర్తమానంలో యీ సాన్నిహిత్యం (heightened sense of presence) ఆందోళనను గణనీయంగా తగ్గించగలదు. అదే సమయంలో, మరింత సానుకూలమైన, ఉత్పాదకమైన మనస్థితిని పెంపొందించగలదు.

ప్రతి చిన్న దశను పూర్తి చేయడం ద్వారా, మీరు సాధించిన విజయాన్ని గుర్తించగలుగుతారు. ఇది బలమైన ప్రేరణను కలిగిస్తుంది. ఇది మీ లక్ష్యం వైపు మీరు దృశ్యీకరించుకున్న పురోగతిని సాధిస్తున్నారనే నమ్మకాన్ని బలపరుస్తుంది. తద్వారా మీలో విశ్వాసం, దిశా నిర్దేశంపట్ల స్పష్టత పెరుగుతుంది. ఈ సానుకూల మద్దతు (positive reinforcement) మితిమీరిన ఆలోచనల (overthinking) వైపు వెళ్లే ధోరణిని తగ్గిస్తుంది, ఎందుకంటే మీ దృష్టి సంభవించగల ఆటంకాల నుండి, ప్రతి మైలురాయిని సాధించిన ఆనందానికి మారిపోతుంది. మీరు ఎక్కడైనా చిక్కుకున్నట్టు లేదా ఒత్తిడిగా అనిపిస్తే, దీన్ని మీ లక్ష్యాన్ని ఇంకా చిన్న భాగాలుగా విభజించాల్సిన సంకేతంగా భావించండి. క్లిష్టమైన పనుల కోసం, “ఇక్కడ నేను మొదటగా

చేయాల్సిన పని ఏమిటి?” అని ప్రశ్నించుకుంటే, మీరు తిరిగి ముందుకు వెళ్లగలుగుతారు. స్పష్టత (clarity) ఎక్కువగా మీరు కదలిక ప్రారంభించిన తర్వాత సహజంగానే ఉత్పన్నమవుతుంది.

అధ్యాయం 37

ప్రతిదానినీ అందుబాటులోనే ఉంచండి

2018లో, జోషువా ఎం. స్మిత్ నేతృత్వంలోని ఒక పరిశోధనా బృందం సానుకూల భావోద్వేగ జర్నలింగ్ (Positive Affect Journaling - PAJ) పై లోతైన అధ్యయనం చేపట్టింది. వారి లక్ష్యం స్పష్టమైనది: ఈ కార్యక్రమం వ్యక్తులకు తమ భావోద్వేగాలను నిర్వహించడంలో సహాయపడుతుందా? అలాగే, వైద్య సంబంధిత సమస్యలను ఎదుర్కొంటున్న వారి మనోస్థితిని మెరుగుపరచగలదా?

దైనందిన జర్నలింగ్

ముందుగా, ఒక జర్నల్‌ను నిర్వహించడం అంత పెద్ద విషయం కాకపోవచ్చు. అయితే, ఇది నిజంగా మానసిక ఆరోగ్యాన్ని మెరుగుపరచగలదా? అవును, ఇది ఊహించినదానికంటే ఎక్కువ ప్రభావం చూపగలదు! దీనిని మీరు ప్రతిరోజూ మిమ్మల్ని మీరు కలుసుకునే ప్రదేశంగా ఊహించండి - ఈ బిజీ ప్రపంచంలోని శబ్దాలు, గందరగోళం నుండి మీరు తాత్కాలికంగా తప్పించుకునే పవిత్ర స్థలం. ఈ సాధనాన్ని ప్రారంభించే మొదటి దశ, ప్రతి రోజు ఒక నిర్దిష్ట సమయాన్ని కేటాయించడం. ఇది స్వయంగా మీకోసం ఒక అపాయింట్‌మెంట్‌ను షెడ్యూల్ చేసుకోవడం లాంటిది - మీ శ్రేయస్సు కోసం సమయాన్ని కేటాయించడం, మీ వ్యక్తిగత అభివృద్ధికి ఒక అంకిత భావంతో మెలగడం.

నాకైతే దీని అర్థం, ప్రతిరోజూ పదిహేను నిమిషాలు ముందుగా లేచి, పని మరియు దైనందిన జీవితపు బాధ్యతలు మొదలుకాకముందే నా కోసం

కొంత సమయాన్ని కేటాయించడం. నిశ్శబ్దంగా ఉండే ఒక మూలను నేను ఎంచుకున్నాను – ఒక కిటికీ పక్కన, సాయంత్రపు సమయంలో మృదువైన వెలుతురులో నిండిన ప్రదేశం, అక్కడ నేను ఎలాంటి అవరోధాలూ లేకుండా ఆలోచించి రాయగలిగాను. ఈ ప్రదేశం ఖచ్చితంగా విలాసవంతమైనదిగా ఉండాల్సిన అవసరం లేదు; అది మీకు ప్రశాంతంగా అనిపించే స్థలంగా ఉండాలి – మీ ఆలోచనలతో మీరు ఏకాంతంగా ఉండగలిగే ప్రదేశంగా ఉండాలి. అంతే!

మీ జర్నల్‌ను తెరిచి, కలాన్ని కాగితంపై ఉంచినప్పుడు, ఈ విషయం గుర్తుంచుకోండి: మీరు రాస్తున్న జర్నల్ మీ ఆలోచనలు, భావోద్వేగాలు, చింతలకు ఒక సురక్షితమైన ఆశ్రయం. ఇది ఒక విమర్శ రహిత ప్రాంతం. మీరు ఎలాంటి భేషజాలు లేకుండా హృదయాన్ని విప్పి చెప్పుకోవటానికి అనువైనది – మిమ్మల్ని మీరు తిట్టాలని అనిపించినా కూడా! ఇక్కడే ఒక అద్భుతం జరుగుతుంది. మీరు చేయవలసిందల్లా స్వేచ్ఛగా రాయండి, ఎలాంటి పరిమితులు లేకుండా, మీ ఆలోచనలకు ఎటువంటి అంతరాయం లేకుండా ప్రవహించే నదిలా అనుమతించండి.

ఈ జర్నల్ రాయటం అనేది మీ భావాలకు వాల్వ్ తిప్పటం వంటిది. మీలో వున్న ఆందోళనలు, మితిమీరిన ఆలోచనలను ఎంత పొంగితే అంతలా వాటిని వెలిబుచ్చండి. మీలో వున్న భావోద్వేగాలన్నీ కాగితంపై వచ్చాక వాటిని పరిశీలించండి. ఇక్కడ మెరుగైన శైలి (polished prose) లేదా సంపూర్ణ వ్యాకరణం (perfect grammar) అవసరం లేదు – ఈ ప్రదేశం పూర్తిగా మీకోసమే. మీ ఆలోచనలు, భావోద్వేగాలను కాగితంపై ఉంచినప్పుడు, వాటికి ఒక ఆకారం (form) మరియు స్థిరత్వం (substance) లభిస్తుంది, అందువల్ల అవి అంతగా భయానకంగా అనిపించవు. మీ అస్పష్టమైన భయాలను స్పష్టమైన పదాలుగా మార్చినప్పుడు, వాటిపై నియంత్రణ తిరిగి పొందే అవకాశం ఉంటుంది. ఆశ్చర్యకరమైన విషయం ఏమిటంటే, మనసులో తిరుగుతున్నప్పుడు అవి ఎంత పెద్ద సమస్యగా అనిపించినా, కాగితంపై నల్లని అక్షరాలుగా రాసిన తర్వాత అవి చాలా చిన్నవిగానూ, నిర్వహించదగినవిగా అనిపిస్తాయి!

నా స్వంత అనుభవంలో, జర్నలింగ్ చర్య అనేది ప్రతిరోజూ చేసే ఆచారంగా మారింది, ఇది నా ఆలోచనలను, భావోద్వేగాలను స్థిరపరిచేందుకు సహాయపడింది. అవి అంతగా భయానకంగా కాకుండా, సులభంగా

నిర్వహించదగినవి అయిపోయాయి. ఇది ఒక ఆశ్రయం లాగా మారింది. అక్కడ నేను ప్రతి రోజు చేసే ఆలోచనల గందరగోళాలను అర్థం చేసుకుని, వాటిని ఆందోళన లేకుండా, సాధించగలిగే స్థితిలోకి మార్చగలిగాను.

మీరు కూడా ఇదే చేయగలరు. మీరు "రచయిత" కానవసరం లేదు. ఫ్యాన్సీ జర్నల్ లేదా సమయం ఎక్కువగా ఉండడం అవసరం లేదు. మీరు రాయడం ప్రారంభించండి. అంతే, మీరు ఎక్కడికి చేరుకుంటారో చూడండి!

"ఎందుకు?" అని మిమ్మల్ని మీరు ప్రశ్నించుకోండి

ఇప్పుడు, మీ జర్నలింగ్ సెషన్లలో, రోజూ మీ జీవితంలో "ఎందుకు?" అని నిరంతరం అడగడం అనే ఒక నిర్దిష్ట journaling పద్ధతిని లోతుగా పరిశీలిద్దాం. ఇది సాధారణమైనదే కానీ శక్తివంతమైన పరికరం, ఇది అవగాహనను పెంచడంలో, ఆత్మపరిచయాన్ని పెంపొందించడంలో మరియు వ్యక్తిగత వృద్ధిని ప్రేరేపించడంలో సహాయపడుతుంది.

నేను ఈ "ఎందుకు?" అనే ప్రశ్నను నా జర్నలింగ్ ప్రాక్టీస్ లో చేర్చిన క్షణాన్ని స్పష్టంగా గుర్తు చేసుకుంటున్నాను. అది ఒక సాధారణ రాత్రి. ఆ రోజు నేను నా ఉద్యోగంలో కలిగిన అసంతృప్తి, ఆందోళన గురించి రాస్తున్నాను. నన్ను నేను ప్రశ్నించుకున్నాను. "నేను ఇలా ఎందుకు అయిపోతున్నాను?" అదే సమయంలో నా పెన్ స్వేచ్ఛగా ప్రవహించడానికి అనుమతించాను. అయినప్పటికీ, నేను నా మొదటి సమాధానాలను అంగీకరించలేదు. నేను ఆ రోజు నా కార్యాలయంలో నాకు బాధ కలిగించిన విషయాలు గురించి జర్నల్ చేశాను – వ్యతిరేక భావనలు, చెడుగా జరిగిన సమావేశాలు, కష్టం కలిగించే సహోద్యోగులు – అందరి గురించీ, అన్నిటి గురించీ రాశాను.

కానీ నేను మరలా మరలా అదే ప్రశ్న అడిగాను, దానిని గుర్తించాను – నా అసంతృప్తి యొక్క మూలం అసలు ఇవి కాదు. నేను నా విలువలు, నా రోజువారీ పని మధ్య జరిగిన అసమానత వల్ల నా ఆందోళన పుట్టుకొస్తుందని నేను అర్థం చేసుకున్నాను. అయితే, ఇక్కడ ఇంకొక సమస్య ఉంది, నా రోజువారీ అసంతృప్తి కేవలం పెద్ద సమస్యకు ఒక లక్షణం మాత్రమే. జర్నలింగ్ ద్వారా నేను ఒక పాటర్న్ గమనించాను: సాధారణంగా ఆదివారం రాత్రి ప్రతిసారీ అధికమైన నెగటివ్ ఆలోచనలతో నేను రాసేవాణ్ణి. కానీ శుక్రవారం మధ్యాహ్నం ఎక్కువగా పాజిటివ్ గా రాసేవాణ్ణి. ఎందుకు? ఈ ఒకే ప్రశ్న నాలో

గాఢమైన అవగాహన కలిగించి భావోద్వేగపు రహస్య తాళాన్ని తెరవడాన్ని అనుమతించింది.

మీ జర్నలింగ్ పేజీలపై కనిపించే పరిచయ స్థాయి ఆలోచనలు మరియు అనుభవాలపై ప్రశ్న వేయడం ద్వారా, మీరు మీ జీవితాన్ని సరిదిద్దుకోగలిగిన ఆధారాలను, ప్రేరణలను అన్వేషించడాన్ని ప్రారంభిస్తారు. నా స్వంత అనుభవంలో, నేను ఆందోళన, మితిమీరిన ఆలోచనల యొక్క చక్రంలో చిక్కుకున్న ప్రవర్తనా నమూనాలను గుర్తించాను. "ఎందుకు?" అని నిరంతరం ప్రశ్నించుకోవడం ద్వారా, నేను ఈ పాటర్న్‌లకు మూల కారణాలు కనుగొన్నాను – అవి నాలో అంతరాంతరాలలో వున్న భయాలు, బలమైన నమ్మకాలు, పరిష్కారం కాని పూర్వ అనుభవాలు.

ఏమైనప్పటికీ నేను ఒక హెచ్చరిక చేయాలనుకుంటున్నాను: ఆందోళనతో ఉన్న వ్యక్తులు, మితిమీరిన ఆలోచనలు చేసే వ్యక్తులు "ఎందుకు?" అనే ప్రశ్నను ఆత్మహాని చేయడానికి ఒక ఆయుధంగా మార్చుకోవచ్చు. మీరు వాస్తవంలో పరిష్కారం దొరకని ప్రశ్నలు (ఉదాహరణకు, "జీవితం ఎందుకు అన్యాయంగా ఉంటుంది?") లేదా అవి సమస్యను తెలియజేసే ప్రశ్నలు (ఉదాహరణకు, "నేను ఎందుకు అపజయాన్ని పొందుతాను?") అడగకుండా జాగ్రత్త పడండి. అందుకు బదులుగా, మీ ఆలోచనలకు, పనులకు మధ్య వున్న కారణాన్ని "ఎందుకు?" అనే ప్రశ్న ద్వారా అర్థం చేసుకోవడానికి ప్రయత్నించండి. "నా జీవితం అన్యాయంగా ఎందుకు అనిపిస్తుందో?" "ఈ మధ్య ఏం జరిగిందో కానీ, నాకు చాలా నిరాశగా అనిపిస్తుంది?" "నేను ఎందుకు అపజయాలు పొందుతూ వుండిపోతున్నాను?" ఈ ప్రశ్నలు పరిష్కారాన్ని సాధించడానికి దారి తీస్తాయి.

మొత్తం మీద, "ఎందుకు?" అన్న ప్రశ్నను అడగడం సానుకూల మార్పుకు ప్రేరణ పొందే పద్ధతి. కానీ "ఎందుకు?" అని మాత్రమే అడగడంలో పరిపూర్ణత లేకపోవచ్చు. ఇతర ప్రశ్నలు కూడా అడగండి. ఒకే రకమైన ఆలోచనలపై తిరుగుతూ వుండడం కాకుండా మీ జర్నల్ ను మీరు సంచలనానికి దారి తీసే పరికరంగా ఉపయోగించండి. మీ జర్నల్ ఎప్పుడూ వలయాకారంలో తిరుగుతూ వుంటే, అప్పుడు దానిని వదిలివేయండి. కానీ మీరు చేయగలిగితే, దానిని మీరు ఒక వాస్తవమైన, స్ఫూర్తిదాయకమైన సంభాషణ ప్రారంభించడానికి ఒక ప్రదేశంగా చూడండి.

అధ్యాయం 38

దానికి ఒక పేరు పెట్టండి

మన సామాజిక మాధ్యమాలు మనలో వున్న సామూహిక భావాలకు క్యాన్వాస్ లాంటివిగా ఊహించుకోండి. నిజంగా, వేర్వేరు వినియోగదారుల నుండి ట్విట్టర్ పోస్ట్‌లను విశ్లేషిస్తూ ఇప్పుడు ఒక ఆసక్తికరమైన కొత్త అధ్యయనం ఆ పని చేసింది. అలా చేయటం వల్ల వాళ్లకి ఏం తెలిసింది? ప్రజలు తమ భావాలను వ్యక్తం చేయడానికి ధైర్యం కలిగించినప్పుడు, ఒక అద్భుతమైన మార్పు చోటు చేసుకుంటుంది. వారు మంచిగా లేదా చెడ్డగా అనిపించుకుంటే, వారి ట్వీట్లు సానుకూలంగా, నెగటివ్‌గా మరియు తిరిగి న్యూట్రల్‌గా మారే ప్రయాణం ప్రారంభించాయి. అసలు ఆ శక్తివంతమైన విషయం ఏమిటి? కఠినమైన, నెగటివ్ భావాలను వ్యక్తం చేయడంలో అత్యంత తక్షణ ప్రభావాన్ని చూపింది.

వారు ఈ విధానాన్ని "భావాల పేరుతో గుర్తింపు" (affect labeling) అని పిలుస్తున్నారు. శాస్త్రజ్ఞులు దీన్ని ప్రయోగశాలల్లో పరిశీలించినప్పటికీ, ఈ అధ్యయనం సామాజిక మాధ్యమాల్లో ప్రవహించే నిజజీవిత భావాలను పరిశీలించింది. ఆ గోచరత స్పష్టంగా ఉంది: మీ భావనలకు పదాలను జోడించడం, వాటికి పేరు పెట్టడం, ఆ భావనను గుర్తించి - ఆపై దాన్ని విడుదల చేయడం అనేది మీరు చేయగలిగే ముఖ్యమైన విషయం.

భావోద్వేగపు గుర్తింపు

మీరు యిలా ఊహించుకోండి. మీరు దట్టమైన అడవిలో ఉన్నారు. ఆకస్మికంగా ఒక అడవి జంతువు మీకు ఎదురుపడింది. మీరు ఇప్పటివరకు అలాంటి

జంతువుని చూడలేదని అనుకుందాం. ఉల్లాసంగానూ, భయంకరంగానూ ఉంది. ఇప్పుడు మీరు ఆ జంతువుతో ఎలా ప్రతిస్పందించాలో తెలియదు – దానిపై ప్రేమ చూపించాలో, చనిపోయినట్టు నటించాలో లేదా దేవుడికి ప్రార్థనలు చేయాలో మీకు అర్థం కాదు. ఆ సమయంలో మీకు తెలిసింది, నేను మీకు చెప్పానని అనుకోండి, ఈ జంతువును "కూగలాంగ్" అని పిలుస్తారనీ, ఇది శాకాహారనీ, ఏ మాత్రం హానికరం కాదనీ, ఈ విషయంలో ఎలాంటి భయంలేదని తెలిసిందంటే మీకు ఎలా అనిపిస్తుంది?

మీ భావోద్వేగాలు కూడా యిలాంటివే – కొన్ని సందర్భాలలో గందరగోళంగానూ, కొన్నిసార్లు అనుభూతులు కలిగిస్తూ, అనేక భావాల సమ్మేళనంగా ఉంటాయి. కొన్ని భావోద్వేగాలు మనకు అర్థం కాకుండా, అనూహ్యమైన రూపాలలో మనకు ఎదురౌతాయి. ఒక ప్రబలమైన భావోద్వేగం మనకు ఎదురైనప్పుడు, దానికి ఎలా ప్రతిస్పందించాలో మనకు తెలిసి ఉండకపోవచ్చు. లేదా తక్షణమే దానికి అతిగా ప్రతిస్పందిస్తూ విపరీతమైన స్పందన చూపించవచ్చు. అయితే, మనం దేనిని ఎదుర్కొంటున్నామో తెలియకపోవచ్చు కూడా!

కానీ, మనం కొద్దిపాటి సమయం ఆగి, విషయాలకు పేరు పెట్టుకుంటే, మనకు వాటిపై ఒక అదనపు శక్తి లభిస్తుంది. తెలియని విషయం భయంకరంగానూ, ఒత్తిడి కలిగించేదిగానూ ఉండవచ్చు, కానీ ఒక విషయానికి పేరు పెట్టినప్పుడు, అది యిప్పుడు మనకు తెలియని విషయం కాదు కాబట్టి మనం చూసే దృష్టిలో ఆ భయం ఉండదు. అందువల్ల ఇది వెంటనే మనం ఎదుర్కొంటున్న భయం, అనిశ్చితి భావాలను తగ్గిస్తుంది. ఇంకా మెరుగ్గా చెప్పుకోవాలంటే, ఒక విషయానికి పేరు తెలిస్తే, మన అనుభవాన్ని గురించి మాట్లాడుకోవచ్చు – అంటే మనం ఆ భావనను మన మనస్సులోనుండి బయటికి తీసి, దానిని బయట ప్రదర్శించడం ప్రారంభించవచ్చు (కాదంటే, అప్పుడు మనం దానిని డైరీలో కూడా రాయవచ్చు!).

మీ మనసులోని దట్టమైన అడవి భారీ భావోద్వేగాలతో – నిరాశ, ఆందోళన, లేదా విచారం – కలిగినప్పుడు, భయపడిపోవద్దు. ఇది భావోద్వేగాల గుర్తింపు ఆటలోకి వస్తుంది. ఈ భావోద్వేగపు ప్రాణి నుంచి పారిపోయే బదులుగా, కొద్ది సమయం ఆగి, దాన్ని అంగీకరించండి. దానికి పేరు పెట్టండి.

మీలో భావోద్వేగానికి ఒక ఖచ్చితమైన పేరు పెట్టడం ద్వారా, మీరు ఆ భావోద్వేగంతో మానసిక దూరాన్ని సృష్టించుకుంటారు. ఈ కొత్త ఆబ్జెక్టివిటీ ద్వారా, మీరు మీ భావాలను స్పష్టంగా, జడ్జ్ చేయకుండా గమనించగలుగుతారు. ఈ దశ నుంచి, మీరు ఎలా ప్రవర్తించాలో ఎంచుకోవచ్చు, ఇది మీ భావనలను నియంత్రించడంలో సహాయపడుతుంది.

తుది సూచన: భావోద్వేగాలు, ఆలోచనల మధ్య వ్యత్యాసాన్ని గమనించండి. ఉదాహరణకు, మీరు మీ భావోద్వేగానికి పేరు పెట్టమని అడగవచ్చు. మీరు "నేను ఒక విఫలమైనవాడిగా భావిస్తున్నాను" అని ఆలోచిస్తారు. కానీ, మీరు వాక్యాన్ని "నేను భావిస్తున్నాను"తో ప్రారంభించారని మీరు విఫలం చెందిన వారని భావం కాదు. "నేను విఫలమైనవాడిని" అనేది భావం కాదు, అది ఒక ఆలోచన మాత్రమే (మరియు సాధారణంగా అది నిజమైనది కాదు!). మీరు మొదటి పేరు పెట్టిన దానితో సరిపెట్టుకోవద్దు. దాని స్థానంలో, మరింత లోతుగా వెళ్ళండి. "నేను విఫలమైనవాడిని" అనడం ఎలా అనిపిస్తుంది? మీరు మీ భావాలను స్పష్టంగా గుర్తించడం కష్టంగా ఉంటే, కేవలం మూల భావాలను మాత్రమే పట్టుకోండి: మీరు విచారంగా, కోపంగా, భయంగా, ఆనందంగా, ఆశ్చర్యపోయినట్లు, లేదా విసుగుగా అనిపిస్తున్నారా?

"అవును, నేను విచారంగా ఉన్నాను"

ఇప్పుడు మీ భావాన్ని మరింత మెరుగుపరుచుకునేటట్లుగా ఆలోచించండి.

"నేను పరీక్షలో ఉత్తీర్ణుడై ఉండవలసింది"

ఇది కేవలం ఒక ఆలోచన మాత్రమే, భావోద్వేగం కాదు.

"నేను... చాలా నిరాసక్తంగా ఉన్నాను. దానివల్ల నేను అసౌకర్యంగా కూడా ఉన్నాను"

మీ భావాలు నిరాశతో వున్నవా, మరో విధంగా ఉన్నవా అనేది తెలుసుకుంటే, మీరు మీ భావాలను ప్రాసెస్ చేయడం, ఆంగీకరించడం మరియు వాటి నుంచి ముందుకు సాగడం ప్రారంభించవచ్చు. మీరు కేవలం అజ్ఞానంతో "నేను ఓడిపోయిన వ్యక్తిని" అని ఆలోచిస్తూ, కొంతకాలం చెడు అనిపించుకుంటే, మీరు ఆ నెగటివిటీలో శాశ్వతంగా పడిపోతారు, వాస్తవానికి మీరు అవసరం ఉన్నంత కాలం ఉన్నారు.

మీ భావోద్వేగపు భాషను విస్తృతం చేయండి

మీ భావాలను మీ పిల్లెట్ మీద ఉన్న రంగులుగా భావించండి. భావాలు ఆనందం, విచారం, కోపం, భయం అనే కేటాయింపులో మానిపోవడం కాదు; అవన్నీ ప్రాథమిక రంగులుగా అనుకుంటే వాటిని మిళితం చేసి, మనం లక్షల వేర్వేరు రంగులను సృష్టించగలుగుతాం. భావాల యొక్క విస్తృత జాబితాను అన్వేషించి, మీ అనుభవాలను కలిగించే పది ముఖ్యమైన భావాలను గుర్తించడం ద్వారా, మీరు మీ భావాల పిల్లెట్ ను సశక్తం చేసుకుంటారు. ఒక కళాకారుడు వివిధ రంగులను అన్వేషించి, తన కళాకృతిలో గాఢతను, సున్నితత్వాన్ని సృష్టించినట్లుగా, మీరు ఈ విస్తృత భావన భాషను ఉపయోగించి మీ అంతర్గత దృశ్యానికి గాఢత, సున్నితత్వం ఇవ్వవచ్చు.

కానీ ఇక్కడ నిజమైన శక్తి ఉంటుంది: మీ భావోద్వేగపు భాషను విస్తరించడం ద్వారా, మీరు మీ భావజ్ఞానం పెంచుకుంటారు. ఒక భాషా శాస్త్రజ్ఞుడికి అనేక భాషలు తెలిసినట్లుగా, మీరు కూడా మరింత విస్తృత ప్రజలతో కమ్యూనికేట్ చేయగలుగుతారు. అలాగే మీరు మీతోనూ, ఇతరులతోనూ మరింత సమర్థంగా కమ్యూనికేట్ చేయగలుగుతారు. మీరు మీ భావాలను ఖచ్చితంగా గుర్తించి, వ్యక్తం చేయగలిగితే, మీరు ఇతరులతో గాఢమైన స్థాయిలో కనెక్ట్ అయ్యేందుకు ఒక బ్రిడ్జ్ సృష్టిస్తారు. ఇది ఒక సామాన్య భావోద్వేగపు భాషలో మాట్లాడినట్లుగా, ఇది అర్థం చేసుకోవడం, కరుణను ప్రేరేపించడం చేస్తుంది.

అంతేకాక, ఈ విస్తృత భావోద్వేగపు అవగాహన మీ భావాలను మరింత నైపుణ్యంతో నియంత్రించేందుకు అనుమతిస్తుంది. అస్పష్టమైన భావోద్వేగాల మబ్బులో చిక్కుకుని పోవడం బదులుగా, మీరు ఖచ్చితంగా ఏమి అనుభవిస్తున్నారో దానిని గుర్తించి, తగిన చర్య తీసుకోవచ్చు. ఉదాహరణకు, భయం అనిపించినప్పుడు తీసుకునే సరైన చర్య, బోర్ అనిపించినప్పుడు తీసుకునే చర్య కచ్చితంగా భిన్నంగా ఉంటాయి. కానీ, మీరు బోరింగ్ అనిపించడం బదులుగా భయంగా భావిస్తే, సమస్యను తప్పుగా పరిష్కరించడానికి ప్రయత్నించి, మీకు మీరుగా మరింత గందరగోళాన్ని సృష్టించుకోవచ్చు.

మీ భావాలకు పేరు పెట్టేటప్పుడు, ప్రాధాన్య భావాలు (Primary Emotions) మరియు ద్వితీయ భావాలు (Secondary Emotions)

ఉండవచ్చని గుర్తుంచుకోండి. ఉదాహరణకు, మీరు ఆందోళనగా లేదా నర్వస్‌గా అనిపించుకోవచ్చు, కానీ దీని ప్రతిస్పందనగా, మీరు స్వయంగా అసహనంగా భావించవచ్చు, ఎందుకంటే నర్వస్‌గా అనిపించడం అర్థం ఉండదని మీరు నమ్ముతారు. ఇక్కడ ప్రాథమిక భావం భయం; ద్వితీయ భావం అసహనం. అందుకే, స్వీయ-తీర్పు (Self-Judgment) నుండి తప్పించుకోవడం, మీ అనుభవాలను నిష్పక్షపాతంగా గమనించడం ముఖ్యం - ఇది మీ భావాల్లో అనవసరమైన సంక్లిష్టతను నివారించడానికి సహాయపడుతుంది.

భావోద్వేగపు భాషను విస్తరించుకోవడం అనేది జీవితాన్ని క్లిష్టతరం చేయడం గురించి కాదు; ఇది భావనల పట్ల అక్షరాస్యతను అభివృద్ధి చేసుకోవడం, జీవితాన్ని సులభతరం చేసుకోవడం గురించి మాత్రమే. మీ అనుభవాలకు పేర్లు పెట్టడం సహజంగా అనిపించేలా అవ్వడానికి 'ఎమోషన్స్ వీల్' (Emotions Wheel) ఉపయోగించి ప్రాక్టీస్ చేయండి - ఆచరణతో మీరు ఇంకా మెరుగవుతారు!

అధ్యాయం 39

మీ ఆశీర్వాదాలను లెక్కించండి

మీరు కలిగివున్న దానికి కృతజ్ఞతతో ఉండటం మంచిది అనేది మనకు తెలుసు. అయితే, ఈ సాధారణ సలహాకు మద్దతుగా క్లినికల్ పరిశోధనలు ఉన్నాయని తెలిసినపుడు మనకు ఆశ్చర్యం వేస్తుంది. మన రోజువారీ జీవితంపై కృతజ్ఞత ప్రభావాలను వివరిస్తున్న జర్నల్ ఆఫ్ హాపినెస్ (Journal of Happiness Studies) స్టడీస్ లో ప్రచురితమైన ఒక అధ్యయనాన్ని పరిశీలిద్దాం. ఈ అధ్యయనంలో, పెద్దవారిని రెండు సమూహాలుగా విభజించారు. వారి రోజువారీ ఆరోగ్య స్థితి, ఒత్తిడి స్థాయిలను రెండు వారాల కాలానికి వివరించమని కోరారు. ఒక సమూహానికి ఒక సాధారణ వ్యాయామం ఇవ్వబడింది: ప్రతి రోజు వారు కృతజ్ఞతతో భావించే విషయాలను గురించి ఆలోచించి, వాటిని రాసి ఉంచమని సూచించారు. మరొక సమూహం ఈ వ్యాయామంలో పాల్గొనలేదు. పరిశోధకులు వారి ఆరోగ్య స్థితిని మరియు ఒత్తిడి స్థాయులను కేవలం గమనిస్తూ ఉన్నారు.

ఫలితాలు అద్భుతంగా ఉన్నాయి! రోజువారీ కృతజ్ఞతను అభ్యసించిన వారు, ఈ వ్యాయామంలో పాల్గొన్న రోజుల్లో మరింత ఆనందంగా ఉన్నామని నివేదించారు. ఇది నిజంగా ఒక అసాధారణమైన వెల్లడి. తాము పొందిన ఆశీర్వాదాలను ఉద్దేశపూర్వకంగా లెక్కించుకోవడం అనేది వారి మొత్తం సంతోష స్థాయిపై తక్షణమే స్పష్టమైన ప్రభావాన్ని చూపించింది. ఈ అధ్యయన కాలంలో పరిశోధన సమూహానికి ఎటువంటి భౌతిక మార్పులు జరగలేదు. అయితే, ముఖ్యంగా, వారి మనోవృత్తి గొప్పగా మారింది –

తాము ఎంత అదృష్టవంతులమో గమనించడం ద్వారా, వారు వాస్తవంగా మరింత భాగ్యశాలులుగా అనుభూతి చెందడం ప్రారంభించారు.

ప్రతిరోజూ కృతజ్ఞత చెప్పుకోవడం అభ్యాసం చేయండి

ఈ మొదటి సూచన యొక్క సారాంశం చాలా స్పష్టంగా ఉంది: ప్రతి రోజూ కొద్దిసేపు ప్రత్యేకంగా కృతజ్ఞతతో అనుభూతి చెందే విషయాలను తెలియజేయడానికి, వాటిని ప్రతిబింబించడానికి కేటాయించండి. ఇవి గణనీయమైన క్షణాలుగా ఉండవచ్చు – కష్టకాలంలో ఒక స్నేహితుడి నిస్వార్థ మద్దతులాంటిది – లేదా చిన్నవిగా కనిపించే ఆనందాలుగా ఉండవచ్చు, ఉదాహరణకు ఒక అందమైన సాయంత్రపు సూర్యాస్తమయం రంగులు చూసుకుంటూ రుచికరమైన భోజనాన్ని ఆస్వాదించడం. ముఖ్యమైనది ఏమిటంటే, ప్రస్తుత క్షణాన్ని ఆస్వాదించడం, వాటి ఉనికిని నిజంగా గుర్తించడం.

మీ ఆశీర్వాదాలు పెద్దవా, చిన్నవా అనే దానికన్నా, వాటిని గుర్తిస్తూ మీరు కలుగజేసుకునే మనోస్థితి ఎక్కువ ప్రాముఖ్యత కలిగిఉంటుంది. మీరు రోజువారీ కృతజ్ఞతలో నిమగ్నమైతే, మీరు మీ మెదడులోని న్యూరల్ మార్గాలను కొత్తగా తీర్చిదిద్దుతున్నట్లే. మీ జీవితంలోని సానుకూల అంశాలపై దృష్టిని నిలిపితే, మీరు సాధారణంగా ఎదుర్కొనే ఒత్తిడి మరియు ఆందోళనల నుండి మీ దృష్టిని మరలించగలుగుతారు. అవి ఎప్పటి నుంచో మీ చుట్టూ ఉన్నప్పటికీ, మీరు పూర్తిగా గుర్తించలేకపోయి ఉండవచ్చు. ఫలితం? మీ మొత్తం దృక్పథంలో మార్పు – ఇది మెరుగైన మానసిక ఆరోగ్యం, మరింత సహనశీలత, మరియు చాలా తక్కువ ఒత్తిడికి దారి తీస్తుంది.

ఈ అభ్యాసానికి ప్రతి రోజు కొన్ని నిమిషాలు కేటాయించడం ద్వారా ప్రారంభించండి. మీరు మీ ఉదయాన్ని కృతజ్ఞతతో ప్రారంభించడాన్ని ప్రాధాన్యంగా భావించవచ్చు – మీరు నిద్రలేవగానే సూర్యోదయపు ప్రశాంతతను అనుభవిస్తూ, ప్రత్యామ్నాయంగా, మీరు రాత్రిపూట గడిచిన రోజు యొక్క ఆనందాలను గుర్తుచేసుకుంటూ మౌనచింతనలో ఉపశమనం పొందవచ్చు. మీ కృతజ్ఞత అభ్యాసాన్ని డైరీ రాయడం, ప్రార్థన, ధ్యానం, నడక వంటి అలవాట్లలో భాగంగా చేయండి. మీకు అంత సమయం లేదనుకుంటే బస్సులో ప్రయాణిస్తుండగా చేయండి లేదంటే డాక్టర్

కోసం నిరీక్షిస్తున్నప్పుడు ఆ సమయంలో ఒక చిన్న క్షణం కృతజ్ఞతను వ్యక్తపరచడానికి వినియోగించండి.

ఒక కృతజ్ఞతా డైరీ నిర్వహించడాన్ని అలవాటుగా చేసుకోండి. ఇందులో మీరు మీ జీవితంలోని మధురమైన క్షణాలను లిఖించవచ్చు. మీరు కృతజ్ఞతతో ఉన్న వ్యక్తులు, అనుభవాలు, వస్తువుల గురించి రాయండి. కాగితం మీద అవి లిఖించడం కేవలం మీ కృతజ్ఞతను బలపరచడమే కాకుండా, భవిష్యత్తులో ఈ సానుకూల అనుభూతులను మళ్లీ తలుచుకునే అవకాశం ఇస్తుంది. మీ భావాలకు పేరు పెట్టడం ఎంత శక్తివంతమో గుర్తుందా?

ఒక విషయం గుర్తుంచుకోవాల్సిన అవసరం ఉంది - మీరు కేవలం ఒక జాబితా రూపొందించడం లేదా యంత్రప్రాయంగా ఈ ప్రక్రియను పూర్తిచేయడం కాదు. మీరు ఆ క్షణంలో నిజమైన కృతజ్ఞత భావాలను తెలుపుకునేందుకు ప్రయత్నిస్తున్నారు. కృతజ్ఞత, ఆందోళన ఒకేసారి మనసులో స్థిరపడలేవు. అంటే, మీరు నిన్న రాసిన వాటినే నిర్బంధంగా పునరావృతం చేస్తూనే ఒత్తిడిలో ఉంటే, ఈ విధానం పనిచేయదు. ఆలస్యంగా స్పందించొద్దు!

మీకు నిజంగా ఏదీ కృతజ్ఞతతో అనిపించకపోతే, సృజనాత్మకంగా ఆలోచించండి లేదా కొంత హాస్యం జోడించండి. ఉదాహరణకు: “అహో, నా కాలిలో ముల్లు దిగింది. అయినా నీకు కృతజ్ఞతలు, సునాయాసంగా నడవగలిగే నా సామర్థ్యాన్ని మర్చిపోనివ్వకుండా చేసావుగా!” అలాంటి చిన్న విషయాలను గుర్తించడం ద్వారా కూడా మనసుకు స్వల్పమైన ప్రశాంతత, సంతోషం లభించవచ్చు!

మీ కృతజ్ఞతా భావాలను ఇతరులకు పంచండి

ఈ భావనకు ఒక రూపాంతరం ఏమిటంటే, ఇతరుల పట్ల కృతజ్ఞతను వ్యక్తపరచడం. ఎవరైనా మీకు ఎంతో ముఖ్యమైనవారని వారిని వ్యక్తిగతంగా చెప్పుకోవడం కావచ్చు, లేదా మనసారా ఒక కృతజ్ఞతా సందేశాన్ని రాయడం కావచ్చు - ఈ సాధారణ చర్య ఎంతో గొప్ప శక్తిని కలిగి ఉంటుంది. ఇది సానుకూలతను వ్యాపింపజేయడం, సంబంధాలను బలపరచడం, మీ

జీవితాన్ని మానవీయతతో నింపే భావోద్వేగ తంతువులను అల్లడం వంటి ప్రయోజనాలను కలిగిస్తుంది.

కృతజ్ఞత వ్యక్తపరచడం, నిశ్శబ్దమైన సరస్సు మీద అలలు వ్యాపించినట్లుగా ఉంటుంది. ఇది మీతో ప్రారంభమైనా, దాని ప్రభావం చాలా దూరం వరకు వ్యాపిస్తుంది. మీరు ఎవరినైనా ప్రశంసించడానికి, వారి విలువను గుర్తించడానికి కాస్త సమయం కేటాయిస్తే, మీరు కేవలం శ్రద్ధాన్వితమైన మాటలను మాత్రమే పంచడం కాదు – మీరు అనుబంధాల విత్తనాలను పెంపొందిస్తున్నారనేది నిజం. ఇది మీ సంబంధాలను మరింత బలపరచి, ఇతరులతో మీరు పంచుకునే అనుబంధాన్ని మరింత గాఢంగా మార్చుతుంది. ఈ యాంత్రిక, వేగంగా మారుతున్న డిజిటల్ ప్రపంచంలోనూ, నిజమైన మానవ అనుబంధం మన ఆరోగ్యానికి ఎంతో కీలకం అని ఇది నిదర్శనం.

కృతజ్ఞతను వ్యక్తపరచడం నిజంగా అసాధారణమైనదిగా గ్రహించగలిగిన విషయం ఏమిటంటే, అది మీ స్వీయ శ్రేయస్సుపై చూపే ప్రగాఢమైన ప్రభావం. ఎవరైనా మీ జీవితంపై చూపిన సానుకూల ప్రభావాన్ని మీరు గుర్తించినప్పుడు, మీలో ఒక నిజమైన సానుకూల శక్తి ఉవ్వెత్తున ఎగసిపడుతుంది. మీ హృదయం ఆనందంతో నిండిపోతుంది, మీ మనసు ఉత్తేజితమవుతుంది. వర్తమాన క్షణంలోని అందాన్ని మరింత స్పష్టంగా ఆస్వాదించగలుగుతారు.

కృతజ్ఞతపై దృష్టి పెట్టడం, దాన్ని ఇతరులకు వ్యక్తపరచడం ద్వారా, మీరు మీ మానసిక శక్తిని ఆందోళన, మితిమీరిన ఆలోచనల నుండి మరలించగలుగుతారు. అందుకు బదులుగా, మీరు మీ సంబంధాల సానుకూల అంశాలు, అనుభవాలపై దృష్టి పెట్టడం ప్రారంభిస్తారు. ఇది గతానికి మంచి విరుగుడు.

ఒక చిన్న క్షణాన్ని మీ సహచరుడి సహాయానికి, మీ స్నేహితుడి మంచితనానికి, లేదా మీ కుటుంబ సభ్యుల ప్రేమ, అర్థనానికి కృతజ్ఞత తెలపండి. మీ జీవితమంతా మీకు అండగా నిలిచిన వారిని గుర్తించండి. వారు మీకు ఎంత ప్రాధాన్యమైనారో తెలియజేయండి. మనం నిజంగా గుణపాఠంగా నేర్చుకునే సహాయం చాలా సార్లు మిగిలిపోయే అవకాశం ఉంటుంది! ఈ ప్రక్రియ చాలా సులభంగా ఉండొచ్చు – ఒక

హృదయపూర్వకమైన “ధన్యవాదాలు” అనడం లేదా మరింత విశదంగా మీ భావాలను వ్యక్తపరచడం కావచ్చు. చేతితో రాసిన ఒక కృతజ్ఞతా సందేశం రాయడం, ఒక ప్రత్యేకమైన భావోద్వేగపూర్వకమైన పద్ధతిగా ఉంటుంది. ఇది మీ అభిమానానికి గుర్తుగా వారి మనసుకు హత్తుకుని, వారి రోజును మరింత ప్రకాశింపజేస్తుంది.

అధ్యాయం 40

మీ ఆలోచనల వెనకున్న నిజమైన మీరు

"మీ ఆలోచనలు, ప్రవర్తనలను మౌనంగా గమనించే వ్యక్తిగా మారిపోండి.
మీరు ఆలోచించే మనసుకన్నా లోతుగా ఉన్నవారు.
మానసిక శబ్దం కంటే గాఢమైన నిశ్శబ్దంతో ఉన్నవారు. మీలో బాధ కంటే
గాఢమైన ప్రేమ మరియు ఆనందం మీరు"

— ఎకార్ట్ టోల్లే

క్షణకాలం తీసుకుని, మీ స్వంత ఆలోచనల స్వభావాన్ని పరిశీలించండి. మీ మనస్సులో అనంతమైన మాటలు, నిరంతరమైన విశ్లేషణ, తీర్పులు, స్వయం కఠినతా భావనల ప్రవాహం కొనసాగుతుందా? ఇలాంటివి అన్నీ మనిషిగా ఉండటానికి సహజమే, కానీ మీరు ఈ మానసిక తుఫానులో నుండి ఒక మెట్టు వెనక్కి తగ్గి, గాఢమైన శాంతిని, నిజమైన స్వయంపరిశీలనను కనుగొనగలరని ఊహించుకోండి. ఎకార్ట్ టోల్లే మనకు అందించిన ఈ జ్ఞానం మన ఆలోచనలను, ప్రవర్తనను మౌనంగా గమనించే వ్యక్తులుగా మారడానికి ఆహ్వానిస్తుంది. కానీ, దీని అసలైన అర్థం ఏమిటి? దీనిని మన రోజువారీ జీవితంలో ఎలా వర్తింపజేయగలం?

టోల్లే యొక్క ఆలోచన యొక్క సారాంశం ఏమిటంటే, మన ఆలోచనల శబ్దానికి కింద, మనం అంతటి దగ్గరగా కనుగొన్న ఆలోచించే మనసుకు కింద, ఒక అనంతమైన నిశ్శబ్దం ఉంది – ఆ ప్రేమ మరియు ఆనందం సమస్తమైన వేగవంతమైన బాధ, గందరగోళం పిమ్మట ఉంటాయి. అవి మన రోజువారీ అనుభవాల పరిణామాలే.

ప్రవాహంపైన పచ్చి ఆకులు

ఈ వ్యాయామం అంటే "ప్రవాహంపైన పచ్చి ఆకులు" అనేది. మన ఆలోచనలను మనం మౌనంగా గమనించే వ్యక్తి అయిపోవడం, అవి మన అంగీకారంలో కనిపించి, తిరిగి పోతున్నప్పుడు వాటిని ఆలోచనలుగా స్వీకరించడం.

సున్నితంగా ప్రవహిస్తున్న ప్రవాహపు నీటిలో పచ్చి ఆకులను రాలుస్తున్న ఒక చెట్టును ఊహించుకోండి. మీరు ప్రశాంతంగా ప్రవాహాన్ని పరిగణనలో పెట్టుకుంటున్నప్పుడు, మీ మేధస్సులో ఆలోచనలు ప్రవేశించడం గమనిస్తారు. ఆ విధంగా ఆలోచనలు ప్రవేశిస్తున్నప్పుడు, ప్రతి ఒక్క ఆలోచనను మీరు ఒక పచ్చి ఆకుపై ఉంచి, ఆ ఆకును నీటిలో తీసుకెళ్లేలా చూస్తారు. ప్రవాహం ఆ ఆకును మృదువుగా నీటిలోకి తీసుకెళ్లి, మీరు చూడడం మానినప్పుడు అది కనిపించకుండా పోతుంది.

మీ మనసులోకి వచ్చిన ప్రతి ఆలోచనను మూల్యాంకనం లేకుండా, దానిపై అనుబంధం లేకుండా మీరు ఈ విధంగా చేయండి.

మీరు "ఇది బోరింగ్" అని అనుకుంటే, ఆ ఆలోచనను మీ తల నుండి బయటకు వెళ్లిపోతున్నట్లు ఊహించండి, ఆ ఆలోచనను మీ ముందు ఉన్న ఆకుపై ఉంచండి. అది ప్రవాహంలో బయలుదేరి పోతున్నట్లు చూస్తారు.

అలా కాకుండా, "వావ్, నేను నిజంగా ఈ ధ్యానం పనిలో చాలా నైపుణ్యంతో ఉన్నాను" అని ఆలోచిస్తే, అదే పని చేయండి – ఆ ఆలోచనను ఆకుపై ఉంచండి. ఆ తరువాత అది కూడా బయలుదేరి పోతుంది.

మీరు గందరగోళంలో ఉన్నారు. "నాకు అర్థం కావడం లేదు. నేను ఇది సరిగ్గా చేస్తున్నానా? ఇప్పుడు ఎలా?" అని ఆలోచిస్తే, మీరు ఊహించినట్లే: ఆ ఆలోచనను కూడా ఆకుపై ఉంచండి. అది కూడా ప్రవాహంలో విడిచిపెట్టండి. అభ్యాసం చేయడం ద్వారా, ఈ సాంకేతికత ఆలోచనలను అవి ఏమిటో గుర్తించడంలో మీ సామర్థ్యాన్ని ఎలా బలపరుస్తుందో మీరు గమనించటం ప్రారంభిస్తారు – సాధారణమైన సరిపోయే ఘటనలు మాత్రమే అవి. మీరు ఆలోచనలను కుమ్మరించడం, వాటిని పట్టుకోవడం, వాటికి వ్యతిరేకంగా పోరాడడం ఇంకా తగ్గిపోతుంది. ఈ సైకలాజికల్ దూరంతో మీరు అద్వితీయమైన శాంతి మరియు సుఖం కనుగొనగలుగుతారు.

ప్రతిరోజూ ఈ వ్యాయామాన్ని చేసేందుకు ప్రయత్నించండి. ఎంత సమయం చేసారన్నది కాదు, మీరు ఆ క్షణాల్లో ఏమి చేస్తారు అన్నది ముఖ్యమైనది. ప్రశాంతమైన వాతావరణంలో, మీ మనసులో అలజడులు తగ్గించండి. కళ్లు మూసుకోండి. ఊపిరి గాఢంగా తీసుకోండి. మీ ఆలోచనలను స్వేచ్ఛగా ప్రవహించడానికి అనుమతించండి. ముఖ్యంగా, మీరు మీ ఆలోచనలు చూసుకుంటున్నప్పుడు అంతర్గత నిశ్శబ్దం, స్పష్టతను ఉంచడం. మీరు వాటిని నిరోధించడానికి లేదా మార్చడానికి ప్రయత్నించడం చేయకండి. మీరు కేవలం వాటి ఉనికిని అంగీకరించి వాటిని ప్రవహించనివ్వండి.

ఒక సాధారణ పరిస్థితిని పరిగణించండి: మీరు ఏదైనా పని చేసే ముందు ఉత్సాహం, భయం అనుభవిస్తున్నారు. మీకు మీరుగా చేసుకున్న స్వయంకల్పనలతో, విఫలమయ్యే భయంతో, ఇంకెవరైనా మీ గురించి ఏమి అనుకుంటారో అనే ఆందోళనతో మీ మనస్సు నిండిపోయిందని మీరు గమనిస్తారు. ఈ మానసిక గందరగోళానికి కట్టుబడి ఉండే బదులు, మీరు "ప్రవాహంపైన పచ్చి ఆకులు" వ్యాయామాన్ని అనుసరించడానికి నిర్ణయిస్తారు. మీరు ప్రశాంతమైన స్థలంలో కూర్చోండి, కళ్లు మూసుకుని మీ ఆలోచనల దృశ్యాలను గమనించండి. మీ ఆలోచనలను మనస్సులో ఉప్పొంగుతున్న నీటి ప్రవాహంలో పచ్చి ఆకులు మృదువుగా తేలిపోతున్నట్లు ఊహించండి.

మీరు ఈ ఊహాత్మక ఆకులని గమనిస్తూ, కఠినమైన ఆత్మవిమర్శ నుంచి వెలుపలికి రండి. అప్పుడు మీరు ఈ ఆలోచనలు... కేవలం ఆలోచనలు అని అంగీకరిస్తారు. ఈ నిశ్శబ్దంలో, మీరు కొత్తగా స్పష్టత, దృష్టిని పొందుతారు. ఈ ఆలోచనలతో మీరు ఏమి చేస్తున్నారనేది మీరు అర్థం చేసుకుంటారు. అయితే, అవి మిమ్మల్ని నిర్వచించవు, అవి శాశ్వతమైనవి కాదు. ఈ దృష్టి మార్పు మీ ప్రెజెంటేషన్ ని మరింత శాంతంగా, సక్రమంగా ఇవ్వగలిగేందుకు ఆత్మవిశ్వాసాన్ని, స్థిరత్వాన్ని అందిస్తుంది.

మీకు మీరు ఒక స్నేహితుడిగా ఉండండి

మీరు అంగీకరించినా, అంగీకరించకపోయినా ఒకటి మాత్రం నిజం, మనం తరచుగా మనల్ని మనమే కఠినంగా విమర్శించుకుంటాం. స్వీయ విమర్శను, నెగెటివ్ ఆలోచనలను పెంచుకుంటూ ఉంటాం.

ఒక క్షణం ఆలోచించండి – మీరు ఎంతో ప్రేమించే ఒక మిత్రుడు కష్ట సమయంలో ఉన్నాడు. ఆత్మవిశ్వాసాన్ని కోల్పోయాడు. చాలా దారుణమైన పరిస్థితిని ఎదుర్కొంటున్నాడు, రోజులు దుర్భరంగా గడుపుతున్నాడు. మీరు మీ స్నేహితుణ్ణి ఎలా ఆదరిస్తారు? మీరు అతని పట్ల ఆదరణతో, ప్రేమతో, కరుణతో ముందుకు వచ్చి, అతనికి మద్దతునివ్వడం, అతనికి ప్రేరణ కలిగించడం తప్పకుండా చేస్తారు. వారు ఒంటరిగా లేరని చెప్పడం కోసం యీ ప్రయత్నమంతా చేస్తారు. ఈ ప్రేమాభిమానమే మన మీద కూడా మనం చూపించుకోవాలి. మనం చేసిన తప్పుల గురించి మనల్ని మనమే తప్పుపట్టుకోవడం బదులు, మనకు స్వీయ సానుభూతిని, సహనాన్ని, ప్రేమను ఇచ్చుకోవాలి. మంచి ఆలోచనలు, చెడు ఆలోచనలు కలగడం అనేది ప్రతి మనిషిలోనూ సహజం. కేవలం ఆ ఆలోచనలే మీ వ్యక్తిత్వాన్ని నిర్వచించవు. మీ వ్యక్తిగత విలువలను నిర్ణయించవు.

ఒక సందర్భాన్ని ఊహించండి – మీరు పనిలో ఒక తప్పును చేసారు, దాని వల్ల అసహనంగా, లజ్జగా, ఆత్మన్యూనతగా అనిపిస్తోంది. మీ అంతర్మథనం నెగెటివ్ మాటలతో నిండిపోతుంది – "నాకు ఏ పనీ సరిగ్గా రాదు!" లేదా "నేను పూర్తిగా విఫలమైన వాడిని!" ఈ సమయంలో ఒక క్షణం వెనక్కి వెళ్లి ఆలోచించండి. "ఇలాంటి పరిస్థితిలో నా ప్రియమైన స్నేహితుడే ఉంటే, నేను అతనికి ఏమి చెబుతాను?" మీ సమాధానం స్పష్టంగా ఉంటుంది – మీరు ఆదరణ, ప్రేమ, ప్రేరణ ఇచ్చి, వారిని బలపరిచే మాటలు చెబుతారు.

మీ స్నేహితుడు యిలా అంటున్నాడనుకోండి – "నేను అసలు చురుగ్గా లేను, నాకు ఏ పనీ సరిగ్గా అవ్వదు!" మీరు ఏమి చెబుతారు? మీరు అతనిని మరింత బాధ పెట్టేలా విమర్శించరు. అందుకు బదులుగా, "అవును, మనలో ప్రతి ఒక్కరూ కొన్నిసార్లు అలసటకు గురవుతాం. కానీ నువ్వు చాలా బలమైనవాడివి. చిన్న చిన్న అడుగులతో ముందుకెళ్లగలవు!" అని ప్రోత్సహిస్తారు. ఈ ప్రేమాభిమానాన్ని, ఆదరణను మనం మన మీద కూడా చూపించాలి. మీ మనస్తత్వాన్ని ఈ విధంగా మార్చుకోవడం ద్వారా, మీకు దగ్గరైన స్నేహితునికి ఇచ్చే ప్రేమ, మద్దతును మీకు మీరు కూడా అందించుకోవటం ప్రారంభిస్తారు. ప్రతి ఒక్కరూ తప్పులు చేస్తారని, స్వీయ సందేహాలు, విమర్శలు మానవ అనుభవంలో భాగమని గుర్తుంచుకోండి. ఈ సానుభూతిపూర్వకమైన మాటల విధానం, మీరు నెగటివిటీ చక్రాన్ని

విచ్ఛిన్నం చేసుకుని, మీతో మరింత సానుకూలమైన, పోషణాత్మకమైన సంబంధాన్ని అభివృద్ధి చేసుకోవడానికి మీకు శక్తినిస్తుంది.

అధ్యాయం 41

అంతా మనం అనుకోవడంలోనే ఉంది

"శాంతి అనేది జీవితంలో మీరు అనుకున్న విధంగా కాకుండా, అది ఉన్న విధంగా అర్థం చేసుకోవడానికి మీ మనస్సుకు శిక్షణ ఇవ్వడం ద్వారా పొందే ఫలితం"

— వేన్ డైర్

ఒక దృఢమైన మనస్సు, ఒక ఐడియలైజ్డ్ జీవనాన్ని సాధించాలనే పట్టుదలతో, తరచుగా ఒత్తిడి, నిరాశలో చిక్కుకుని ఉంటుంది. మీరు ఎప్పుడైనా "అంచనాలు వర్సెస్ వాస్తవం" అనే అసహనకరమైన అనుభవాన్ని ఎదుర్కొన్నారా? మన చుట్టూ ఉన్న సలహాలు అన్నీ మనకు పాజిటివ్‌గా ఆలోచించమని, పెద్ద కలలు కనమని, మన హృదయం కోరినదాన్ని సాధించమని చెబుతాయి. కానీ ఇప్పుడు, ఏదీ మనం ఆశించిన స్థాయికి చేరుకోలేదనే నిరాశలో మునిగిపోతున్నారు. దీనికి సోషల్ మీడియాలోని అప్రమత్తతను లేదా "మానిఫెస్టేషన్" సిద్ధాంతాల పెరుగుదలను కారణంగా చూపించవచ్చు. నమ్మకంతో, విశ్వాసంతో మన కలలు నిజం అవుతాయని చెప్పే గురువుల ప్రభావం కూడా ఇందుకు తోడైంది. కానీ, జీవితాన్ని వాస్తవంగా అర్థం చేసుకోవడం, దానిని ఉన్న దానిని ఉన్నట్టు స్వీకరించడం నిజమైన మనశ్శాంతికి మార్గమని గ్రహించడం చాలా ముఖ్యం.

కానీ, వాస్తవం ఎప్పుడూ ఏదో ఒక రూపంలో తట్టుకొని రావడం ఖాయం. ఈ వాస్తవికత మన జీవితంలో ప్రవేశించేటప్పుడు, అది ఒక పెద్ద

విపత్తుగా అనిపిస్తుందా లేక అతి చిన్న సమస్యగానే కనిపిస్తుందా అనేదాన్ని మన మనోభావమే నిర్ణయిస్తుంది. మన ఆశయాలు ఎప్పుడూ మనం ఆశించిన విధంగా అమలుకావు – అది సహజమైన విషయం. నిజానికి, మన ఆకాంక్షలు నిజమయ్యే అవకాశాన్ని ఎక్కువగా పెంచాలంటే, అవి వాస్తవానికి గౌరవం ఇచ్చేలా మరియు దానికి అనుగుణంగా ఉండాలి. జీవితాన్ని ఉన్నదానిని ఉన్నట్టుగా అంగీకరించడం, దానితో సర్దుకుపోవడం ద్వారా మనకు నిజమైన శాంతి లభిస్తుంది.

కలలకు, వాస్తవానికి మధ్య అంతరాన్ని అంగీకరించండి

ఈ పాఠం నా జీవితంలోని ఒక కీలక దశలో నన్ను గాఢంగా ప్రభావితం చేసింది. నేను ఒక ఉత్సాహభరితమైన లక్ష్యాన్ని నిర్దేశించుకున్నాను. ఒక నిర్దిష్టమైన కెరీర్ విజయాన్ని సాధించాలనే తీవ్రమైన ఆకాంక్షతో ముందుకు నడిచాను. ప్రతి అడుగు జాగ్రత్తగా వేసుకుంటూ, ప్రతి ఆశ కూడా ఖచ్చితంగా రూపకల్పన చేయబడింది. అయితే, యీ విశ్వానికి తన స్వంత ప్రణాళికలు ఉన్నాయని అప్పుడే నాకర్థమైంది. నేను ఊహించిన మార్గం అనేకమైన అనుకోని మలుపులు తీసుకుంది. నా ప్రయాణాన్ని పూర్తిగా కొత్త దిశలో నడిపింది.

ప్రారంభంలో, నా ప్రణాళిక నుండి ఊహించని ఈ మలుపులు అపారమైన నిరాశ, అసహనం కలుగజేసాయి. జీవితం నా ఆశయాలకు వ్యతిరేకంగా కుట్ర పన్నుతున్నట్లు అనిపించింది. నేను తెలివిగా వ్యవహరించాను. సమయానికి ప్రతిదీ అర్థం చేసుకున్నానని చెప్పాలనుకుంటున్నాను – కానీ అలా జరగలేదు. నేను దానిని కఠిన మార్గంలో నేర్చుకున్నాను. నిజంగా అసాధ్యమైన అంచనాలను నేను విడిచిపెట్టలేకపోయాను, కాబట్టి అవి బలవంతంగా నా నుంచి తొలగించబడ్డాయి. దీనిని అంగీకరించడం తప్ప నాకు మరో మార్గం లేదు. అయితే, ఆ అంగీకారం ఒక విధంగా జీవితంపై ఓటమిని ఒప్పుకోవడం కాదు, నా కలలపై రాజీ పడటమూ కాదు – అది వాస్తవాన్ని గుర్తించే ప్రక్రియ మాత్రమే.

ఈ నిరాశ అనేది విశ్వం నాకు వేసిన శిక్ష కాదు, నాకు నేను అన్యాయంగా మోసగించుకుంటున్నాను అనే దానికి సంకేతం. దీంతో, నాకు నేనుగా కొన్ని కఠినమైన ప్రశ్నలు వేసుకోవడం ప్రారంభించాను: జీవితంపట్ల

అసలు నా అంచనాలు ఏమిటి? అవి న్యాయమైనవేనా? నేను జీవితాన్ని ఒక నిర్దిష్ట రీతిలో ఉండాలనే అపోహతో నడుస్తున్నానా? ఆ విధంగా ఆలోచించడం ఎంత వరకు సరైనది?

నాకు చాలా నెమ్మదిగా అర్థమయ్యింది. నేను స్వయంగా వాస్తవాన్ని చాలా ఎక్కువగా ఒత్తిడి పెడుతున్నాను. వాస్తవం అనేది నాకు కావలసినట్లుగా ఉండాలని ఆదేశాలు పెట్టుకుంటున్నాను. నేను నా కెరీర్ గురించి కలిగిన అన్ని అంచనాలు, ఊహలను విడిచిపెట్టి, స్వయంగా నిజమైన దృక్కోణాన్ని పొందాను. సత్యం ఏమిటంటే, నేను నా మీద చాలా ఎక్కువగా ఆశలు పెట్టుకున్నాను. అయితే, నేను నిజంగా విశ్వసించదగ్గవాడినే, నేను కష్టపడి పని చేస్తే, ప్రతిదీ సులభంగా ఉంటుందని అనుకున్నాను, ఎవరూ నా మీద తప్పు పెట్టరని నమ్ముకున్నాను...

అయితే, ఇప్పుడు నేను తెలుసుకున్నది ఏమిటంటే, మరింత న్యాయమైన అంచనాను పెట్టుకోవడం, నేను నా పనిలో ఉత్తమంగా చేస్తున్నప్పటికీ, కొన్ని సమయంలో సంఘర్షణలు, కష్టమైన రోజులు లేదా అర్థం కాకుండా ఉండే సంఘటనలు వచ్చే అవకాశం ఉంటుంది – అది సహజం. అదే సమయంలో, అసాధ్యమైన అంచనాలను సర్దుబాటు చేయడం ప్రపంచాన్ని మార్చాలని కోరుకోవడం కంటే చాలా సులభం!

అధ్యాయం 42

వదులుకోవడంలోని విలువ

"తప్పులు చేయడం మానవ సహజం; ఇతరులను క్షమించడం, మీ తప్పును మీరే సరైన ప్రవర్తన కోసం స్వీకరించడం అనేది సున్నితమైనది, వాస్తవమైనది కూడా!"

— అల్బర్ట్ ఎలిస్

మనం మానవులం, తప్పులు చేయడం మన స్వభావం. మనం అసంపూర్ణమైనవాళ్లం. అయినప్పటికీ, మనం తప్పులు చేసినప్పుడు, ఇతరులను, మరీ ముఖ్యంగా మనల్ని మనం క్షమించడం ద్వారా మనం మన తప్పుల నుంచి సున్నితంగా బయటపడతాం. ఈ క్షమించడంలోనే మన తప్పుల నుండి మానసిక ఒత్తిడి, భారం తగ్గించుకోవడం ద్వారా మనం ఒక సుఖవంతమైన మార్గం కనుగొంటాము.

మీ భావోద్వేగాలను గాలి బుడగల్లాగా చిత్రించండి

మీరు గతంలో చేసిన తప్పులు, ఇతరులు మీకు చేసిన గాయాలు రంగు రంగుల గాలి బుడగల్లాగా ఉన్నాయని, వాటిని కట్టి వుంచిన దారం మీ చేతిలోనే వున్నదని ఊహించండి. మీరు ప్రతి గాలి బుడగను ఒత్తిడిని విడదీయడం కోసం విడిచి పెట్టండి. అవి ఎగిరిపోతూ ఆకాశంలో గాలివేసే గమనాన్ని చూసి అంచనా వేయండి. అవి మృదువుగా గాలిలోకి ఎగురుతూ వున్నపుడు, మీరు వాటి భారం నుండి స్వేచ్ఛ పొందుతారు.

మీ భావోద్వేగ గాయాలను, విషాదాలను నేరుగా ఎదుర్కొని, వాటిని ఉద్దేశపూర్వకంగా విడుదల చేయడం ద్వారా, మీరు మీ స్వీయ స్వస్థతకు దారితీసే వ్యక్తిగా మారతారు. మనం క్షమించేది ఇతరుల కోసం కాదు (అది ఒక మంచి ఆలోచనే అయినప్పటికీ), మన కోసం, ఎందుకంటే మనం చాలా కాలంగా మోస్తున్న బరువును వదిలిపెట్టడానికి సిద్ధంగా ఉన్నాం. ఇతరులను క్షమించడం అనేది స్వీయ-క్షమాపణ యొక్క చర్య, అదే సమయంలో మీరే అసంపూర్ణమైనవారని అంగీకరించడం. గతం గతమే. దాని తర్వాత కూడా, మీరు ముందుకు సాగడానికి నిర్ణయించుకుంటారు. ఆ గాలి బుడగలు మిమ్మల్ని వదిలి ప్రశాంతంగా ఎగిరిపోతున్నట్లే, మీరు కూడా తేలికగా ముందుకు సాగుతారు.

ఈ విముక్తి అనేది మన మనస్సును, భావోద్వేగ ప్రదేశాలను శుభ్రం చేయడం లాంటిది. తద్వారా మనం కొత్త అనుభవాలకు, నిజమైన సంబంధాలకు చోటు కల్పించగలం - అదీ మనం నేడు ఎవరిగా వున్నామో, దానిపై ఆధారపడి, గతంలో గాయపడ్డ మన రూపాన్ని కొనసాగించకుండా.

ఇప్పుడు, మనపై మరియు మన జీవితంలో ఉన్న ఇతరులపై సానుభూతి, అర్థం చేసుకోవడం, కారుణ్యాన్ని పెంపొందించడం అనేది ఒక అద్భుతమైన విషయం. మన తప్పులను, ఇతరుల తప్పులను అర్థం చేసుకునే దృష్టితో చూస్తే, తీర్పు, కక్షల వంటి భారాన్ని విప్పేయడం సులభమవుతుంది. అయితే, మన సహానుభూతి, అర్థం చేసుకునే సామర్థ్యం పరిపూర్ణం కాకపోయినా, మనం క్షమించగలుగుతాం. మనకు జరిగినదాన్ని ఇష్టపడకుండానే, భవిష్యత్తులో మరింత జాగ్రత్తగా ఉండే హక్కును వదులుకోకుండానే, మనం క్షమించగలుగుతాం.

మనం ఇప్పటికిప్పుదు సిద్ధంగా లేకపోయినప్పటికీ, మనం క్షమించగలం - ఇప్పుడే, ఈరోజే! మనం క్షమించడం అనేది "మంచి మనుషులం" కాబట్టి లేదా మనకు అన్యాయం చేసినవారిని మెరుగుగా చూడగలిగే దారిని కనుగొన్నాము కాబట్టి అనుకోవాల్సిన అవసరం లేదు. మనం క్షమించడం కేవలం మన ఆరోగ్యం, అభివృద్ధి, మన సంపూర్ణతను గత గాయాలను పట్టుకుని ఉండడంపై ఎక్కువ విలువనిస్తామనేందుకు నిదర్శనం. అది మనం ఎప్పుడైనా చేయగలిగే ఎంపిక - మన భావోద్వేగాలు ఎలా ఉన్నప్పటికీ!

తటస్థమైన మనస్తత్వం

మీ జీవితాన్ని ఒక సుందరమైన, భారీ చేనేత రజాయిగా (quilt) ఊహించుకోండి. అనేక అనుభవాలు మరియు చర్యలతో మిళితమైన అద్భుతమైన కళాఖండంగా దానిని తీర్చిదిద్దారు. కొన్ని ముక్కలు (patches) దీపాల వేడుకలవలె ప్రకాశిస్తాయి, మరికొన్ని హోరుమనే ధ్వనిలో (soufflé) ఇల్లు కాలిపోతున్న అనుభవాన్ని గుర్తుచేసేలా ఉండవచ్చు. ఇప్పుడు, ప్రతి పొరపాటును ఒక ప్రత్యేకమైన ముక్కగా ఊహించండి - అది వేరే రంగులో లేదా వేరు శైలిలో ఉండవచ్చు, కానీ అది మొత్తం చేనేత రజాయి అందాన్ని తగ్గించదు. ప్రతి ముక్కకీ ఓ ప్రాముఖ్యత ఉంది. ప్రతి ముక్క అక్కడ ఉండాల్సిందే. ఈ చేనేత కళాఖండం అందంగా అనిపించేది అన్ని ముక్కలు ఒకేలా ఉన్నందుకే కాదు, అవి విభిన్నమైన ఆకృతుల మిశ్రమం అయినందువల్ల. ఒక పొరపాటు జరిగినప్పుడు, అది అంతా అయిపోయినట్లుగా అనిపించవచ్చు. కానీ ఒక పెద్ద పొరపాటు కూడా మీ జీవితంలోని ఒకే ఒక్క దారంగా (stitch) ఉంటుంది తప్ప - అంతా కాదు.

తప్పులను అంగీకరించుకోవడానికి, తెగిపోయిన బంధాలను తెలుసుకోవడానికి, జీవితంలో జరిగిన అనేకమైన విషాద సంఘటనల గురించి గమనించవలసిన ముఖ్యమైన మూడు విషయాలు:

- ఇది శాశ్వతం కాదు (Permanent)
- ఇది మీ మొత్తం జీవితాన్ని నిర్వచించదు (Pervasive)
- ఇది పూర్తిగా వ్యక్తిగతం కాదు (Personal)

మనం తప్పును సరైన సమయంలో గుర్తించిన ఈ భావన మీ జీవితాన్ని మరింత ప్రశాంతంగా స్వీకరించేందుకు సహాయపడుతుంది. అంటే, ప్రతి తప్పు ఒక నిర్దిష్ట కాలానికే పరిమితమై ఉంటుంది. ఒక తప్పు జరిగే ముందు ఒక సమయం ఉంది, అలాగే, ఆ తప్పు తర్వాత కూడా ఒక సమయం ఉంటుంది. దాని వల్ల కొన్ని ప్రభావాలు ఉండవచ్చు, కానీ చాలా తక్కువ తప్పులు నిజంగా శాశ్వతమైనవి - మీరు మీ ఇంటిని కాల్చివేసినప్పటికీ! అలాగే, ఒక తప్పు మీ జీవితంలోని ఒక్క అంశానికే పరిమితమై ఉంటుంది, అంతా కాదు. అది సర్వ వ్యాప్తమైనది (pervasive) కాదు. ఉదాహరణకు, ఉద్యోగాన్ని కోల్పోవడం అంటే మీరు ఇకపై ప్రేమను పొందలేరు లేదా

మీరు ఆరోగ్యంగా లేరు లేదా మీ నైపుణ్యాలు పూర్తిగా నశించిపోయాయి అని కాదు. అది కేవలం మీరు మీ ఉద్యోగాన్ని కోల్పోయినట్టు మాత్రమే అర్థం. కాబట్టి, ఒక తప్పును దాని నిజమైన అర్థం కంటే ఎక్కువగా అర్థం చేసుకోవద్దు. దాని ప్రభావాన్ని మీరు అనవసరంగా విస్తరించవద్దు. ఒక తప్పును వ్యాప్తించనీయవద్దు (don't make it pervasive).

చివరిగా, విషయాలను అనవసరంగా వ్యక్తిగతంగా తీసుకోవద్దు. మీరు చెప్పకూడని విషయం ఏదైనా చెప్పారా? ఏదైనా తప్పు చేసారా? ఎవరైనా భావోద్వేగపూరితంగా బాధపడేలా చేసారా? లేదా ఒక పశ్చాత్తాపకరమైన నిర్ణయం తీసుకున్నారా? ఇది సరే. ఇదంతా జరిగినదని అంగీకరించండి. కానీ, ఒక విషయం గుర్తుంచుకోవాలి – ఈ తప్పు మీ మొత్తం వ్యక్తిత్వాన్ని నిర్వచించదు. మీరు అప్రయోజకరమైన వ్యక్తి (irredeemable) కాదు. అదీగాక, ఒకసారి తప్పు చేయడం అంటే మళ్ళీ అదే తప్పు చేయాల్సిన అవసరాన్ని కలిగించదు. ఒక తప్పు చేయడం మీకు మొత్తం మీద చెడ్డ వ్యక్తి అనే ముద్ర వేయదు. మీరు కేవలం ఒక తప్పు చేసిన మనిషి మాత్రమే – that's an important distinction to make.

మీ తప్పులను ఒక కథలో వచ్చే ఊహించని మలుపులా (plot twist) ఉండాలి. వాటిని మీ వ్యక్తిత్వంపై ఒక తీర్పుగా (indictment of character) కాకుండా చూస్తే, మీరు వర్తమాన విషయంపై దృష్టి పెట్టగలుగుతారు. గతంలో చేసుకున్న ఆత్మనిందను (self-flagellation) కొనసాగించకుండా, ఆ మానసిక శక్తిని నిజమైన బోధన (learning) మరియు అభివృద్ధికి (growth) మళ్ళించగలుగుతారు – దీని వల్ల అదే తప్పు మళ్ళీ చేయకుండా మీరు ముందుకు సాగగలుగుతారు. మీ స్వీయ భవిష్యత్ (future self) మీరు సంపాదించుకున్న జ్ఞానం మరియు స్థైర్యానికి (resilience) ధన్యవాదాలు చెప్పుకుంటుంది!

అధ్యాయం 43

దానిని అధిగమించండి

"మీరు అలలను ఆపలేరు, కానీ వాటిపై సర్ఫింగ్ నేర్చుకోవచ్చు."

— జాన్ కాబట్-జిన్

సర్ఫింగ్ అనేది సంతులనం (balance), లయ (rhythm), మరియు అనుసంధానం (connection) కలిగిన కళా రూపం. ఇది సముద్రంలో శక్తివంతమైన అలల మధ్య ఒక సర్ఫర్ చేసే నృత్యం - నైపుణ్యం (skill) మరియు ప్రకృతిలోని ముడి శక్తి (raw power) కలిసిన సమతుల్యత. కానీ, ఈ సూర్యకాంతి నింపిన బీచ్‌లు (sun-kissed beaches) మరియు సర్ఫ్‌బోర్డ్లు (surfboards) దాటి, ఇంకో రకం సర్ఫింగ్ ఉంది - అది, మన మదిలోని విస్తారమైన సముద్రంలో జరిగేది. జాన్ కాబట్-జిన్ యొక్క ప్రేరణాత్మకమైన మాటలు మన ఆలోచనల (thoughts) మరియు భావోద్వేగాల (emotions) అలలను అధిగమించే మార్గాన్ని సూచించే దిక్సూచి (compass) లాంటివి. ఈ మానసిక సముద్రం (mental ocean) లో కూడా, మనం అలలను ఎదుర్కోవడం మాత్రమే కాదు, వాటిపై ఎలా స్వేచ్ఛగా ప్రయాణించాలో నేర్చుకోవాలి.

మార్పు జరగడం శాశ్వతం

మీరు దీనిని ఊహించండి... మీరు ఒక బీచ్‌పై నిలబడి ఉన్నారు, మెరుస్తున్న సముద్రాన్ని చూస్తూ, అలలు ముందుకు ఉరకలేస్తున్నాయి. ప్రతి అలకు

తన స్వంత వ్యక్తిత్వం ఉంటుంది. కొన్ని సాఫీగా, సులభంగా ఉంటాయి. కొన్ని తక్కువ తీవ్రతతో, కానీ మెలికలు తిరిగినట్లు ఉంటాయి. మరికొన్ని భయానకంగా, అనూహ్యమైన బలంతో మీకు ఎదురుగా తాకుతాయి. జీవితం కూడా ఇలాగే ఉంటుంది. మార్పులు ఎప్పుడూ ఒకేలా ఉండవు, ముందస్తుగా హెచ్చరిక ఇవ్వవు, అలాగే, "పాజ్" బటన్ కూడా ఇవ్వవు. అయితే మనం ఏమి చేయాలి? సరళంగా చెప్పాలంటే, జీవితాన్ని మల్లగుల్లాల నుండి బయటకు లాగడానికి ప్రయత్నించాల్సిన పనిలేదు. బదులుగా, ఒక అనుభవజ్ఞుడైన సర్ఫర్ అలలను అర్థం చేసుకుని తగిన మార్గంలో స్పందించగలడు. అలాగే, మీరు జీవితంలోని ఒడిదుడుకులను తగిన విధంగా ఎదుర్కొంటూ ముందుకు సాగవచ్చు.

మీరు చేతులు ఎత్తేసి, జీవితం మిమ్మల్ని ఎటు తీసుకెళ్తుందో అటు వెళ్లండి అని నేను మీకు చెప్పడం లేదు. దానికి బదులుగా, పరిస్థితులు మీ ఆధీనంలో ఉండవు, కానీ మీరు అవగాహనతో, అనుకూలంగా ఉండగలరు. జీవితంలో మనకు ఎదురయ్యే మార్పులను అర్థం చేసుకుంటూ ముందుకు సాగిపోవాలి తప్ప వాటికి ఎదురు తిరిగి పోరాడటంలో అలసిపోకూడదు. మీరు యీ విధంగా ఆలోచించండి. మీరు ట్రాఫిక్ జామ్ లో యిరుక్కుపోయారు. మీరు ఎదురుగా వున్న కార్లు, వాహనాల యజమానుల మీద అరుస్తూ, హైరానా పడిపోవటం కంటే, పాడ్ కాస్ట్ పెట్టుకుని, లేదా లోకల్ రేడియోలో వచ్చే పాటలు వినండి. అనుకోకుండా వచ్చిన వర్షాన్ని తిట్టుకుంటూ కూర్చోవడం కంటే మీరు అనుకున్న పనులు కాకుండా వేరే పనులను చేసుకోవడానికి సిద్ధం అవ్వండి.

మార్పులను సమర్థంగా ఎదుర్కొనే వ్యక్తిగా మారాలంటే, పరిస్థితులు శాశ్వతంగా ఒకే విధంగా ఉండవు అనే సత్యాన్ని అంగీకరించడం మొదటిది. భయాన్ని వదిలేయండి, పరిష్కారాలపై దృష్టిపెట్టండి. నిపుణుడైన సర్ఫర్ ఆలోచించినట్లుగా, అలలు ఎప్పుడూ ఒకే విధంగా ఉండవు; అదే విధంగా జీవితం కూడా అనిశ్చితతతో కూడుకున్న మార్పులను తథ్యంగా కలిగి ఉంటుంది. ఈ అనిశ్చితి భయం, ఆందోళనను కలిగించవచ్చు, కానీ దానికి బలిగా మారిపోవడం అవసరం లేదు. దీనికి బదులుగా, సమస్యల గురించి ఆలోచించడం కాకుండా, పరిష్కారాల గురించి ఆలోచించండి. అనుభవజ్ఞుడైన సర్ఫర్ తన ముందు వచ్చే అలలను అర్థం చేసుకుని, తగిన

విధంగా స్పందిస్తాడు. అలాగే, మీరు మార్పును అర్థం చేసుకుంటే, దాన్ని ఓ అవకాశంగా మార్చుకోవచ్చు. మీరు మార్పును నియంత్రించలేరు, కానీ దాన్ని ఎలా ఎదుర్కోవాలో ఎంచుకోవచ్చు. నిశ్చలంగా నిలబడితే, అది మీ మీదకి దూకి పడుతుంది. వెనక్కి తిరిగి చూస్తే, అది మిమ్మల్ని మోసుకుని వెళుతుంది. లేదా, సర్ఫ్ బోర్డ్ ఎక్కి, దాన్ని ఆస్వాదించడమే మంచిది! జీవితాన్ని నియంత్రించలేం, కానీ దాన్ని ఆనందించడాన్ని నేర్చుకోవచ్చు.

జీవితంలో పెద్ద తరంగం మార్పును తీసుకువస్తే, సముద్రం మీద అరవకండి. దానిని ఎదుర్కొనడంలో ఉత్సాహం చూపించండి. "మనిద్దరం కలిసి డ్యాన్స్ చేద్దాం" అని చెప్పి సర్ఫ్ బోర్డు పట్టుకొని మార్పును స్వీకరించండి. శైలి, అనుకూలత, హాస్యంతో జీవితంలోని మార్పును అలంకరించండి – ఈ ప్రయాణం మరింత ఆనందదాయకంగా మారుతుంది!

తరంగంపై స్వారీ చేయండి

సర్ఫింగ్ చేయడంలో, ఇది కేవలం సముద్రంలోని పెద్ద తరంగాన్ని పట్టుకోవడం తీరానికి చేరుకోవడం మాత్రమే కాదు. సర్ఫర్లు తమ ప్రయాణంలో దాగిన మాయాజాలం తెలుసుకుంటారు – వారు అలలతో పాటు సముద్రంలో ఒకళ్లుగా కలిసిపోతారు, తమ జుట్టులో సముద్ర గాలిఫ్ హోరుమంటూ వుంటే తేలిపోతుంటారు, తరంగాల జోష్ కింద శక్తిని దాచుకుంటారు. ఇది చక్కని వంటకం చేసే సమయంలో వచ్చే మధురమైన వాసన! దానిని ఆస్వాదిస్తూ ముందుకు పోవాలి. ఈ ఆలోచన కబాట్-జిన్ యొక్క పాఠంలో ప్రకటిస్తుంది. ఆఖరి ఫలితంపై దృష్టి పెట్టకుండా, ప్రయాణంలో ముగించే మనోవైకల్యంపై దృష్టి పెట్టకుండా తరంగాలను నడపండి. ప్రతీ తరంగం ఎంత పెద్దది అయినా, ఎప్పటికీ ప్రతిపాదిత అనుభవంగా మనం స్వీకరించడంలోనే గొప్ప విశేషం ఉంటుంది.

మీరు లక్ష్యంపై, ఉదాహరణకి, బరువు తగ్గడంపై ఇంతగా కట్టుబడిపోయి ఉండవచ్చు. అది మీరు తినే ప్రతి భోజనాన్ని లెక్కలుగట్టి పూర్తి చేయాల్సిన పనిగా చూసేలా చేస్తుంది. ప్రతి వ్యాయామం మీ ఇష్టం వచ్చిన స్థాయిలో చేరడానికి చేయాల్సిన పనిగా మారుతుంది. కానీ ఈ విధంగా జీవించడం ప్రస్తుత క్షణాన్ని కోల్పోవడం వంటిది. అందుకు బదులుగా, మీరు అనుభవించగలిగే ఆరోగ్యకరమైన ఆహారాన్ని మంచి స్నేహితులతో

ఎలా ఆనందంగా ఆస్వాదించగలుగుతారో ఆ ఆలోచనలో మునిగి చూడండి. నిజంగా ఆనందదాయకమైన వ్యాయామాన్ని ఎందుకు ఎంచుకోకూడదు?

మనం తరచుగా "తర్వాత ఏమిటి?" అనే విషయం అంగీకరించడంలో ఇంతగా కట్టుబడిపోతాము, అందువల్ల "ఇప్పుడు ఏమిటి?"ని ప్రశంసించడం మర్చిపోతాము. మన మేధస్సులు ముందుకు పరుగెత్తుతూ, ప్రత్యక్ష సముద్రతీరాల గురించి ఆలోచించుకుంటూ, మన లక్ష్యాలను సాధించటానికి లేదా డెడ్‌లైన్లను పూర్తి చేయాల్సిన అవసరాన్ని దృష్టిలో ఉంచుకుంటాము. ఇది ఒక అలలా తీరాన్ని చేరాలని ఆశిస్తూ అలల మీద చేస్తున్న ప్రయాణంలో, మీరు కళ్లు మూసుకుని ఉన్నందువల్ల ఆ ప్రయాణంలోని అందాన్ని కోల్పోతారు. మీ దృష్టిని మార్చుకునేందుకు ప్రయత్నించండి. వర్తమాన క్షణంలోని జీవితం నిజంగా ఎలా ముడులు విప్పుకుంటూ వెళుతుందో గుర్తించండి – చిన్నగా అంగీకరించకుండా, కొంచెం బోరింగ్‌గా, కొంచెం అసహ్యంగా, లేదా కొంచెం అర్థం కాకుండా అనిపించినా. ఈ అంశాలు మీ జీవన మార్గంలో అడ్డంకులు కాదు – అవి మీ జీవన మార్గమే.

ఇలా ఆలోచించండి: ఒక సర్ఫర్ కేవలం సరైన అల కోసం మాత్రమే ఎదురుచూస్తున్నట్లు కాదు, నీటిలో గడిపిన ప్రతి క్షణాన్ని కూడా ఆస్వాదిస్తాడు. వాళ్లు ఉదయం లేవగానే కొత్త రోజు ఏం తీసుకువచ్చింది అని చూడాలని ప్రేమిస్తారు, అలాగే, ఆ రోజు సముద్రం వారికి ఏమి అందించబోతుంది అనే ఆలోచనలో ఆసక్తి చూపిస్తారు – ఆ రోజు ప్రత్యేకమైనది, ఇకపై పూర్తిగా తిరిగి రానిది. సర్ఫర్లకు తమ హాబీ గురించి కొన్నిసార్లు కవిత్వం చెబుతుంటారు, వాస్తవానికి చాలావరకు ప్రొఫెషనల్ సర్ఫర్లు దాన్ని హాబీగా చూడరు, అది జీవిత విధానం అని నమ్ముతారు. వారిది ఒక చలించే, జీవించి, ఊపిరి తగిలే ధ్యానం. సముద్రం యొక్క అనంత ప్రవాహం ఎదుట, వారి నిరంతర సమతుల్యత మరియు అనుకూలతలో, వారు అంతర్గత స్థిరత్వం, శాశ్వతత్వాన్ని కనుగొంటారు.

అలాగే, మీరు వర్తమానంలో, అంగీకారాన్ని మించిపోయే జీవితపు సవాళ్ల మధ్య కూడా ఆనందాన్ని కనుగొనగలుగుతారు. మీరు మార్గంలో ఏర్పడిన శిక్షణ అనుభవాలు, వ్యక్తిగత వృద్ధి, మరియు ఆత్మ అవగాహన అవకాశాలను ప్రత్యేకంగా అభినందించండి. ప్రతిదీ కష్టమో, అవరోధమో మూల్యవంతమైన పాఠాలు కలిగి ఉంటుంది, మీరు వాటిని గమనించడానికి

సిద్ధంగా ఉంటే. ఈ రోజు, ఇప్పటికీ, మీ ప్రపంచంలో ఏమి జరుగుతోంది, మీరు దాని గురించి బాధ చెందుతారు లేదా ప్రతిఘటించగలిగిన దానిని గుర్తించండి? మీరు ఇష్టపడకపోయినా, మీరు చుట్టూ ఏవైనా బలమైన అలలను ఎదుర్కొంటున్నారా? ఈ అలలతో కలిసి పోవడం ఎటువంటి అనుభూతిని కలిగిస్తుందో చూడటానికి ప్రయత్నించండి. ఉదాహరణకు, మీ అల ఒక చీకటి మనోభావం అని వేదించుకుంటే, మీరు అంగీకారం ప్రకటించడానికి ప్రయత్నించకుండా, దాన్ని సరదాగా తీసుకుని, మీ చెడు మూడ్‌ని అంగీకరించి, దాన్ని "ఆలోచించకుండా పోవాలని" అనుకుంటే ఏమి జరుగుతుంది? మీరు పెద్ద పెద్ద అలలను సర్ఫ్ చేయగలిగిన సర్ఫర్‌ని చూసినట్లే, ప్రతికూల భావనలపై కూడా అందం మరియు నైపుణ్యం ఉంటుంది... వాటి కంటే మీరు పెద్దవారిగా ఉండటం.

మీరు పూర్తిగా వర్తమానంలో లీనమైనప్పుడు, భవిష్యత్తుపై ఆందోళనలతో కలగలుపు లేకుండా, భూగోళం మీద ఉన్న ప్రతి క్షణం గురించి ఆలోచించకుండా జ్ఞానం పొందవచ్చు. మీరు సవారీ చేస్తున్న అలల అనుభూతిలో పడి, నీటిలో ఉన్న అనుభూతులను తెలుసుకుంటూ, ప్రతి క్షణానికి సమాధానంగా మరియు శాంతితో స్పందిస్తారు.

అధ్యాయం 44

మిమ్మల్ని మీరు ఎవరితోనూ పోల్చుకోకండి

"మనకు అభద్రతా భావం ఎందుకు కలుగుతుందంటే, మనం మన అంతర్గత పరిస్థితులను ఇతరుల విజయాలతో పోల్చుకుంటున్నాం"

— స్టీవ్ ఫర్టిక్

సోషల్ మీడియా ఆధిపత్యం వహిస్తున్న యుగంలో, మన జీవితాలు హాలీవుడ్ బ్లాక్‌బస్టర్ సినిమాలా కనిపించాలనే భావన కలగవచ్చు. జాగ్రత్తగా ఎంపిక చేసిన దృశ్యాలు, కూర్చిన కథనాలు, మెరుస్తున్న ఫోటోషూట్లు – ఇవన్నీ మన చుట్టూ ఉన్న ప్రపంచాన్ని ఆకర్షణీయంగా మార్చేస్తాయి. ప్రతి స్వైప్, ప్రతి స్క్రోల్‌తో, మనం ఇతరుల హైలైట్‌లతో నిండిపోయిన ప్రపంచాన్ని చూస్తూనే ఉంటాం – ఆకర్షణీయమైన విహారయాత్రలు, కాంతివంతమైన చిరునవ్వులు, ఆశ్చర్యకరమైన విజయాలు ఇవన్నీ చూస్తుంటే, ప్రతి ఒక్కరూ తమ జీవితాన్ని ఒక ఫీచర్ ఫిల్మ్‌లా నిర్మించుకుంటున్నారనే భావన కలుగుతుంది. అందులోని ట్రైలర్ పూర్తిగా ప్రజలకు చూపించేందుకు తీర్చిదిద్దబడినట్లు అనిపిస్తుంది.

కానీ ఈ దశలో ఇది ఎవరికీ ఆశ్చర్యంగా అనిపించకూడదు: ఈ రకమైన పోలిక మన మానసిక ఆరోగ్యాన్ని తీవ్రమైన రీతిలో దెబ్బతీస్తుంది. దీని వెనుక ఒక మోసం ఉంటుంది – మన సాధారణ, నిరాశాజనకమైన, అపూర్ణమైన నిజ జీవితాన్ని, స్టీవ్ ఫర్టిక్ చెప్పినట్లు, ఇతరులు కృత్రిమంగా రూపొందించిన "పర్ఫెక్ట్" జీవిత భ్రమతో పోల్చుకుంటాం. అన్ని విధాలుగానూ, ఈ పోలిక

మనలో తక్కువ భావనను కలిగించడంతోపాటు, మనది కాని జీవితాన్ని నకిలీగా సృష్టించాలనే ఒత్తిడిని పెంచుతుంది.

నీ నిజమైన జీవితం పెద్ద సినిమా తెర కంటే గొప్పది

ముందుగా మీరు అర్థం చేసుకోవలసిన విషయం ఏమిటంటే, మీ స్వీయమూల్యంతో జరిగే పోరాటం మన సహజమైన దుర్బలత్వం వల్ల ఉద్భవించలేదు – అది అసలు మానవ జీవితాన్ని, దాని సమగ్రతను, గాఢమైన భావోద్వేగాలను, లోపాలను మరిచి, మానవ జీవితం “ఇలా ఉండాలి” అనే అబద్ధపు ప్రతిరూపంతో పోల్చుకునే అపరిహార్యమైన అలవాటువల్ల కలిగింది. సోషల్ మీడియా మనలో సహజంగా ఉన్న ఈ తత్వాన్ని మరింత పెంచుతుంది. దీన్ని మరింత వేగంగా, తీవ్రమైన స్థాయికి తీసుకెళ్తుంది.

దానికి బదులుగా, ఈ పోలికల నిజస్వరూపాన్ని ప్రశ్నించే ధైర్యం కలిగి ఉండండి. ఈ విషయాన్ని అర్థం చేసుకునేలా మనం శిక్షణ పొందాలి – సోషల్ మీడియాలో మనకు చూపించే ప్రతి విషయం నిజమైనది కాదు. అది ఎవరో ఒకరు తమ గురించి డాంబికంగా ప్రదర్శించదలచుకున్న లేదా ఇతరులకు చూపించాల్సినదని వాళ్లు భావించిన పనికిమాలిన చెత్త మాత్రమే.

సోషల్ మీడియా సంస్కృతిని ఒకసారి పరిశీలించండి. అందులో వ్యక్తులు తమ జీవితంలోని అద్భుతమైన క్షణాలను మాత్రమే పంచుకుంటారు. ఊహించుకోండి, మీ ఫీడ్‌లో స్క్రోల్ చేస్తున్నప్పుడు, మీ స్నేహితుడు అందమైన ఒక విశ్రాంతి ప్రదేశంలో తీసుకున్న ఆకర్షణీయమైన సెలవుదినాల ఫోటోలు కనిపిస్తాయి, ఆకాశమంతా నీలి సముద్రం, స్వచ్ఛమైన తీరాలు, ప్రకాశవంతమైన చిరునవ్వులు – ఈ అన్ని అంశాలు పరిపూర్ణతను ప్రతిబింబిస్తున్నట్లు కనిపిస్తాయి. అలా చూస్తే, మనకు లెక్కలేనంత ఆశ్చర్యం కలుగడం సహజమే, ఆ వెంటనే ఆ జీవితాన్ని మన జీవితంతో పోల్చుకుంటాం. కానీ, స్టీవ్ ఫర్టిక్ సూచనను అనుసరిస్తే, ఈ చిత్రాలు నిజ జీవితంలోని తక్కువ ఆకర్షణీయమైన అంశాలను మర్చిపోయాయని అర్థం చేసుకోవడం ప్రారంభిస్తారు – ఎందుకంటే, అక్కడికి చేరుకోవడానికి హడావుడి, అలసటతో కూడిన ప్రయాణాలు, ఆలస్యమైన విమానాల కోసం పడిగాపులు పడి నీరసపడిపోవడం, అలాగే ఇన్‌స్టాగ్రామ్‌లో పెట్టేందుకు సరిపోని సూర్యతాపం కూడా ఉంటాయి.

ఇంకాస్త ముందుకు వెళ్లి, ఈ వ్యక్తి ఈ భ్రమను సృష్టించడానికి ఎంత కష్టపడ్డారో గమనించండి - అదంతా ఒకే ఒక కారణంతోనే, వారు తమను తాము తక్కువగా భావించి ఉండొచ్చు. మీరు చూస్తున్నదంతా, వారు అనుభవిస్తున్న అభద్రతా భావానికి ప్రతిరూపమై ఉండొచ్చు. ఈ చిత్రాలను నిశితంగా పరిశీలించకుండా వాటిని అంగీకరించడానికి బదులుగా, మీరు వాటిని ప్రశ్నించాల్సిన సమయం ఇది. మీరు వాటిని స్వీకరించడం ఆపినప్పుడు, మీరు సహజంగా కలిగే అవాంఛిత భావజాలాన్ని నియంత్రించగలుగుతారు - అక్కడ కనిపించే వ్యక్తి ప్రేమించదగిన వ్యక్తి కాదని, నిరసక్తంగా ఉన్నట్టు, లేదా ధనలేమితో బాధపడుతున్నట్టు అనిపించేలా అర్థం చేసుకుంటారు. ఈ బహిరంగ ప్రదర్శనలు వాస్తవ జీవితం కాదని, అవి కేవలం ఒక మానసిక నిస్సహాయతను తాత్కాలికంగా దాచే మార్గమని అర్థం చేసుకున్నప్పుడు, మీరు నిజమైన స్వీయమూల్యాన్ని అంగీకరించడంలో ముందడుగు వేస్తారు.

ఇంకొక ఉదాహరణ మన వృత్తిపరమైన విజయాల్లో దొరుకుతుంది. మీకు కొంతమంది తెలిసే ఉంటారు. వారి ప్రొఫెషనల్ ప్రొఫైల్‌లో ప్రతిష్ఠాత్మక అవార్డులు, పదోన్నతులు మెరుస్తూ కనిపిస్తాయి. మీ స్వంత కెరీర్‌ను వారి విజయాలతో పోల్చుకోవడం తక్కువతనపు భావనను కలిగించగలదు. కానీ, ఆ ప్రతిష్ఠాత్మక విజయాల వెనుక ఎన్నో గంటల కష్టం, అనేక ఆటంకాలు, వారి స్వంత అనిశ్చితి ఉండవచ్చు - అవి సోషల్ మీడియా హైలైట్ రీల్‌లో కనిపించవు. వివేకంతో గమనించండి - మీకు ఎదురుగా అద్భుతమైన ఫోటో కనిపించవచ్చు, కానీ మీరు చూడలేని ఎన్నో విషయాలు ఉన్నాయి: వారు పడిన అవమానాలు, పని ఒత్తిడి, ఇంపోస్టర్ సిండ్రోమ్, విద్యాభారం వల్ల ఉన్న అప్పులు, పని వల్ల కలిగే శారీరక, మానసిక నొప్పులు, లేదా అర్థరాత్రి నిద్ర పట్టని వేళలో వాళ్లకు కలిగిన చీకటి ఆలోచనలు. ఈ విధంగా, మీరు హైలైట్ రీల్‌ను మాత్రమే చూడకుండా, దాని వెనుకున్న అసలైన కథను అర్థం చేసుకోవడం ప్రారంభించినప్పుడు, స్వయాన్ని పోల్చుకోవడం ఎంత మాయాజాలమో గ్రహించగలుగుతారు.

ఈ నిజాన్ని అర్థం చేసుకున్నప్పుడు, అనవసరమైన పోలికల నుంచి దృష్టిని మళ్లించి, మీ జీవితాన్ని నిజంగా అభినందించడం ప్రారంభించగలుగుతారు. మీ లక్ష్యాలు, విజయాలు, విలువలు, బలహీనతలు, అవకాశాలు, మీ ప్రత్యేక దృష్టికోణం, మీ మానవత్వం - ఇవి అన్నింటినీ గుర్తు

చేసుకోండి. సోషల్ మీడియా బలవంతంగా మీ దృష్టిని ఆకర్షించే ముందు, మీరు నిజంగా దేనిపట్ల దృష్టి సారించారా అని ఒకసారి ఆలోచించండి. అది మీ జీవితాన్ని మెరుగుపరచడానికి కాకుండా, మీ ఆత్మన్యూనతా భావాన్ని పెంచడానికి రూపొందించబడిందనే సత్యాన్ని గుర్తుంచుకోండి. మీరు ఈ విషయాన్ని తెలుసుకుని, మీ దృష్టిని తిరిగి మీ నిజమైన ప్రయాణం వైపుకు మళ్లించినప్పుడు, జీవితాన్ని మరింత సంతృప్తికరంగా, అర్థవంతంగా చూసే అవకాశం మీకు లభిస్తుంది.

అంతర్గత ప్రేరణను వృద్ధి చేసుకోండి

మీ జీవితంలో మీరు ప్రధాన పాత్రధారిగా అడుగుపెట్టండి. మీ లక్ష్యాలను సాధించే ప్రయాణంలో సంతృప్తి, ఆనందం అనుభవించడం నేర్చుకోండి. కేవలం బయటి ప్రపంచం నుంచి అంగీకారం పొందడంపై మాత్రమే ఆధారపడకుండా ఉండండి. అలా చేసినప్పుడు, మీరు మీ కథలోని నిజమైన హీరోగా మారుతారు, అలాగే జీవితంలోని సవాళ్లను ఎదుర్కొనే అంకితభావాన్ని, సహనాన్ని పొందుతారు. ఈ మార్పు మీరు మరింత వర్తమానంలో ఉండేలా, ఆందోళన లేకుండా, అలాగే అతివిశ్లేషణ అనే సంకెళ్ల నుంచి విముక్తుడిగా మార్చగలదు. అంతేకాకుండా, మీరు నిజంగా ఆత్మవిశ్వాసంతో, స్వచ్ఛమైన వ్యక్తిత్వంతో, అసలైన వ్యక్తిగా మారుతారు - ఇది ఈ ప్రపంచంలో చాలా అరుదైన విలువ!

బయటి ప్రపంచం నుంచి అంగీకారాన్ని పొందాలని తపించడం చాలా సులభం – ముఖ్యంగా, ఇతరుల ప్రశంసలు, గౌరవం, గుర్తింపు పొందాలనే కోరిక. చాలాసార్లు, మనం, మనకు కావాల్సినదాన్ని వెంబడించడానికి, అనుకోకుండా ఇతరుల ప్రశంస కోసం ఎదురుచూస్తూ ఉంటాం, లేదంటే, మనకంటే మెరుగైనవారిగా భావించే వ్యక్తుల సూచనలపై ఆధారపడి, మన లక్ష్యాలు ఎలా ఉండాలో కూడా వాళ్లే నిర్ణయించాలని అనుకుంటాం. రోల్ మోడల్ గా ఉండటం గొప్ప విషయం, అయితే మీ జీవితానికి బాధ్యత వహించాల్సింది మీరు మాత్రమే అనే విషయాన్ని గుర్తుంచుకోండి. మీరు ఎప్పుడైనా "ఇతరులు నన్ను గురించి ఏమనుకుంటారు?" అని ఆలోచించి ఉంటే, మీరు వారి ఆమోదాన్ని అతి ప్రాధాన్యతనిస్తున్నారని అర్థం. దానికన్నా ముఖ్యమైన ప్రశ్న ఏమిటంటే – మీ గురించి మీరు ఏమనుకుంటున్నారు?

మీ స్వంత నిర్ణయాల, అభిరుచుల, కోరికలపై విశ్వాసం ఉన్నప్పుడు మీరు ఎలా ప్రవర్తిస్తారు?

మీరు ఏదైనా చేయాలనుకుంటే, దానిని చేయడానికి ఇతరుల అనుమతి అవసరం లేదని మీకు తెలిసినప్పుడు, మీరు ఎలాంటి మార్పులు చేస్తారు?

మీరు ఇతరుల అభిప్రాయం గురించి ఆందోళన చెందకపోతే, ఏమి చేయాలని ప్రయత్నిస్తారు?

మీరు ఇతరుల కంటే ప్రత్యేకంగా ఎలాంటి ప్రత్యేకతను తీసుకురావచ్చు?

ఇతరులు మీతో ఏకీభవించకపోయినా, మీరు మీ అభిప్రాయాన్ని దృఢపరుచుకునేందుకు ధైర్యం ఉంటుందా?

మీ లక్ష్యాలు మీ స్వంతమా, లేక వాస్తవంగా మరొకరివా?

ఈ ప్రశ్నలకు సమాధానాలు కనుగొనడం కొంత కష్టమయినట్లు అనిపించవచ్చు, కానీ మీరు మీ స్వంత ప్రజ్ఞతను గుర్తించి, దానిని ఉపయోగించడానికి ప్రయత్నించినప్పుడు, మీరు విషాదాన్ని గమనించకుండా తగ్గిపోయినట్లు చూడవచ్చు. నిజం చెప్పాలంటే, ఇతరుల అభిప్రాయాలు, ప్రమాణాలు మనపై ప్రభావం చూపగలవు, కానీ అది మనం ఆమోదిస్తేనే. మీ స్వంత జీవితం, మీ స్వంత నిర్ణయాలు – వీటిని మీరు స్వేచ్ఛగా స్వీకరించడం చాలా ముఖ్యం.

మీ దృక్పథంలో యిలాంటి మార్పు మీరు హీరోగా మారడానికి దారి తీస్తుంది. మీరు కేవలం బయటి గుర్తింపు కోసం కాకుండా, మీ లక్ష్యాలకు గాఢమైన, అంతర్గత సంబంధం ద్వారా ప్రేరణ పొందే వ్యక్తిగా అవతరిస్తారు. మీ దృష్టి భవిష్యత్తు (అనిశ్చిత ఫలితాలు మరియు బయటి ఆమోదం) నుండి ప్రస్తుత క్షణం వైపు మళ్లిపోతుంది, అక్కడ నిజమైన జీవితం ఉన్నది ఉన్నట్టుగా వ్యక్తమవుతుంది—అక్కడే జీవితంలో ఒక అద్భుతం జరుగుతుంది.

అధ్యాయం 45

మీరు అసలు కథను మార్చి చెప్పగలరు

"కొంతకాలం తర్వాత శరీరం వదిలేయబడుతుంది. ఆ సమయంలో అది ఏమి అనుభవిస్తుందో? నిరుపయోగమైన చెక్కముక్క మాదిరిగా అది నేలపై పడుతుంది. దానికేం తెలుస్తుంది? మీరు నిర్లక్ష్యంగా అనుసరించకపోతే, మీ స్వంత ఆలోచనల కన్నా ఎక్కువ నష్టాన్ని మీ శత్రువు కూడా కలుగజేయలేడు. కానీ ఒకసారి వాటిపై మీరు ప్రావీణ్యం సాధించినప్పుడు, ఎవరూ మీకు సహాయం చేయనక్కరలేదు, మీ తండ్రి లేదా తల్లి ఎవరైనా సరే"

— బుద్ధుడు

మీకు ఎప్పుడైనా మీరు మరచిపోలేని ఒక అనుభవం, లేదా ఎవరో మీరు చెప్పిన ఒక మాట గుర్తుందా? అది ఒక నిర్లక్ష్యపూరితమైన వ్యాఖ్య కూడా కావచ్చు, అది మీ మనసులో ఉండి పోయింది. అది మీ మనసులో గూడు కట్టుకుపోయి ఉంది. దానిని మీరు చాలా సంవత్సరాలుగా మోసుకుంటూ తిరుగుతున్నారు. ఒక సాధారణ మాట మన భావోద్వేగాలపై అద్భుతమైన శక్తిని కలిగి ఉంటుంది. అది ఎంతటి ప్రభావాన్ని చూపుతుందో తెలుసుకుంటే ఆశ్చర్యంగా ఉంటుంది. ఈ మాటలపై మన విశ్వాసం, మన జీవితాన్ని, మన ఎంపికలను, మన స్వీయ అభీష్టాన్ని ఎలా చూడాలో నిర్ణయించవచ్చు. మనందరికీ ఇలాంటి అనుభవాలు ఉంటాయి.

అదేమిటంటే, బుద్ధుడు అన్నట్లుగా, మన స్వంత ఆలోచనలు, వాటిని నిర్లక్ష్యంగా ఉంచితే, అవి ఇతర బాహ్య శక్తుల కన్నా ఎక్కువ

హానికరంగా ఉండవచ్చు. మనకు పది సంవత్సరాల క్రితం ఎవరో మనల్ని అవమానించారంటే, అలా మర్చిపోకుండా ఆ అవమానాన్ని మనం మోసుకుని తిరుగుతుంటే, అది మనకు మన శత్రువులకంటే ఎక్కువ నష్టం చేస్తుంది. కానీ, మంచి వార్త ఏమిటంటే, మన మనసు శక్తివంతమైనది అయితే, అది వృద్ధి, అర్థం, మరియు కరుణ కోసం అద్భుతమైన సాధనంగా మారవచ్చు.

మీకు నేను చెప్పినట్లుగా, ఈ బాహ్య ప్రభావాల వల్ల మనకు కలిగే నష్టం వాటి మాటలలో లేదా చర్యల్లో దాగి ఉండదు. వాటిని మనం అర్థం చేసుకోవడంలోనూ, వాటికి స్పందించడంలోనే ఉంటుంది? ఈ క్షణంలో మీరు మీ అంతర ప్రపంచంపై ఈ బాహ్య కారణాలు ఎలా ప్రభావం చూపిస్తాయో మలచే శక్తిని కలిగి ఉన్నారు. బుద్ధుని మాటలను మనం నమ్మితే, మనం ఈ విధంగా నేర్చుకుంటే, మనం తలచుకుంటే మరొకరు లేదా ఇతరులు ఎవరైనా మనకు చేసే దానికన్నా మనం మనలను బాధలు నుంచి విముక్తి పొందగలుగుతాం—ఇది చాలా పెద్ద విషయం!

మన మనసు చెప్పే భాష్యాలను అర్థం చేసుకోవడం

ఇతరుల చర్యలు లేదా మాటలు మనకు నేరుగా నష్టం కలిగించవు. వాటి గురించి మన మనస్సు మనకు చెప్పిన భాష్యాలు మనకు నష్టం కలిగిస్తాయి. సరిపోల్చుకుంటే, మనం ప్రపంచం యొక్క భావోద్వేగపు రంగుల రాట్నంలో తిరుగుతున్నాము; మనం నియంత్రణ ప్యానెల్ ని నిర్వహిస్తున్నాము – అప్పుడప్పుడూ మనం మనమెవరో కూడా మరచిపోతాం.

ఇప్పుడు, నేను మీకు ట్రిస్టన్ అనే ఒక బాల్య స్నేహితుడిని పరిచయం చేయాలనుకుంటున్నాను. అతను చిన్న వయసులోనే ఒక “చాదస్తపు వ్యక్తి” గా మారాడు. ప్రాథమిక పాఠశాలలో, పిల్లలు లంచ్‌బాక్స్ స్నాక్స్ ఒకళ్లకొకళ్లు బదిలీ చేసుకునే హడావుడిలో వుంటే, ట్రిస్టన్ మాత్రం విశ్వం రహస్యాలను పరిష్కరించడంలో బిజీగా ఉండేవాడు. అతనికి విజ్ఞానశాస్త్రం, గణితం పైన ఉన్న ఉత్సాహం వల్ల అతడిని అందరూ “బ్రెయిన్” అని పిలిచేవారు.

కానీ, ఇక్కడ ఆసక్తికరమైన విషయం ఏమిటంటే: అతని భావోద్వేగ సంరక్షణను పట్టించుకోకుండా, ట్రిస్టన్ తన స్నేహితుల అవమానాలకు ఒక నూతన దృక్పథాన్ని అనుసరించాడు. అతను అర్థం చేసుకున్నాడు,

అతని స్నేహితులు చేసే వ్యాఖ్యలు వారి స్వంత అసమర్ధతలను ఎక్కువగా తెలియజేస్తున్నాయి, నిజానికి అతనిపై కాదు. అతను వారు చేస్తున్న వెక్కిరింతల ముచ్చట్లు తీసుకొని, అవి ప్రశంసలుగా నిర్ణయించుకున్నాడు. అతను అతనిగా ఉండేందుకు గర్వంగా భావించాడు తప్ప స్నేహితులు పిల్చిన ఆకతాయి పేర్లకు కట్టుబడలేదు.

ట్రిస్టన్ చిన్న వయసులోనే ఒక శక్తివంతమైన విషయం అర్థం చేసుకున్నాడు: మనం మన జీవితం యొక్క కథను మనమే నియంత్రించవచ్చు, దానిలో నెగటివిటీ ఉన్నా కూడా. నిజానికి ట్రిస్టన్ స్నేహితుల మాటలను పట్టించుకుని, ఒక విధంగా లోపం కలిగి ఉన్నట్లు భావించి, తన జీవితాన్ని ఒక బాధితుడి మాదిరిగా కొనసాగించవచ్చు. కానీ, అతను అర్థం చేసుకున్నది ఏమిటంటే, అతనికి ఒక ఎంచుకోలేని నిర్ణయం ఉంది – తనను వేధించే వాళ్లకు లొంగిపోవచ్చు లేదా తన జీవితాన్ని ఎలా జీవించాలనేది తనే నిర్ణయించుకోవచ్చు. ఆ తరువాత, చిత్రమైన విషయం ఏమిటంటే, కొంతకాలం గడిచాక, ఏ విషయాలపట్ల అతనిని ఆటపట్టిస్తూ వ్యంగ్యంగా మాట్లాడుతుండేవారో, అవే విషయాల గురించి వాళ్లు అతనికి గౌరవం ఇవ్వడం ప్రారంభించారు.

అతను తిరిగి వారిని పల్లెత్తుమాటలాడి దూషించలేదు. అతను వాళ్లతో ఏ విషయంలోనూ వాదించలేదు. అతను తన గురించి చింత పెట్టుకోలేదు. తాను తక్కువవాడిననే భావం కలిగే విధంగా ప్రవర్తించలేదు. అతను శాంతంగా తన పని కొనసాగించాడు – మరి ఇప్పుడు, తనదైన విధానంలో, అతను ఎవరూ చేరుకోలేనంత ఎత్తుకు చేరుకున్నాడు.

అధ్యాయం 46

మీ దృష్టికోణాలు మీకు ఎలా సేవ చేస్తున్నాయి?

"మీరు ఏదైనా బాహ్యమైన దానికి బాధపడితే, కలిగిన బాధ ఆ విషయం కారణంగా కాదు, అది మీ అంచనాకు కారణం; అందువల్ల దాన్ని మీరు ఎప్పుడైనా దాటి పోగలరు"

— మార్కస్ ఆరేలియస్

మార్కస్ ఆరేలియస్, బుద్ధుడు కొన్ని విషయాలలో ఒకే విధంగా చెబుతారు. పైన చెప్పిన కొటేషన్ ప్రకారం ఇద్దరూ అర్థం చేసుకున్న విషయం ఏమిటంటే, జీవితం అనేది "ఆ విషయం" లో కాదు, దానిపై వేసుకున్న అంచనాల మీద ఉంటుంది. మీరు ప్రపంచాన్ని ఎలా చూస్తున్నారని మీరు అనుకుంటున్నారు, అది మీకు సహాయపడుతుందా లేక అడ్డుకుంటుందా? మీ చుట్టూ ఉన్న ప్రపంచాన్ని మీరు ఎంత నిజాయితీగా అంచనా వేస్తున్నారు? మీరు వాస్తవాలను ఎంతవరకు వక్రీకరిస్తున్నారు?

మీ అంచనాలు తప్పు ఉండే అవకాశం ఉందని మీరు ఎప్పుడూ ఆలోచించలేదు అంటే, అవి తప్పు ఉండే అవకాశం చాలానే ఉంటుంది!

మీ అంచనాలను మూల్యాంకనం చేయడం

"మీరు చదివే ప్రతీదీ నమ్మకండి" అనే మాట మీరు ఎప్పుడైనా విన్నారా? అలాగే యీ విషయాన్ని కూడా గుర్తు చేసుకుందాం "ప్రతీ ఆలోచనను నమ్మకండి". మీరు ఏదైనా ఆలోచించినప్పుడు, ఆ ఆలోచన స్వయంచాలకంగా వచ్చింది

కాబట్టి, నిజంగా అనిపించేదిలా వుంది కాబట్టి అది నిజమే అని భావించడంలో అర్థం లేదు. మీరు ఎప్పుడైనా అబద్ధంగా భావించిన విషయాన్ని నమ్మినవారిని చూశారా అది వారికి ఎంతో బాధ కలిగించింది, అవునా? ఈ విషయంలో అది మీరు కూడా కావచ్చు – అందువల్ల మీ అంచనాలు సరైనవా కాదా అని ప్రశ్నించడం నేర్చుకోండి.

ఏ విధంగా అంటే, మీరు పనిలో అనూహ్యమైన విమర్శను పొందారు. ప్రారంభంలో, మీకు కోపం లేదా నిరాశ కలిగి ఉండవచ్చు. ఈ అభిప్రాయాన్ని మీ సామర్థ్యంపై వ్యక్తిగత దాడిగా భావిస్తూ. వారు మీపై దాడి చేయడానికి ప్రయత్నిస్తున్నారు. వారు ఈర్ష్యపడుతున్నారు, లేదా వారు కేవలం మీతో మానసికంగా ఆడుకుంటున్నారు. ఇది అన్యాయం, మీరు తప్పు చేయలేదు, మొదలయినవి.

అయితే, మీరు ప్రారంభంలో చేసిన అంచనాను పరిగణనలోకి తీసుకోండి. మీరు ఆ ఆలోచనలు, భావనలను గమనించాలనుకుంటే, వాటిలో కొన్ని పూర్తిగా తప్పు, కొన్ని పూర్తిగా సరైనవి, మరియు ఎక్కువ భాగం అటూయిటుగా మధ్యలో ఉంటాయి. ముఖ్యమైన విషయం ఏమిటంటే అంగీకారం నివారించి, వాటిని మరింత వైవిధ్యమైనదిగా చూసే దిశగా అడుగులు వేయడం.

"ఇది ఏ మాత్రం సరిగ్గా లేదు. నేను అర్హుడిని కాను"

ఈ అంచనాల యొక్క validity ని సవాలు చేయండి. మీరు ఎదగడానికిపొందిన సహాయం కాకుండా మీ విలువను తట్టుకునే విధంగా ఈ విమర్శ అనేది ఒక సంకేతం కావచ్చు అనుకుంటే, అది నిజంగా మీరు ఏదో ఒక దశలో విమర్శనాత్మక ఫీడ్‌బ్యాక్ పొందడం కష్టమైనదేమి కాదా? మీ బలహీనతలను గుర్తించిన ప్రతి ఒక్కరు తప్పుగా ఉంటారని చెప్పడం నిజమేనా? ఇంకా, ఆ ఫీడ్‌బ్యాక్ ఖచ్చితంగా తప్పు మరియు అప్రయోజనకరమైనదైతే, దానిపై బాధపడటం నిజంగా అవసరమా?

"వాళ్లు నన్ను మూర్ఖుడు అనుకుంటున్నారు. బహుశా వారు నాపట్ల అసహనంతో ఉన్నారు."

మళ్లీ, ఈ ఆలోచనను, పరిశీలనలో పెట్టి, దానిపై అంతర్గత శోధన చేయండి. నెగటివ్ ఫీడ్‌బ్యాక్ పొందడం అంటే నిజంగా ప్రజలు మిమ్మల్ని మూర్ఖుడు అని అనుకుంటున్నారా? వారు కేవలం తమ ఆలోచనలతో ఆ

విధంగా అన్నారా? మీరు పరిగణించని మరొక సాధ్యమైన వివరణ ఉందా? ఈ ఆలోచనకు ఎలాంటి సాక్ష్యం ఉంది లేదా, మరొక మధ్య స్థాయిలో ఉన్న ప్రత్యామ్నాయం ఈ పరిస్థితికి మంచిగా సరిపోతుందా?

ఇప్పుడు మీరు దీని గురించి ఆలోచించేటప్పుడు, ప్రత్యామ్నాయ దృష్టికోణాలు లేదా దృక్పథాలను అన్వేషించండి. మీ ఆందోళనను పెంచే ఏదైనా అంగీకారాలు, తప్పులు లేదా అవాస్తవ ఆలోచనలను పరిశీలించండి. ఇంకా మీరు అనుమానంతో ఉంటే మరియు ఎటువంటి సాక్ష్యం లేకుండా ఉంటే, "నాకు తెలియదు" అని చెప్పడానికి సరైన పరిస్థితిని చూపండి. దానిని అపరిష్కృతంగా వదిలివేయండి – మీరు ప్రతీ దానికి సమాధానం కావాలి అనుకోవడం అవసరం లేదు.

మీరు సంకేతాలను సేకరించి, మీ ఆలోచనలను వివిధ కోణాల నుండి పరిశీలించేటప్పుడు, ఒక కొత్త, మరింత ఆత్మవిశ్వాసంతో కూడిన కథనం వెలువడుతుంది. దానిని మీరు అర్థం చేసుకోగలరు. మీ ఆందోళనలోని ఒక పెద్ద భాగం నిజానికి మీరు ఆ ఘటన చుట్టూ రాసిన క్లిష్టమైన కథ నుండి వస్తుంది. ఆ ఘటన యొక్క మూలం నుండి కాదు. అందుకే యిప్పుడు, కథను మార్చండి, మీరు ఆశ్చర్యపోతారు, ఆపై మీ భావనలు ఎంత వేగంగా మారుతాయో కూడా మీరు స్పష్టంగా గమనిస్తారు.

వ్యక్తిగత ప్రభావ కోణం

మీరు ఒక వివాహం ఆరు బయలు ప్రదేశంలో ఎంతో మనోహరంగా నిర్వహించాలని అనుకున్నారు. అయితే అనుకోకుండా గాలివాన వచ్చి అదంతా గందరగోళం అయిపోయిందని ఊహించండి. ఈ సంఘటన యొక్క బాహ్య ఒత్తిడి అనివార్యం. వర్షపు జల్లులు మీ ప్రత్యేక దినాన్ని నాశనం చేసేలా అనిపిస్తున్నాయి. కానీ గుర్తుంచుకోండి, దానికి కారణం వాన మాత్రమే కాదు, దానిని మీరు అంచనా వేసే పద్ధతి కూడా!

వ్యక్తిగత ప్రభావం పరిధిని అంగీకరించడం అంటే మీరు వాతావరణాన్ని నియంత్రించలేము అని గుర్తించడమే కాకుండా, మీరు దానిని ఎలా అర్థం చేసుకుంటారు, ఏ విధంగా స్పందిస్తారు అనే దానిపై కూడా ఉంటుంది. నిరాశకు లోనుకాకుండా, మీరు వెంటనే, ఒక టెంట్ అద్దె తీసుకోవడం లేదా సున్నితమైన వానను కూడా మీ పెళ్లి కథలో ఒక ప్రత్యేక భాగంగా మలచడం

వంటి సృజనాత్మక పరిష్కారాలను కనుగొనవచ్చు. మీరు ఎప్పుడైనా గమనించారా, అనేక సంస్కృతులు వానను నిజంగా అదృష్టం, శుభ శకునం అని చెప్పడం? దానిని మీరు ఇప్పుడు ఎలా అర్థం చేసుకుంటారు!

ఈ దృష్టి మార్పు ఒక సాధ్యమైన ఉద్వేగం కలిగించే పరిస్థితిని పూర్తిగా వేరే అనుభవంగా మార్చగలదు.

మీరు బాహ్య పరిస్థితులపై మీ నియంత్రణ యొక్క పరిమితులను సాక్షాత్కరించడం ద్వారా, మీరు అనవసరమయిన ఆందోళన, మితిమీరిన ఆలోచనలనుంచి స్వేచ్ఛ పొందుతారు. ఈ మానసికమైన మార్పు, వర్తమాన క్షణంలో మీరు ప్రభావితం చేయగల వాటిపై — మీ ఆలోచనలు, భావోద్వేగాలు, చర్యలు — దృష్టి పెడుతూ, మీరు ప్రభావితం చేయలేని వాటి నుండి బయటపడేలా చేస్తుంది. ఈ విధంగా, మీరు కేవలం ఒత్తిడి తగ్గించుకోవడమే కాకుండా, జీవితంలో ఎదురయ్యే అనూహ్యమైన సంఘటనల విషయంలో కూడా మరింత అనుకూలంగా, శక్తివంతంగా మారిపోతారు. ఇది మీ స్పందనలను అర్థవంతమైన దృక్పథాలను స్వయంగా నియంత్రించే శక్తిని ఇస్తుంది. చివరికి ఒక ప్రశాంతమైన మరియు తక్కువ ఆందోళన కలిగిన జీవితం వైపు నడిపిస్తుంది.

మీ ఆందోళనను నివారించుకునే శక్తి మీలోనే ఉంది. మీరు దానిని ఏ సమయంలోనైనా ఉపయోగించవచ్చు. మీ జీవితాన్ని పరిశీలించి, మీరు ఇస్తున్న అన్ని కథనాలను, మీరు అనుమతిస్తున్న అర్థవంతమైన అన్ని భావనలను గురించి ఆసక్తిగా ఆలోచించండి. ఎప్పుడైనా, మీరు వాటికి ఎంత శక్తి ఇవ్వాలనుకుంటే, లేదా వేరే ప్రతిస్పందనను ఎంచుకోవాలనుకుంటే, మీరు దాన్ని మార్చుకోవచ్చు.

అధ్యాయం 47

సరిపడిన దానికి సరిపోయినంత

"మీ దగ్గరవున్న వస్తువులు తక్కువగా అనిపిస్తే, మీరు ప్రపంచాన్ని కలిగి ఉన్నప్పటికీ, మీరు ఎప్పటికీ దుఃఖంలో ఉంటారు."

— సెనెకా

ప్రపంచాన్ని పొందడం అద్భుతమైన కలగా అనిపించవచ్చు - అపరిమిత ధనంతో, అద్భుతమైన విలాసాలతో కూడిన జీవితం అయినప్పటికీ, సెనెకా ప్రకారం, మీరు కృతజ్ఞతలేని, అసంతృప్తిగా ఉన్న హృదయం కలిగి ఉంటే, మీకు అది సరిపడదు. మీకు విశ్వం ఇచ్చిన సమస్త సంపద కూడా మీకు తక్కువగా అనిపిస్తుంది.

ఒకరు ఇలా అంటున్నారని ఊహించుకోండి, "జీవితం చాలా కష్టంగా ఉంది. నాకు మరో పదివేల డాలర్లు ఎక్కువ ఆదాయం ఉంటే చాలా బావుండేది" కానీ, అలా పదివేలు ఎక్కువగా ఆదాయం కలిగిన మరో వ్యక్తి ఉన్నాడు. అతనికి కూడా సంతోషం ఉండదు. అతను ఇలా అనుకుంటాడు, "జీవితం చాలా కష్టంగా ఉంది. నాకు మరో వందవేల డాలర్లు వస్తే నిజంగా నాకు చాలా బాగుండేది" ఇప్పుడు మీరు అంచనా వేయండి: మరో వ్యక్తి వందవేల డాలర్లు కలిగి ఉంటాడు. అయినప్పటికీ అతనికి కూడా అసంతృప్తి ఉంటుంది. అది నిజంగా మీకు సాక్షాత్కారం అవుతుంది. ఇది ఎప్పటికీ కొనసాగుతూనే ఉంటుంది. మీరు ప్రపంచంలోని అత్యంత ధనవంతులైన బిలియనర్ల దగ్గరకు వెళ్లినా వాళ్లు కూడా యిదే

విధంగా చెబుతారు. మరి కొందరుంటారు, వాళ్ళు జీవించినంత కాలం వారి దగ్గర వున్న డబ్బును ఖర్చు చేయడం కూడా చాలా కష్టం. కానీ వాళ్లు కూడా యిదే విధంగా అనుకుంటారు, "అయితే, జీవితం కొద్దిగా కష్టంగానే ఉంది. మరో..."

మిమ్మల్ని మీరు మెచ్చుకోండి

సెనెకా చెప్పిన విజ్ఞానం మనిషి స్వభావం, ఆనందం కోసం చేసే సాధన గురించి ఒక నిజాన్ని తేల్చుతుంది. మీరు ఇతరులతో నిరంతరం పోల్చుకోవడం లేదా మీరు లేని వాటిని ఆలోచించడం వదిలి, మీరు కలిగి ఉన్న వాటికి ప్రశంస ఇవ్వండి. ప్రతి వ్యక్తి యొక్క ప్రయాణం ప్రత్యేకమైనది. మీ జీవితాన్ని ఇతరుల జీవితంతో పోల్చడం చాలాసార్లు అసమర్థతనూ, అసంతృప్తినీ పెంచుతుంది. ఇకపోతే, మీరు నిజంగా అవసరం లేని వాటిని పొందడంలో ఎప్పుడూ సంతృప్తి పొందగలుగుతున్నట్లు మీరు భావించకండి. వినయంగా ఉండండి, మీ అంచనాలను మితంగా చేయండి. అసంతృప్తి అనేది ఆందోళకూ, విషాదానికీ కేవలం కొద్ది అడుగుల దూరంలోనే ఉంటుంది.

ఒక ఉదాహరణను పరిగణించండి: సారా అనేక సంవత్సరాలుగా "హెడోనిక్ ట్రెడ్మిల్" లో ఉంది. ఆమె చాలా కష్టపడి, అనేక జీతభత్యాలు, ఉద్యోగ ప్రోమోషన్లను సాధించేందుకు పనిచేస్తుంది, కానీ ప్రతి సారి ఆమె ముందుకు సాగినప్పటికీ, ఆమె తన జీవనశైలిని ఆ ప్రకారం మార్చుకుంటుంది, మరిన్ని ఖర్చులు చేస్తుంది, తద్వారా ఆమె ఎప్పుడు ఎంత సంపాదించినా, ఎప్పుడూ మరొక ఖరీదైన వస్తువుపై దృష్టి పెడుతుంది. ఆమె కెరీర్‌లో రెండు దశాబ్దాలు పూర్తయిన తరువాత, ఆమె ఒక అందమైన ఇంట్లో నివసిస్తుంది. అంగరంగ వైభవంగా నిండిన వస్తువులతో... అయినప్పటికీ వాటి వల్ల ఒక్క శాతం ఆనందం కూడా పొందలేకపోతోంది. సంవత్సరాల క్రితం ఆమెను ఆనందంగా ఉంచిన వాటి గురించి ఇప్పుడు ఆమెకు ఎటువంటి అర్థం లేదు. ఆమె పది సంవత్సరాల వయస్సులో, ఆమె కలగంటున్న జీవితానికి రెండు కార్లు, మంచి వస్త్రాలు, కొన్ని అద్భుతమైన సెలవులు కావాలని భావించేది. ఇప్పుడు ఆమె వాటిని అన్నిటినీ పొందింది, అయినప్పటికీ ఆమెకు సరిపోదు. ఆమె ప్రస్తుతం వున్న వాటికంటే మరింత మంచి కార్లు కొనుక్కోవాలని, ఇంకా మంచి వస్త్రాలు కొనాలని, ఇంకా ఎక్కువ సెలవుల కోసం వెళ్లాలని

కోరుకుంటుంది... కానీ డబ్బు తక్కువగా ఉందని ఆమె అనుకుంటుంది. కావలసినట్లయితే, ఆమెకు మరొక ప్రొమోషన్ అవసరమా?

మీరు సమస్యను గమనించండి. సారా యొక్క సమస్య ఏమిటంటే ఆమెకు మరింత డబ్బు, మరిన్ని వస్తువులు లేదా కెరీర్లో మరింత విజయం కావాల్సిన అవసరం లేదు. ఆమెకు కావలసినది తను ఇప్పటికే సాధించిన వాటి విలువను గుర్తించడం! ఆమె లక్ష్యాలను సెట్ చేయడంలో, వాటిని సాధించడంలో చాలా తెలివిగలది. సాధించిన తర్వాత వాటిని ఆస్వాదించడం ఆమెకు సులభం కాదు. ఒక రోజు, చిన్నప్పటి పాఠశాల మిత్రురాలు సారాను కలుసుకుని, అందమైన సారా ఇంటిలోకి వచ్చింది. "ఓ మై గాడ్! నువ్వు ఎంత అదృష్టవంతురాలివి! ఒక కలలాంటి జీవితం గడుపుతున్నావు" అని ఆ స్నేహితురాలు చెప్పింది. ఆ క్షణంలో సారా అర్థం చేసుకుంది, ఆమె యొక్క "తప్పు" భావన తీవ్రంగా బహిర్గతమైంది.

మీ జీవితంలో, మీరు చేస్తున్న ప్రయాణంలో మీకు కృతజ్ఞతలున్న వాటిపై దృష్టి పెట్టాలని ప్రయత్నించండి, అవి ఎంత చిన్నవిగా అనిపించినా కూడా! మీరు చేరుకున్న స్థాయి గురించి మన్నించడానికి ప్రయత్నించండి. మీరు కలిగి ఉన్నది పరిగణనలో పెట్టుకోండి, దాని విలువను గుర్తించండి, దీనికి అత్యంత సులభమైనది ప్రపంచంలో ఈ పని చేయడం. ఇందులో మీ ఆరోగ్యం, సంబంధాలు, వ్యక్తిగత సాధనలు లేదా కేవలం వర్తమాన క్షణం యొక్క అందం కూడా ఉండవచ్చు. మీరు మీకు ఉన్న వాటి మీద ఒక కృతజ్ఞత పద్ధతిని పెంపొందిస్తే, మీరు నెమ్మదిగా మనసులో సంతృప్తిని కనుగొంటారు. చివరికి, సెనెకా మనకు చెప్పిన ఈ జీవన సూత్రం మనకు జ్ఞాపకంలో ఉంటుంది. నిజమైన ఆనందం అనేది ఒక ఆంతరిక స్థితి, అది బాహ్య పోలికలతో లేదా వస్తువులతో నిర్ణయించబడదు.

భౌతికత నుండి వేరుపడడం

కన్స్యూమరిజం, నిరంతరం ఎక్కువ అవసరాలు కనిపించే ఈ ప్రపంచంలో, భౌతిక సంపద అనేది ఆనందంతో సమానమనే నమ్మకంలో చిక్కుకోవడం సులభం. ఈ మనస్తత్వం నిరంతర అసంతృప్తికీ, ఆందోళనకు దారితీయవచ్చు. తదుపరి కొనబోయే వస్తువు కోసం మనం వెర్రెత్తిపోతున్నపుడు నిరంతరం సమాజం యొక్క అంచనాలకు అనుగుణంగా ఉండడానికి ప్రయత్నిస్తూ ఉంటాం.

భౌతిక విషయాల నుండి వేరుపడడం అనేది మీ నివాస స్థలాన్ని స్వచ్ఛం చేయడం ద్వారా ప్రారంభమవుతుంది. మీ ఇంటిని మీ మనస్సులో ఒక ప్రతిబింబంగా ఊహించుకోండి. మీరు ఇకపై అవసరంలేని లేదా ఉపయోగించని వస్తువులతో అది నిండిపోయినప్పుడు, అది అవ్యవస్థ, అనిశ్చితిని కలగజేయవచ్చు. మీ నివాస స్థలాన్ని శుద్ధి చేసి, ఉపయోగకరమైన లేదా నిజంగా ఆనందాన్ని తీసుకురాబోయే వస్తువులనే ఉంచడం ద్వారా, మీరు మీ పరిసరాలను మాత్రమే సరళీకరించడం కాదు, మీరు మానసికంగా కూడా క్లీన్-అప్ చేసుకుంటున్నారు.

మీరు, ఉన్నదాంట్లో సరిపెట్టుకోవాలనే మినిమలిజాన్ని స్వీకరించి, భౌతిక వస్తువులపై మీ ఆసక్తిని తగ్గించుకుంటే, మీ దృష్టిని అనుభవాలు, సంబంధాలు, వ్యక్తిగత ఎదుగుదల వైపు మళ్లించుకోవచ్చు. ఇవి తాత్కాలిక భౌతిక సంపాదనలతో పోలిస్తే మరింత గాఢమైన, శాశ్వత సంతృప్తిని అందిస్తాయి. ఉదాహరణకు, తాజా గాడ్జెట్ల గురించి ఆలోచిస్తూ గడిపే బదులు, మీరు ప్రియమైన వారితో నాణ్యమైన సమయం గడిపే అవకాశం తీసుకోవచ్చు, కొత్త ప్రదేశాలను సందర్శించవచ్చు లేదా ఒక కొత్త నైపుణ్యాన్ని అభ్యసించేందుకు పెట్టుబడి పెట్టవచ్చు. ఈ కార్యాచరణలు మీ జీవితాన్ని సమృద్ధిగా మార్చి, మీకు లేదని లేదా తర్వాత ఏమి సంపాదించుకోవాలో ఆందోళన చెందకుండా, ప్రస్తుత క్షణాన్ని ఆస్వాదించేలా చేస్తాయి.

మరో ప్రయోజనకరమైన కోణంలో, అధిక వస్తువుల కోసం కలిగే భారాన్ని తొలగించుకోవడానికి ప్రయత్నించండి. తద్వారా ఈ ఆలోచనల వల్ల కలిగే ఆందోళన తగ్గుతుంది. మినిమలిస్ట్ జీవనశైలిని అవలంబించడం ద్వారా, మీకు మీరుగా ఒక స్పష్టమైన సందేశాన్ని ఇస్తారు – ఆనందం అనేది వస్తువులను పోగుచేసుకోవడంలో కాకుండా, అనుభవాలలోని సంపద, మీ సంబంధాల్లోని గాఢత, మరియు మీ వ్యక్తిగత ఎదుగుదల ప్రయాణంలోనే ఉంది.

అధ్యాయం 48

లక్ష్యం నుండి వచ్చే సహనం

"మనకు జీవితంలో 'ఎందుకు' అని తెలిసి ఉంటే,
'ఏ విధంగా' నైనా మనం తట్టుకోగలము"
— ఫ్రెడ్రిక్ నీషే

మిమ్మల్ని ఏది నడిపిస్తుంది? ఏది మీ మనసుకు స్పర్శ కలిగిస్తుంది? మీ జీవిత లక్ష్యం ఏమిటి?

"ఎందుకు" అని అన్వేషించడం కేవలం ఆత్మ పరిశీలన మాత్రమే కాదు; ఇది ప్రేరణకు మూలం. ఇది సందిగ్ధతలో స్పష్టతను ఇస్తుంది. మీ జీవిత లక్ష్యం తెలిసి ఉండటం, అనుమానాలు, భయాలకు గురైనప్పటికీ, మీరు పట్టుదలగా ముందుకు సాగేందుకు శక్తిని అందిస్తుంది. నా జీవితంలో, నేను వేసుకున్న "ఎందుకు" అనేది పదాల ప్రభావంతో పాటు జ్ఞానాన్ని పంచుకోవాలనే కోరిక ఉంది. నా పదాలు ఇతరులను ప్రేరేపించగలవని, వారికి విద్య అందించగలవని తెలిసిన ఆత్మవిశ్వాసమే నన్ను ముందుకు నడిపిస్తుంది, ఎంతటి సవాళ్లు ఎదురైనా!

"ఎందుకు" అనే మీ లక్ష్యం మీకు మార్గదర్శక దీపంలా మారుతుంది. మీ జీవన ఉద్దేశ్యం, అలల అలజడిలో వున్న సముద్రంలో మార్గాన్ని చూపే దీపస్తంభంలా మారుతుంది. ఇది మీ జీవితంలో ఎదురయ్యే బలమైన పెనుతుఫాన్ల మధ్య మీకు స్థిరతను, స్పష్టతను, అపరిమిత ప్రేరణను అందిస్తుంది.

మీరు నిజంగా శ్రద్ధ వహించే విషయం ఏమిటి? ఈ భూమిపై మీకు చివరి రోజైనట్లైతే, మీరు ఏమి చేయాలని కోరుకుంటారు? మీరు దేని కోసం జీవితాన్ని అంకితం చేయగలరు?

ఈ ప్రశ్నలకు సమాధానం ఇచ్చుకోవడం ద్వారా, మీ విలువలు, ప్రేరణలకు మరింత చేరువయ్యే అవకాశం ఉంది. కొంతమందికి, కుటుంబంతో మమేకమై ప్రేమతో జీవించడం ముఖ్యం కావచ్చు; మరికొందరికి జ్ఞానం కోసం అన్వేషణ ముఖ్యం కావచ్చు. మరికొందరికి, సాహసయాత్రలు, అన్వేషణ, తెలియని విషయాలను తెలుసుకునే ఉల్లాసం ప్రధానమైనవి కావచ్చు. మీరు స్వాతంత్ర్యాన్ని ఎక్కువగా విలువ కలిగి ఉండవచ్చు లేదా పరస్పరాధారిత బంధాలను కోరుకోవచ్చు. కొంతమందికి సత్యాన్వేషణ అత్యంత ప్రాధాన్యం కలిగి ఉండవచ్చు, మరికొందరికి అందం, కళ, లేదా సృజనాత్మకత ఎక్కువ ప్రాధాన్యం కలిగి ఉండవచ్చు. మీ లక్ష్యం ఏమిటో తెలుసుకోవడం, మీ జీవితాన్ని మరింత సార్థకంగా, శక్తివంతంగా మరియు సంతృప్తికరంగా మార్చగలదు!

అత్యంత ముఖ్యమైన విషయం ఏమిటంటే, మీ "ఎందుకు" అనే జీవన లక్ష్యాన్ని మీకు బదులుగా ఎవ్వరూ నిర్ణయించలేరు. ఇది మీరు స్వయంగా అన్వేషించాల్సిన పని. ఇది జీవితంలో మారుతూ ఉండొచ్చు. (అవును, మీ "బిగ్ వై" మారే అవకాశం ఉంది!)

సహనాన్ని బలపరచే లంగరు (Anchor) ను నిర్మించుకోవడం

ఒక చిహ్నం లేదా మంత్రాన్ని ఊహించుకోండి. ఇది మీలో ఉన్న అపరిమిత ఆత్మస్థైర్యాన్ని గుర్తు చేస్తుంది. ఇది మీ స్ఫూర్తిదాయక కోచ్‌లా, మీకు ఉన్న శక్తిని గుర్తుచేస్తుంది, అదే సమయంలో మిమ్మల్ని సవాళ్లను ఎదుర్కొనేలా ప్రేరేపిస్తుంది. మీ సహన యాంకర్ అంటే మీరు జీవితాన్ని పూర్తి స్థాయిలో అనుభవించేందుకు, ఆందోళనను తగ్గించేందుకు, మితిమీరిన ఆలోచించడం నుంచి విముక్తి పొందేందుకు సహాయపడే ఒక శక్తివంతమైన భవిష్య మార్గం. ఇది మీ జీవిత ప్రయాణంలో మిమ్మల్ని ముందుకు నడిపించే నమ్మకమైన సహచరుడులా ఉంటుంది. నా వ్యక్తిగత అనుభవంలో, నా యాంకర్ ఒక సరళమైన, గాఢమైన మంత్రంగా మారింది: "వర్తమాన క్షణాన్ని ఆలింగనం చేసుకో" ఇది నన్ను ప్రతి క్షణం ఇక్కడే, ఇప్పుడే ఉండమని ప్రేరేపిస్తుంది.

అదికాక, భవిష్యత్తుపై ఉన్న అనిశ్చితతను వదిలేయమని నాకు మృదువైన హెచ్చరిక అందజేస్తుంది.

మీరు పర్యావరణాన్ని రక్షించడం మీద మీ లక్ష్యాన్ని కేంద్రీకరించుకున్నట్లయితే, మీ సహన యాంకర్ ఒక పచ్చని, జీవంతో నిండిన చెట్టు చిత్రమై ఉండొచ్చు. ఈ వృక్ష చిహ్నం భూమి పట్ల మీ నిబద్ధత కోసం మీకు ప్రతిదినం ప్రేరణనిస్తూనే ఉంటుంది. జీవితంలో విపత్కర పరిస్థితులు తట్టుకునే సమయంలో, ఈ చిత్రం మీద చూపు నిలిపితే, అది ఒక సహనాన్ని నింపే ఔషధ పానీయాన్ని పుచ్చుకోవడం లాంటిది. ఇది మీ ఆత్మను నూతనీకరించి, మీ లక్ష్యాన్ని నిలబెట్టుకునేందుకు మీలో ఉన్న సంకల్పబలంను బలపరుస్తుంది.

ఇది కేవలం సానుకూల ఆలోచనల గురించి మాత్రమే కాదు. ఇది మీ "ఎందుకు" అనే శక్తివంతమైన లక్ష్యంతో తయారైన సహన బూట్లు ధరించి, జీవితంలోని విపత్తుల్ని ధైర్యంగా ఎదుర్కోవడం గురించి. ఏవైనా సవాళ్లు ఎదురైనప్పుడు, మీ సహన యాంకర్ మిమ్మల్ని దృఢంగా నిలబెడుతుంది. ఇది మీ సామర్థ్యాన్ని గుర్తు చేస్తూ, మీరు ఏ కష్టాన్నైనా అధిగమించగలరనే నమ్మకాన్ని మరింత బలపరుస్తుంది.

నా జీవితంలో, ఈ సహన యాంకర్ అనిశ్చిత పరిస్థితుల్లో లేదా ఎదురులేని ఆటంకాల వద్ద నాకు ఒక జీవన రేఖలా మారింది. జీవిత సముద్రం ఎంత కలవరపరచినా, నా "ఎందుకు" అన్న లక్ష్యం అడుగడుగునా నాకు మార్గదర్శిగా ఉంటుంది. ఇది నా సంకల్పబలానికి రహస్య ఇంధనం, నన్ను ముందుకు సాగిపొమ్మని వెంటనడిచే శక్తి. ఇది ప్రతి క్షణాన్ని ఆదరించడానికి, స్పష్టమైన లక్ష్యంతో ముందుకెళ్లడానికి, జీవిత ప్రయాణాన్ని ధైర్యంగా కొనసాగించడానికి నన్ను ప్రేరేపిస్తుంది.

అధ్యాయం 49

పిశాచాలతో స్నేహం చేసుకోండి

"ముందుగా, మీరు గ్రహిస్తారు ఆ భూతం నిజమైంది కాదు. తర్వాత మీరు అర్థం చేసుకుంటారు అది కేవలం భ్రమ మాత్రమే, ముందుగా భయపడాల్సిన అవసరం అసలు లేదని తెలుసుకుంటారు. మీరు చూడగలుగుతారు ఆ భూతానికి దంతాలు, కోరలు లేవు. ఇది ఒక అద్భుతమైన విజయం అవుతుంది."

— డేవిడ్ డి. బర్న్స్

మీరు చిన్ననాటి రోజులను గుర్తు చేసుకోగలరా? టెలివిజన్ముందు ఆసక్తిగా కూర్చుని మనకు ఇష్టమైన కార్టూన్లు చూసిన రోజులని? ఆ రోజుల్లో, తెరపై కనిపించే పిశాచాలు – చెట్ల పొదల్లో దాక్కుని లేదా అలమారాల్లో ఉన్నాయేమోనని – మనం వీటిని ఒక రకమైన ఆశ్చర్యంతో, భయంతో చూస్తూ ఉండేవాళ్ళం. మనకు అవి భయానకంగానే అనిపించినా, అవి మనకు ఏమీ చేయలేవని తెలుసు. కాని పెద్దవాళ్ళమైన తర్వాత, మనం మరో రకం పిశాచాలను ఎదుర్కొంటాం – మన మనసులో ఉన్న భయాలను! ఇవి మన ఆలోచనల్లో వెంటాడే భయాలు, ఆందోళనలు, సవాళ్లు ఇవి మనకి మన చిన్నప్పుడు చూసిన ఆ ఊహాత్మక భూతాల్లాగే భయంకరంగా అనిపించవచ్చు.

ఈ అంతర్ముఖ పిశాచాలను ఎదుర్కొనే ప్రయాణంలో, డేవిడ్ డి. బర్న్స్ యొక్క చక్కటి పదబంధం మనకు ప్రేరణగా నిలుస్తుంది. ఆయన చెబుతున్నట్టు, మన వయసులోని ఈ మానసిక భూతాలు అంత

భయంకరమైనవి కాకపోవచ్చు. చిన్నప్పటి మన కార్టూన్లలో కనిపించిన పిశాచుల్లాగే, వీటికి కూడా "కోరలు" లేకపోవచ్చు, అవి కేవలం భ్రమలు మాత్రమే కావచ్చు.

మీ "పిశాచాల" గురించి తెలుసుకోవడం

బర్న్స్ యొక్క తత్త్వశాస్త్రం ఈ అంతర్ముఖ భయాలను జయించేందుకు మార్గసూచిని అందిస్తుంది. మొదటి చిట్కా వాటిని స్పష్టంగా గుర్తించడం. ఇది మన మనస్సులో ముసుగు వేసుకుని ఉన్న భయాలను ఓ జాబితా తయారు చేయడం లాంటిది. ఈ ప్రక్రియలో మనకు కలుగజేస్తున్న భయం, ఆందోళన, లేదా సవాలును ఖచ్చితంగా గుర్తించే చైతన్యవంతమైన ప్రయత్నం అవసరం. మన ఆలోచనల్లో వెంటాడే అస్పష్టమైన భయాలకు రూపాన్ని, ఆకృతిని ఇవ్వడం దీని లక్ష్యం.

ఉదాహరణకి, ఈ విధంగా ఊహించండి. మీరు సామాజిక పరిస్థితులలో అసౌకర్యం, ఆందోళన చెందుతున్నారని గుర్తిస్తారు. కొత్త మనుషులను కలవడం లేదా సామాజిక కార్యక్రమాలకు హాజరు కావాలనే ఆలోచన కూడా మీ గుండెను వేగంగా కొట్టుకునేలా చేసి, చేతులలో చెమట పట్టిస్తుంది. ఈ సందర్భంలో, సామాజిక భయం మీ మనసులో గూడుకట్టుకున్న "పిశాచం"గా మారుతుంది. మీరు ఏదేదో మాట్లాడి నవ్వుల పాలవుతారని, ఇతరులు మీ ప్రతి చర్యనూ పరిశీలిస్తారని, లేదా జనసందోహంలో ఒంటరిగా మిగిలిపోతారని అనుకునే నిరంతర భయం మీపై అధికారం చలాయించడం మొదలవుతుంది.

నాకు తెలిసిన బ్రాడ్ అనే వ్యక్తి గురించి ఒక కథను మీతో పంచుకోవాలనుకుంటున్నాను. అతను అనేక సంవత్సరాలుగా సామాజిక భయంతో పోరాడాడు. ఇతరుల విమర్శలు భయపెట్టి, సంభాషణల్లో తడబడతాననే అనుమానంతో, అతను తరచుగా సమూహ సమావేశాలకు వెళ్లడమే మానేశాడు. అతని మనసులోని "పిశాచి" ఎప్పుడూ అతనికి తోడుగా ఉండి, అతను ఎక్కడికి వెళ్లినా అనిశ్చితి, అసౌకర్యాన్ని కలిగించే క్షణాలను సృష్టించేది. కానీ ఒక రోజు, బ్రాడ్ ఈ భూతాన్ని ఎదుర్కొనే సమయం ఆసన్నమైందని నిర్ణయించుకున్నాడు.

బ్రాడ్ తన సామాజిక భయాన్ని స్పష్టంగా నిర్వచించే ప్రక్రియను ప్రారంభించాడు. అతను దానికి ఒక పేరు పెట్టాడు. తన మనసులో అది ఎలా కనిపిస్తుందో స్పష్టమైన చిత్రాన్ని రూపొందించుకున్నాడు. అంతేకాదు, దానికి సరదాగా ఒక పేరు కూడా పెట్టాడు. తన భయాన్ని ఒక వ్యక్తిత్వంగా మార్చడం ద్వారా, అతను దాన్ని ఓ అస్పష్టమైన, అణిచివేసే శక్తిగా కాకుండా, తాను ఎదుర్కొనగలిగే ఒక సరదా పాత్రగా మార్చుకున్నాడు. ఈ దృక్పథ మార్పు అతని ప్రయాణానికి ఒక కీలకమైన మొదటి మెట్టుగా నిలిచింది – అతను తనలో వున్న "పిశాచాన్ని" అర్థం చేసుకోవడం, చివరికి దాన్ని వశపరుచుకోవడం ప్రారంభించాడు.

తన జీవితంలో సామాజిక భయం ఉన్నదనే విషయాన్ని అంగీకరించడం ద్వారా, బ్రాడ్ సహాయాన్ని పొందేందుకు ముందడుగు వేసాడు. దానిని నియంత్రించేందుకు వ్యూహాలను అమలు చేయడం ప్రారంభించాడు. కొద్దికొద్దిగా, అతనిలో ఆత్మవిశ్వాసం పెరగడం ప్రారంభమైంది, గతంలో భయానకంగా అనిపించిన సామాజిక చర్యలను కూడా అతను ఆనందించగలిగాడు. తన మనసులోని "పిశాచి" పై కొంత ఆధిపత్యం సాధించగలిగాడు, కారణం అతను దాన్ని స్వయంగా ఎదుర్కొనడానికి సన్నద్ధమై, తన సొంత షరతులపై నిర్వచించుకున్నందువల్ల!

ఈ మార్గంలో, మీరు కూడా మీలో వున్న "పిశాచాన్ని" గుర్తించే ఈ మార్పు ప్రయాణాన్ని మొదలుపెట్టవచ్చు. మీ భయాలు, ఆందోళనలు లేదా సవాళ్లను స్పష్టంగా గుర్తించేందుకు సమయం కేటాయించడం ద్వారా, మీరు స్వీయశక్తిని పెంచుకుని, మీలోని గమనించని శక్తిని ఆవిష్కరించుకునే బలమైన పునాదిని వేయగలరు.

ఈ మార్గంలో, మీరు కూడా మీలో దాగివున్న "పిశాచాన్ని" గుర్తించే ఈ రూపాంతర ప్రయాణాన్ని ప్రారంభించవచ్చు. మీ భయాలు, ఆందోళనలు లేదా సవాళ్లను స్పష్టంగా గుర్తించడానికి సమయం కేటాయించడం ద్వారా, మీరు స్వీయశక్తిని పెంచుకునే, ఆత్మాన్వేషణను ప్రారంభించే బలమైన పునాదిని వేయగలరు.

మీ పిశాచుల మూలాన్ని అన్వేషించడం

ఒక మాంత్రికుడు తన మాయా కళాకౌశలంతో రహస్యాలను బయటపెట్టినట్లు, మన లోపల వున్న "పిశాచులకు" కోరలు లేవని తెలుసుకోవడానికి, మన భయాన్ని ఉత్తేజించే పరిస్థితులను సమగ్రంగా పరిశీలించాలి.

ఉదాహరణకు, ఎత్తుల భయాన్ని తీసుకుందాం - ఇది కొండలపై ట్రెక్కింగ్ వంటి బహిరంగ సాహసయాత్రలపై భయానక నీడను పడవేస్తుంది. ఎత్తుగా వేలాడుతున్న వంతెనను దాటే ఆలోచన కూడా మన గుండెచప్పుళ్లను పెంచేందుకు సరిపోతుంది. ఈ సందర్భంలో, మన లోపలి "పిశాచి" అనేది వంతెన కూలిపోవచ్చన్న భయం లేదా ఏదైనా విపరీతమైన ప్రమాదం సంభవించవచ్చనే భ్రమ కల్పిస్తుంది. కానీ భయానికి పూర్తిగా లోనయ్యే ముందు, బర్న్స్ సిద్ధాంతాన్ని అనుసరించి, మన ఊహాజనిత భయాలను సవాలు చేద్దాం.

లిల్లీ కథ: భయాన్ని పరిశీలించే ప్రయాణం లిల్లీ అనే యువతి ఎత్తైన వంతెనలను దాటాలనే ఆలోచనకే భయంతో వణికిపోయేది. కానీ ఒక రోజు, తన భయాన్ని ఎదుర్కొనాలని ఆమె నిర్ణయించుకుంది. ఆమె ఓ కొండప్రదేశంలో ట్రెక్కింగ్ చేయడానికి వెళ్లింది, అక్కడ ఓ భారీ వంతెన ముందు ఆమె నిలిచి ఉంది – అది ఆమె ధైర్యానికి నిజమైన పరీక్ష. అయితే, ఆమె భయాన్ని తలచుకుంటూ అనూహ్యమైన ప్రమాదాల గురించి ఊహించడమే కాకుండా, తాను ఒక పరిశోధకురాలిగా మారాలని నిర్ణయించుకుంది.

లిల్లీ గాఢంగా శ్వాస తీసుకుంది, తన చుట్టూ ఉన్న వాస్తవ పరిస్థితులను గమనించడం ప్రారంభించింది. ఆమె వంతెన యొక్క శక్తిమంతమైన నిర్మాణాన్ని పరిశీలించింది, అనేక మంది ప్రయాణికులు ఎలాంటి సమస్యలేమీ లేకుండా దానిని దాటుతున్నారని గమనించింది, అలాగే ప్రతిరోజూ ఈ వంతెనపై అనేక మంది సురక్షితంగా ప్రయాణిస్తున్నారని గుర్తు చేసుకుంది. ఈ ఆలోచన ప్రక్రియ ద్వారా, లిల్లీ గ్రహించింది తన భయం వాస్తవాన్ని అతిశయంగా అంచనా వేసిందని. వంతెన కూలిపోవడం వంటి విపత్తులు చాలా అరుదుగా జరుగుతాయి, ఇంకా ఈ నిర్మాణం సాధారణ ఒత్తిడిని తట్టుకునేలా ప్రత్యేకంగా రూపొందించబడిందని అర్థం చేసుకుంది.

ప్రస్తుత పరిస్థితిని నిష్పాక్షికంగా అంచనా వేసిన తరువాత, లిల్లీ తనలో వున్న భయానికి నిజమైన ప్రభావాన్ని స్పష్టంగా అర్థం చేసుకుంది. ఆమె

గ్రహించింది తన లోపలి "పిశాచి" నిజానికి ప్రమాదకరమైనది కాదు – అది కేవలం ఒక నీడ, మనస్సు ఆడే ఒక మాయ. ఈ కొత్త అవగాహనతో, ఆమె ధైర్యంగా వంతెనపై అడుగుపెట్టింది. గతంలో తనను ముప్పతిప్పలు పెట్టిన భయం మాయమైపోయింది. వంతెనను విజయవంతంగా దాటింది.

ఈ పాఠం కేవలం వంతెనలకు లేదా ఎత్తులకు మాత్రమే వర్తించదు; ఇది జీవితానికి సంబంధించిన ఒక గొప్ప ప్రతీక. మనలో ప్రతి ఒక్కరి జీవితంలోను కొన్ని "వంతెనలు" ఉంటాయి, అవి వృత్తిపరమైన మార్పులు కావొచ్చు, సంక్లిష్టమైన సంబంధాలు కావొచ్చు, లేక అస్థిర భవిష్యత్తును స్వీకరించాల్సిన పరిస్థితులు కావొచ్చు. కానీ, మనం ఈ సవాళ్లను సమీక్షాత్మకంగా చూడాలి. వాస్తవ ఆధారాలను పరిశీలించాలి. నిజంగా ప్రమాదకరమైన పరిణామాల సంభవించే అవకాశాన్ని అంచనా వేసుకోవాలి. ఎక్కువసార్లు, మన భయాలు కేవలం భ్రమలేనని మనకు అర్థమవుతుంది – వాటికి నిజంగా "కోరలు" ఉండవు.

అధ్యాయం 50

అభివృద్ధి మనస్తత్వాన్ని పెంపొందించుకోవడం

స్థిరమైన మనస్తత్వం (Fixed Mindset) అంటే – మన ప్రతిభలు, బుద్ధి శాశ్వతంగా నిర్ణయించబడ్డాయని నమ్మే ధృఢ విశ్వాసం. ఈ దృక్పథం మన జీవితాన్ని ఓ అంతులేని పరీక్షలా మార్చివేస్తుంది, మనం దానికి సిద్ధం కాలేదు అన్నట్టుగా అనిపిస్తుంది. పని, సంబంధాలు, అప్పుడప్పుడూ మనల్ని కలవరపెట్టే ఆత్మవిశ్లేషణా సంక్షోభాలతో నిండిన జీవితం, ఈ నిరంతర పరీక్ష భావన నుంచి వచ్చే ఆందోళనను ఇంకా పెంచేస్తుంది.

దానికి వ్యతిరేకంగా, "అభివృద్ధి మనస్తత్వం" (Growth Mindset) అనేది ప్రతిభ అనేది మనకు జన్మతః లభించేది కాదు, అవి కష్టపడి నేర్చుకోవడం, సాధన చేయడం ద్వారా అభివృద్ధి చెందుతాయి అనే నమ్మకం. మన శ్రమ, పట్టుదల, నేర్చుకోవాలనే ఆసక్తి మన సామర్థ్యాలను మెరుగుపరచగలవని ఈ సిద్ధాంతం చెబుతుంది. టావో వెయిడాంగ్ (Tao Weidong) మరియు వారి బృందం, అభివృద్ధి మనస్తత్వం మానసిక ఆరోగ్యంపై కలిగించే ప్రభావాన్ని సమగ్రంగా అధ్యయనం చేయాలని నిర్ణయించుకున్నారు.

ఫలితాలేంటి? అభివృద్ధి మనస్తత్వాన్ని (Growth Mindset) స్వీకరించిన వ్యక్తులు "మానసిక ఆరోగ్య సమస్యలు" తక్కువగా నివేదించారు. స్థిరమైన మనస్తత్వం (Fixed Mindset) కలిగిన వారి కంటే "జీవిత సంఘటనల వల్ల కలిగే ఒత్తిడి" తక్కువ స్థాయిలో ఉందని పేర్కొన్నారు.

నిరాశలోని పాఠాలను గుర్తించడం

అభివృద్ధి మనస్తత్వ తత్త్వం నుంచి ఉద్భవించే శక్తివంతమైన వ్యూహం ఏమిటంటే - ప్రతిసారి మీరు ఓ సవాల్, అడ్డంకి, లేదా క్లిష్ట పరిస్థితిని ఎదుర్కొన్నప్పుడు, మీరే మీకు "ఇందులో నేను ఏమి నేర్చుకోవచ్చు?" అనే ప్రశ్న వేసుకోవడం.

ఈ ప్రశ్న వినడానికి సులభమైనదిగా అనిపించినా, దీని ప్రభావం ఎంతో గాఢంగా ఉంటుంది. ఇది మనసుకు ఒక మార్గదర్శి మలుపు (mental pivot)లా పనిచేస్తుంది. అంటే, ఒక నిరాశాజనక సంఘటనలో ఉన్న ప్రతికూలతలపై దృష్టి కేంద్రీకరించడానికి బదులుగా, మన వ్యక్తిగత అభివృద్ధి, మెరుగుదలకు దారితీసే అవకాశాలను గుర్తించేలా మన ఆలోచనలను మళ్లించడమే.

జీవితాన్ని అనేక ద్వారాలతో నిండి ఉన్న ప్రయాణంగా ఊహించుకోండి - కొన్ని ద్వారాలు వెలుగును తెస్తాయి, మరికొన్ని వాటి వెనుక సవాళ్లు దాగి ఉంటాయి. మీరు ఒక మూసిన తలుపును ఎదుర్కొన్నప్పుడు, సహజంగానే నిరాశతో పాటు ఆందోళన కూడా కలుగుతుంది. ఇక్కడే అభివృద్ధి మనస్తత్వం (Growth Mindset) మీకు తోడుంటుంది. మూసిన తలుపును నిరాశతో తలకొట్టడం కాకుండా, అభివృద్ధి మనస్తత్వం మీ చేతికి ఒక తాళాన్ని ఇస్తుంది. ఆ తాళంపై "ఇందులో నేను ఏమి నేర్చుకోవచ్చు?" అనే పదాలు చెక్కబడి ఉంటాయి.

మీరు ఆ తాళాన్ని తలుపులో పెట్టి తిప్పగానే, అది తలుపును తెరిచి మీ ముందుకు విలువైన పాఠాలు, లోతైన అర్థాలు, మరియు కొత్త అవకాశాలను విప్పుతుంది. అభివృద్ధి మనస్తత్వం మీ సమస్యలను మాయ చేసి తొలగించదు, కానీ దారులు ఎంత చీకటిగా ఉన్నా దారి చూపే దీపాన్ని మీ చేతిలో పెడుతుంది - మీ ప్రయాణాన్ని కొత్త జ్ఞానంతో వెలిగించేందుకు.

ఒకవేళ, మీరు పని విషయంలో వెనుకబడ్డారు అని ఊహించండి. స్థిరమైన మనస్తత్వం (Fixed Mindset) ఉన్నవారు దీన్ని "నేను ఈ పనికి పనికిరాను" లేదా "నేను ఎప్పటికీ విఫలమవుతూనే ఉంటాను" అనే విధంగా తీసుకుంటారు. కానీ అభివృద్ధి మనస్తత్వం ఉన్న వ్యక్తి ఈ అనుభవాన్ని కొత్త కోణంలో పరిశీలిస్తాడు. "ఇది ఎందుకు జరిగింది?", "నేను ఇంకా మెరుగుపర్చుకోవలసిన నైపుణ్యాలు ఏమిటి?", "ఈ అనుభవం

ఎలా నా భవిష్యత్ విజయానికి మార్గదర్శకంగా ఉంటుంది?" అనే ప్రశ్నలు వేసుకుంటాడు. ఈ విధంగా, ఆందోళన తగ్గటమే కాకుండా, అదే అనుభవాన్ని వికాసానికి ఒక అడుగుగా ఉపయోగించుకుంటారు.

అసౌకర్యాన్ని ఆలింగనం చేసుకోవడం (Embracing the Discomfort Zone)

ఒక ప్రశ్న: మీరు ఎంత కాలంగా మీ సౌకర్యవలయంలో (Comfort Zone) ఉన్నారు? సౌకర్యవలయం అనేది భద్రంగా, ఊహించదగినదిగా, సుఖదాయకంగా అనిపించే స్థలం. ఇది మనందరికీ అవసరమే. కానీ మీరు ఎప్పుడూ అదే స్థాయిలో ఉంటే మీలో అభివృద్ధి ఆగిపోతుంది. ఇందుకే, అసౌకర్యాన్ని స్వీకరించడం అత్యంత ముఖ్యం – అది అభివృద్ధికి తలుపు తెరిచే మంత్రం. మీరు ఒక కొత్త నైపుణ్యాన్ని అభ్యసించాలి, ఒక కొత్త అనుభవాన్ని స్వీకరించాలి, లేదా ఒక అపరిచితమైన సవాలును ఎదుర్కోవాలి అంటే, కొంత అసౌకర్యం తప్పదు. కానీ ఆ అసౌకర్యాన్ని ఆలింగనం చేసుకుంటేనే మీరు మరింత నిశ్చింతతతో, దృఢమైన మనస్తత్వంతో, ప్రస్తుతానికి అంకితమైన జీవితం గడపగలుగుతారు.

ఈ విధానంలో ఉన్న జ్ఞానం ఎంతో అందంగా చెప్పబడింది, "జీవితం మీ సౌకర్యవలయం చివర ప్రారంభమవుతుంది" అనేది ప్రాచీన సూక్తి. ఇది మీరు సౌకర్యవంతమైన స్థలాన్ని వదిలి కొత్త సవాలు ఎదుర్కొనడానికి ఎగురవేయడాన్ని ఆహ్వానిస్తుంది. ప్రారంభంలో, మీరు అసౌకర్యంగా భావించవచ్చు. నీటిలో ఈదేందుకు మీ చేతులు, కాళ్ళు కట్టి పడేసినట్టుగా అనుకుంటారు. మీరు పోటీలోకి పడుతుంటారు. కానీ ప్రతిసారీ, మీరు తీరానికి దగ్గరగా కాకుండా, దూరంగా వెళ్ళిపోతారు. మొదటిసారిగా కలిగే అసౌకర్యం ఆత్మవిశ్వాసానికి బీజం వేస్తుంది. కొంతసేపటిలో నీటిలో ఈత కొట్టడం విషాదం కాదు, అన్వేషించాల్సిన ఒక విషయంగా మారుతుంది.

అదే విధంగా, వ్యక్తిగత అభివృద్ధి చిన్న చిన్న అసౌకర్యాలకు ఎంత ఎక్కువ ప్రాముఖ్యత యిస్తే అంత మెరుగ్గా పెరుగుతుంది. ఉదాహరణకు, ప్రజా ఉపన్యాసాలు (public speaking) మీకు శరీరంలో వణుకు కలగజేస్తే, ముందుగా మీరు కిటికీ ముందు లేదా నమ్మకమైన స్నేహితునితో అభ్యాసం చేయడం ప్రారంభించవచ్చు. మొదటి అసౌకర్యం మీ శిక్షణ స్థలం

అవుతుంది. మీరు క్రమంగా పెద్ద ప్రేక్షకుల ముందుకు మాట్లాడే దిశగా ఎదుగుతున్నపుడు అసౌకర్యం ఉండవచ్చు, కానీ మీ ఆత్మవిశ్వాసం దృఢంగా అభివృద్ధి చెందుతుంది.

అధ్యాయం 51

ఎంపికల విధానం నివారించండి

నేటి ప్రపంచం ఒక పెద్ద మెనూలా అనిపించవచ్చు. మనం నిద్ర లేచిన తర్వాత, బ్రేక్‌ఫాస్ట్ ఎంచుకోవడం మొదలు, రోజంతా ఎన్నో నిర్ణయాలు తీసుకోవడం వరకు, ఆ సంఖ్య ఎప్పుడూ చాలా ఎక్కువగా ఉండి గందరగోళానికి గురిచేస్తుంది. ఇది సంపదలో ఉన్న పరిపూర్ణత యొక్క వక్ర కోణం – ఇది ఎక్కువ స్వేచ్ఛకు హామీ ఇస్తుంది, కానీ తరచూ మనల్ని ఎంపికల చీకటి బావిలో బందీ చేస్తుంది. కొలంబియా యూనివర్శిటీకి చెందిన పరిశోధకులు, ఎంపికలు, వాటి మన ఆత్మస్థితిపై ప్రభావం గురించి మన మనస్తత్వంలో ఉన్న సాంప్రదాయ బోధనలను సవాల్ చేసే ఒక విచిత్రమైన పరిణామాన్ని కనుగొన్నారు.

ఈ పరిశోధకుల ప్రకారం, వ్యక్తిగత ఎంపికలు సాధారణంగా పాజిటివ్ ఫలితాలతో సంబంధితంగా భావించబడినా, తాజా ప్రయోగాత్మక అధ్యయనాలు ఈ భావనను సవాల్ చేశాయి. ఈ అధ్యయనాలు చూపించాయి, ఒక ప్రాయోగిక ఎంపికలో ఒక చిన్న ఎంపిక మాత్రమే ఉండగా (అంటే, ఆరు ఎంపికలు), 24 లేదా 30 ఎంపికలను యిస్తే, వారు అధికంగా గోర్మెట్ జామ్‌లు లేదా చాక్లెట్లు కొనుగోలు చేస్తూ, కచ్చితమైన క్లాస్ అసైన్మెంటుల పనులను పూర్తి చేసేవారు. అంతే కాకుండా, వారు చేసిన ఎంపికలతో ఎక్కువ సంతృప్తి చెందారు. పరిమిత ఎంపికల కింద ఉత్తమమైన వ్యాసాలను రాయగలిగారు. దీని ప్రకారం, ఎక్కువ ఎంపికలు మన ప్రేరణ మరియు సంతృప్తిని తగ్గిస్తాయి. అలాగే మన జీవితాలలో ఎంపికల అధికత మన ఆందోళనకు కారణం అవుతుంది.

మీ ఎంపికలను పరిమితం చేయండి

ముందుకు సాగడానికి సులభమైన మార్గం: మీ ఎంపికలను పరిమితం చేయండి. అచేతనమైన ఎంపికల సముద్రంలో తేలియాడే బదులుగా, లైఫ్‌గార్డ్ ఇచ్చిన సలహాను తీసుకుని, ఆరు ఎంపికల లేదా అప్పుడు ఇంకా తక్కువ ఎంపికల సరిహద్దులలో ఉండండి. ఇది మీ నిర్ణయాలను తీసుకునే ప్రక్రియను సులభతరం చేయడమే కాకుండా, ఆందోళనను కూడా తగ్గిస్తుంది.

ఇప్పుడు, మీరు ఒక కిరాణా అంగడిలో ఉన్నారని ఊహించండి. బాక్స్‌లపై లేబుల్స్ యొక్క సంక్లిష్ట హైరోగ్లిఫిక్స్‌ను విశ్లేషించడానికి ప్రయత్నిస్తున్నారు. ఎంపికల మధ్యలో తప్పిపోయే బదులుగా, మీ బ్రేక్‌ఫాస్ట్ అవసరాల జాబితాను తయారుచేసి దాన్ని అంటుకుని ఉంచండి. ఒక సెలవు ప్రణాళిక చేస్తున్నప్పుడు, ప్రపంచం నలుమూలలా తిరగాలని అనుకోకుండా, మీ వాంఛను నిజంగా అవసరం అనుకున్న కొన్ని గమ్యస్థానాలను ఎంచుకోండి. ఈ సరిహద్దులను ఏర్పాటు చేయడం ద్వారా మీరు జీవితం సులభతరం చేయడం మాత్రమే కాదు, మీరు ఎంచుకున్న వాటిని నిజంగా ఆస్వాదించడంలో మీకు సమయం మిగులుతుంది.

ఎక్కువ ఎంపికలు మనల్ని సంతోషంగా చేయగలవని మనం అనుకుంటాము. కానీ మనకు ఎక్కువ ఎంపికలు ఉన్నప్పుడు, తప్పు ఎంపిక చేయటానికే ఎక్కువ అవకాశం ఉంటుంది. అలాగే సరైన ఎంపిక మాత్రం కచ్చితంగా కొంచెం దూరంలో ఉంటుంది. సత్యం ఏమిటంటే, మనం చేసిన తప్పు ఎంపికలతో కూడా మనం సంతోషంగా ఉంటాము. మీరు ఏదైనా ఎంపికను ఖచ్చితంగా పరిగణించేందుకు అశ్రద్ధగా చాలా సమయం, ఒత్తిడి వృథా చేస్తారు, కానీ అది నిజంగా మీ జీవితంలో అదనంగా విలువను చేర్చదు.

ఒక సాధారణ ఉదాహరణగా, మీరు అంగడిలో సరైన పీనట్ బటర్‌ను ఎంచుకోవాలని అనుకుంటారు. ఇది స్మూత్ లేదా చంకీ కావాలా అని నిర్ణయించుకోవడం, మధ్య తరగతి ధరలో ఒకదాన్ని కనుగొనడం, కానీ ఈ సరళమైన ఎంపికల తర్వాత కూడా, సాధారణంగా మీరు పొందే లాభాలు తగ్గిపోతాయి. మీరు 25 నిమిషాలు పైన 20 వేరే పీనట్ బటర్ బ్రాండ్ల లేబుల్స్ మీద సమీక్ష చేస్తే, ఆ 25 నిమిషాలు వృథా అవ్వకుండా సమయం మీద మీరు ఎలాంటి చిన్న లాభాలు పొందగలరా? మీరు చంకీ లేదా

స్మూత్ గా ఎంచుకొని మరేదైనా ఆలోచించకుండా వెంటనే కొనుగోలు చేస్తే, మీ జీవితంలో ముందుకు సాగిపోతే, సరైన పీనట్ బటర్‌ను ఎంచుకున్నారని మీరు ఖచ్చితంగా భావించవచ్చు. మీరు ఈ నిర్ణయాన్ని తీసుకోవడంలో అదనంగా ఏమైనా పొందే భ్రమ కేవలం... ఒక భ్రమ మాత్రమే!

జీవితంలో తీసుకునే పెద్ద పెద్ద నిర్ణయాల సంగతి ఏమిటి? ఇప్పుడు మీ జీవితంలో తీసుకోవాల్సిన పెద్ద పెద్ద నిర్ణయాలను గురించి ఆలోచిద్దాం. కెరీర్ మార్పును ఆలోచిస్తున్నారని ఊహించండి. మీరు నాలుగు రోడ్ల కూడలిలో అయోమయంగా నిలబడిపోయారు. ఎవరెస్ట్ శిఖరానికి దారి తెలియకుండా ఉన్నట్లుగా ఉంది మీ పరిస్థితి. సాకారం చేయడానికి ప్రయత్నించే ప్రతి అవకాశాన్ని అన్వేషించకుండా, మీ మౌలిక విలువలు, దీర్ఘకాలిక లక్ష్యాలతో నిజంగా సరిపోయే కొన్ని ఎంపికలను మాత్రమే చేయండి. ఈ దృష్టి మీ శక్తిని లేజర్ కిరణంలా దారితీస్తుంది, తద్వారా మీరు కేవలం సరిపడే నిర్ణయాలను మాత్రమే కాకుండా, మీరు అనుసరించాల్సిన దారి వ్యక్తిగతంగా అనుకూలంగా ఉన్న ఎంపికలు చేస్తారు.

జీవితమే రుచులను అందించే విస్తృత విందుగా ఉన్నప్పుడు, మీరు అధికంగా ఆహారం తినాలని అనుకోకండి. కొన్ని కీలక ఎంపికలు తీసుకోండి, త్వరగా నిర్ణయించుకోండి. ఎక్కువగా ఆలోచించడంలో వచ్చే ఆందోళనను వదిలించుకోండి. సులభమైన, తక్కువ ఆందోళనతో కూడిన జీవితం వైపు మీ ప్రయాణం ఎంపికలను పరిమితం చేయడంలో నిమగ్నం కావడం ద్వారా మొదలవుతుంది.

"ఖచ్చితమైన" నిర్ణయాలను వదిలించుకోవడం

ఇప్పుడు, మీరు ఒక పెద్ద విందు ముందు నిలబడినట్లు ఊహించండి. ప్రతి వంటకం మరొక దాని కన్నా మరింత రుచికరమైనది అని వాగ్దానం చేస్తోంది. "తప్పు" ఎంపిక చేస్తామేమో అన్న భయం మీరు ఆలోచనలు చేయకపోవడం, ఆందోళనతో నిండిపోవడం, చివరకు ఒక మంచి అవకాశాన్ని కోల్పోవడం జరుగుతుంది. అలాగే, సమగ్రత కోసం మనం ప్రయత్నించే సమయంలో, తప్పు చేసే భయంతో మనం నిర్ణయాలను తీసుకోకుండా, పూర్తిగా ముందుకు పోవడం లేదు.

కాబట్టి, సమగ్రతను అన్వేషించడం ద్వారా మీ నిర్ణయాలను స్థిరపర్చేందుకు అనుమతించకండి. సమగ్రతగా ఆలోచించడం అనేది ఒక్కోసారి భ్రమగా ఉంటుంది. మీరు అంగీకరించాల్సింది "సరిపడే"దిగా ఉంటుంది. అది మీరు ముందుకు పోవడానికి, పురోగతిని సాధించడానికి, మీ లక్ష్యాలను చేరుకోవడానికి మార్గాన్ని అనుమతిస్తుంది. మితిమీరిన ఆలోచనలో చిక్కుకోవడంను తప్పించుకుంటుంది.

ప్రాజెక్టు మీద పనిచేస్తున్నప్పుడు, ఉదాహరణగా, దాన్ని "సరిపడే" ప్రమాణంలో పూర్తి చేయడం అంటే మీరు తదుపరి ఛాలెంజ్ వైపు ముందుకు పోవడం, కానీ సమగ్రతను ఎప్పటికీ అనుసరించడం వలన నిలిచిపోవడం, ఆందోళనకు కారణం కావచ్చు. అలాగే, వ్యక్తిగత లక్ష్యాలను సెట్ చేయడం సమయంలో, నిరంతరం మెరుగుదల మరియు పురోగతిని లక్ష్యం చేసుకోవడం ఒకసారి మరియు అన్ని విధాలుగా సమగ్రతను అనుసరించడం కన్నా ఎక్కువ స్థిరంగా ఉంటుంది. సమగ్రతను అనుసరించడం వ్యతిరేకంగా ఆత్మసందేహానికి మరియు ఎప్పటికప్పుడు విఫలమవడంపై భయానికి దారితీస్తుంది. పరాకాష్ట అంటే, "సరిపడే" మానసికతను అంగీకరించడం నిజంగా మీరు మెరుగుపడటానికి అనుమతించే ప్రవర్తనను ప్రోత్సహించడమే.

"సరిపడే" దృక్కోణాన్ని అంగీకరించడం ద్వారా, మీరు అర్థం చేసుకునేది ఏమిటంటే - జీవితం, ఒక వైవిధ్యభరితమైన మెనూ లాగా, ఎన్నో ఎంపికలను అందిస్తుంది. వాటిలో ఏవీ సమగ్రతతో ఉండవు. ఈ అవగాహన, మీరు అనేక ఎంపికలలో గమనించి, ఆందోళన లేకుండా త్వరిత నిర్ణయాలు తీసుకోవడాన్ని సులభతరం చేస్తుంది.